சமூகநீதிப்

போராளிகள்

ஜெகாதா

சத்யா

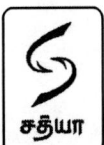

Title:
Samuganeethi Poraligal
Jakatha

ISBN: 978-93-92474-54-5
Title Code : Sathyaa - 043

நூல் தலைப்பு
சமூகநீதிப் போராளிகள்

நூல் ஆசிரியர்
ஜெகாதா

முதற்பதிப்பு
ஜூலை 2023

விலை : ₹ 260

பக்கம் : 244

Printed in India

Published by
Sathyaa Enterprises
No.137, First Floor,
Choolaimedu,
Chennai - 600 094.
044 - 4507 4203

Email
sathyaabooks@gmail.com

முன்னுரை

வரலாற்று ரீதியாக ஒடுக்கப்பட்ட, சுரண்டப்பட்ட அல்லது ஒதுக்கப் பட்ட மக்களுக்கான உரிமைகளை மீட்டெடுக்க, சட்ட ரீதியாகவும், சமூக ரீதியாகவும் முனைந்த ஆவேச போராளிகளின் உச்சபட்ச குரலொலியின் தொகுப்பாக இந்நூல் உங்கள் முன்வைக்கப்பட்டுள்ளது.

நீதி என்ற சொல்லுக்கு கட்டு அல்லது பிணைத்தல் என்று பொருளாகும்.

நீதி என்பதன் வரையறை ஒரு தனி நபரின் உரிமை மற்றும் சமூகத்தின் ஆணையாக பாதுகாக்கப்படுகிறது. நீதி என்பது சமூகத்தின் பாரம்பரியம் மற்றும் விழுமியங்களைக் கொண்டது.

சமூக நீதி என்பது மக்களுக்கு இடையே உள்ள சமத்துவம் மற்றும் பல்வேறு சமூக அம்சங்களின் தராசு நிலை பார்வையை மையம் கொண்ட தாக அர்த்தப்படுத்தப்படுகிறது. சில மத மரபுகளிலும், சாதி மரபுகளிலும் சமூக நீதி நடைமுறைப்படுத்தப்படுகிறது.

சமூக நீதி தேசத்திற்கான ஒரு முற்போக்கான கருத்தாக்கம் ஆகும். சட்டத்தின் மூலம் சமூக பொருளாதார சமத்துவம் என்பதன் சவாலை எதிர்கொள்வதை சமூகநீதி நோக்கமாகக் கொண்டுள்ளது.

பெரும்பான்மையானவர்கள் சமூகத்தில் சிறிய பிரிவினரை புறக்கணித்தால் அது அவர்களை கிளர்ச்சிக்குத் தூண்டுகிறது. எந்த ஒரு வன்முறை மோதலும் இல்லாமல், பொருளாதார நீதியை இது அடைய முயல்கிறது. இது சட்டத்தின் ஆட்சிக்கு சமம்.

தொழில் புரட்சி மற்றும் ஐரோப்பாவின் அடுத்தடுத்த ஜனநாயக இயக்கங்கள் 19ஆம் நூற்றாண்டின் முற்பகுதியில் சமூக நீதி என்ற சொல்லின் பரிணாம வளர்ச்சியானது. அதிக சமத்துவ சமூகங்களை நிறுவுதல் மற்றும் மனித உழைப்பின் முதலாளித்துவ சுரண்டலை சரி செய்வதை நோக்கமாகக் கொண்டது.

மனித உரிமைகளுக்கும், சமூக நீதிக்கும் இடையே ஒரு வலுவான தொடர்பு உள்ளது. மனித உரிமைகள் மற்றும் சமூகநீதி ஆகியவை ஒன்றோடு ஒன்று இணைக்கப்பட்டுள்ளன என்பதை அரசும் மக்களும் இணைந்து புரிந்து கொள்ள வேண்டும்.

ஒரு மனிதனாக ஒவ்வொரு மக்களின் அடிப்படை உரிமைகளையும் பாதுகாத்து கடைப்பிடிக்கும்போது அந்த சமூகம் நட்புடன் விளங்கும்..!

நம் இந்திய தேசமெங்கும் சமூக நீதி நிலைத்தோங்க போராடி வரும் சமூகநீதிப் போராளிகளின் பட்டியல் மிக நீளமானது. ஆயினும் அவர்களின் சில மைல்கல்லை போன்றவர்களின் வாழ்வியல் பயணத்துடன் நம்மை இணைத்துக் கொள்ளும் அரிய வாய்ப்பாக இந்நூலின் பக்கங்கள் உங்களின் வாசிப்பாக அமையும் என்று நம்புகிறேன்.

அதற்கு உறுதுணையாக, அழகிய முறையில் இந்நூலை வெளிக் கொணர்ந்துள்ள பதிப்பகத்தார் பாராட்டுக்குரியவர்கள். நன்றி!

என்றும் அன்புடன்
ஜெகாதா
9443004683

உள்ளே...

1. மகாத்மா அய்யன்காளி - 6
2. அயோத்திதாசப் பண்டிதர் - 12
3. இரட்டைமலை சீனிவாசன் - 20
4. அய்யா வைகுண்டர் - 33
5. மகாத்மா ஜோதிராவ் புலே - 43
6. ஸ்ரீ நாராயண குரு - 50
7. பி.டி. தியாகராயர் - 56
8. டி.எம். நாயர் - 62
9. சுப்பராயலு ரெட்டியார் - 68
10. பனகல் அரசர் - 72
11. டாக்டர் நடேசன் - 80
12. சிங்கார வேலர் - 84
13. அம்பேத்கர் - 88
14. பெரியார் - 121
15. பாபு ஜெகஜீவன்ராம் - 153
16. சி.என். அண்ணாதுரை - 157
17. மு. கருணாநிதி - 195
18. வி.பி.சிங் - 232

1
மகாத்மா அய்யன்காளி

தாம் பிறந்த புலையர் இனத்தைத் தீண்டாமைத்தளையிலிருந்து விடுவிக்கப் போராடியதுடன் பேதமற்ற பொதுவான சமூக நீதிக்காகவும் அயராது சமர் புரிந்தவர் மகாத்மா காந்தி அய்யன்காளி ஆவார். பொதுவெளிகள் எல்லோருக்கு மானவை என்று அறிவித்ததுடன் செயல் படுத்தியும் காட்டியவர் அய்யன்காளி. 'வில்வண்டிச் சமரம்' மூலம் சாதிய ஒடுக்கு முறைக்கு அறைகூவல் விடுத்தார்.

கல்வியினாலேயே இவ்வுலகில் மேன்மை கள் எய்தலாகும் என்று உணர்த்தியவர் தீண்டத்தகாதவர்களுக்கு முதல் கல்விக் கூடத்தை உருவாக்கினார். இன்று நவீன கேரளத்தின் 'மகாத்மா' அய்யன்காளி சமூக விடுதலைக்கான புதுமைப் போராளி யாக ஒளிர்கிறார். அரசுப் பள்ளிகளில்

தலித்துகளை அனுமதிக்காவிட்டால், அவர்கள் உழவு வேலைகளை நிறுத்த வேண்டிய கட்டாயம் ஏற்படும் என்று வேலை நிறுத்தங்கள் குறிப்பிடத்தக்க தாக்கத்தை ஏற்படுத்தியது. இருபதாம் நூற்றாண்டின் முதல் காலாண்டில் பல பள்ளிகள் தலித் மாணவர்களுக்கு தங்கள் வாயில்களைத் திறந்தன.

மகாத்மா காந்தி, அய்யன்காளியை 'புலைய மன்னர்' என்று அழைத்தார். இந்திராகாந்தி அவரை 'இந்தியாவின் தலைசிறந்த மகன்' என்று வர்ணித்தார். அய்யன்காளி திருவிதாங்கூர் மாகாணத்தில் பட்டியல் சமூகத்தினரின் விடுதலைக்காக பாடுபட்ட தலைவர்.

திருவனந்தபுரத்திலிருந்து 13 கி.மீ தொலைவில் உள்ள வெங்கதூரில் பெருங்காட்டுவிளா என்ற ஊரில் ஏழு பிள்ளைகளில் ஒன்றாக கூடல் விவசாயக் குடும்பத்தில் அய்யன் என்பவருக்கு மகனாகப் பிறந்தார் அய்யன்காளி.

இளவயதில் கட்டுடலும் அழகும் வலிமையும் நிறைந்தவராகவே வளர்ந்தார். அய்யன்காளி சிறுவனாக இருக்கும்போது தனது குடும்பத் தினரும், உறவினர்களும் உரிமை மறுக்கப்பட்டு அடிமைகளாக நடத்தப் படுவதை உணர்ந்தார். புலையர் சாதியில் பிறந்த அவர்களுக்கு சாலையில் நடக்க அனுமதியில்லை. உடலை மறைக்க நல்ல உடையணிவதில் அனுமதி மறுக்கப்பட்டது. செருப்பு போட அனுமதியில்லை. தலைப் பாகை கட்டக்கூடாது என பல அடக்குமுறைகளை அனுபவித்தனர்.

பிராமணீய வர்ணாசிரம் அடுக்கில் கீழே இருந்ததால் புலையர்களை ஏரில் பூட்டி வயலை உழக்கட்டாயப்படுத்தினர். நாயர்களும், நம்பூதிரிகளும் இவர்களை அடிமைகளாக நடத்தினர். அக்காலக்கட்டத்தில் பட்டியல் சாதியினர் மீது கல்வி உரிமை மறுப்பு, பொதுத் தெருவில் நடமாடும் சுதந்திரம் இல்லாமை, பெண்கள் மேலாடை அணிய அனுமதிக்கப் படாமை போன்ற கொடுமைகள் நாயர் மற்றும் நம்பூதிரி சாதி மக்களால் நிகழ்த்தப்பட்டது. நிலங்களை சீர்படுத்தியதற்காக அய்யன்காளியின் தந்தை அய்யனுக்கு ஒரு சிறிய நிலத்தை அவரது நாயர் முதலாளி கோவிந்தபிள்ளை வழங்கினார். இது அன்றைய நாயர் சமுதாயத்தில் பெரும் சலசலப்பை ஏற்படுத்தியது.

இளமைப் பருவத்தில் தன்னுடைய நண்பர்களுடன் தன் வீட்டில்

கால்பந்து விளையாடிக் கொண்டிருக்கும்போது அடிக்கடி பந்து பக்கத்தி லிருக்கும் நாயர் வீட்டின் கூரையில் விழுந்தது. அதைக்கண்ட அந்த நாயர் அவரிடம் இனிமேல் நாயர் இளைஞர்களுடன் விளையாடக் கூடாது என்று எச்சரித்தார். அய்யன்காளி அன்றுமுதல் நாயர் இளைஞர்களுடன் விளையாடுவதை நிறுத்தியதுடன் ஆழமான மௌன சிந்தனையில் மூழ்கினார். தாழ்த்தப்பட்ட சுரண்டப்பட்ட மக்களை ஒருங்கிணைத்து சமுதாய விடுதலை பெறும் போராளியாக உருவெடுத்தார். அய்யன்காளி இதற்காகவே அவர் பல நாடகங்களை எழுதி அரங்கேற்றினார். இவற்றினை நாடெங்கும் தாழ்த்தப்பட்ட மக்களிடையே நடத்தி கட்டுக் கடங்காத விழிப்புணர்வை ஏற்படுத்தினார் அய்யன்காளி.

கி.பி. 1888ல் செல்லம்மா என்பவரை திருமணம் செய்து கொண்டார் அவர். இத்தம்பதியினருக்கு ஏழு குழந்தைகள் பிறந்தன. அய்யன்காளி முறையாக கல்வி கற்றவரல்ல. திருவனந்தபுரத்தில் அன்று இருந்ததைக் காடுஅய்யாவு சுவாமிகள் என்ற ஒரு யோகியிடம் இவர் சில யோக முறை களையும், அடி முறைகளையும் கற்றார். இந்த சுவாமிகளிடம் ஸ்ரீ நாராயண குரு, சட்டம்பி சுவாமிகள் போன்றோர் மாணவர்களாக இருந்தனர். நாராயண குருவிடம் அய்யன்காளிக்கு கடைசிவரை நெருக்கமான தொடர்பு இருந்தது.

1883ல் அய்யன்காளி புலையர்கள் நடுவே சேவை செய்வதற்காக வந்த அத்வைதியான சதானந்த சுவாமிகளை சந்தித்தார். அவரது மாணவரா னார். அவரின் தலைமையில் அய்யன்காளி புலையர் மக்களுக்கு வழி நடக்கும், கல்வி கற்கும் உரிமை ஆகியவற்றைப் பெற்றுத்தர போராட ஆரம்பித்தார். ஒரு கட்டத்தில் அய்யன்காளி உருவாக்கிய அய்யன்காளிப் படை வன்முறையை கையாள ஆரம்பித்தபோது சதானந்த சுவாமி களிடம் இருந்து விலகினார்.

ஆனால் பின்னர் அய்யன்காளி வன்முறையைக் கைவிட்டு அமைதியான மக்கள் போராட்டங்களை ஒருங்கிணைக்க ஆரம்பித்தார். அய்யன்காளி இரண்டு வெள்ளை மாடுகளை வாங்கி மாட்டுவண்டியாக பூட்டி மாடுகளின் கழுத்தில் மணியைக் கட்டி தனியாளாக வீதியில் ஓட்டினார். தினமும் தாழ்த்தப்பட்ட மக்கள் நடக்கக் கூடாது என்று கட்டுப்பாடுகள் விதிக்கப்பட்ட தெருக்களில் மணிச்சத்தத்துடன் மாட்டுவண்டியில் பயணம் செய்தார். மாட்டுவண்டி பயணத்தின்போது அவர் வெள்ளை

வேட்டி கட்டி, அங்கவஸ்திரம் உடுத்தி தலைப்பாகையுடன் அருகில் உள்ள சந்தைக்கு மாட்டு வண்டியை ஓட்டினார்.

இவையனைத்தும் அன்றைய திருவிதாங்கூரில் நம்பூதிரி மற்றும் நாயர் சாதி ஆண்கள் அவரைத் தடுத்து நிறுத்தினர். அவர் தன்னுடைய கனத்த குரலில் தன்னிடமிருந்த கத்தியைக் காட்டி மிரட்டினார்.

அய்யன்காளி பெற்ற இவ்வெற்றி ஒடுக்கப்பட்ட மக்களை விழிப்புணர்வு பெறச் செய்தது மட்டுமல்லாமல், ஆதிக்க சாதியினரை ஆத்திரமடைய வைத்தது. அய்யன்காளி மாட்டுவண்டி ஓட்ட முடிந்தாலும், மற்ற ஒடுக்கப்பட்ட மக்கள் தெருவில் நடக்க அனுமதி மறுக்கப் பட்டது. தனது விடுதலை மட்டுமல்ல ஒட்டுமொத்த சமூகத்தின் விடுதலையே உண்மை யான விடுதலையாக இருக்க முடியும் என்பதை அய்யன்காளி உணர்ந்தார்.

ஒடுக்கப்பட்ட மக்கள் அனைவரையும் ஒன்று திரட்டி எந்த தெருக்களில் நடக்க உரிமை மறுக்கப்பட்டதோ அதே தெருக்களின் வழியாக புத்தன் சந்தைக்கு 'விடுதலை ஊர்வலம்' போனார். ஊர்வலம் பாலராம புரத்தில் சாலியர் தெருவை அடைந்ததும் மறைந்திருந்த ஆதிக்க சாதி கும்பல் ஒடுக்கப்பட்ட மக்களைத் தாக்கியது. ஒடுக்கப்பட்ட மக்களும் தங்கள் மேல் தொடுக்கப்பட்ட தாக்குதலை எதிர்கொண்டு பதில் தாக்குதலை தொடுத்தனர்.

திருவிதாங்கூரின் ஒடுக்கப்பட்ட மக்களின் முதல் ஆயுதப் போராட்டத்தில் இரு தரப்பிலும் காயம் ஏற்பட்டது. நூற்றுக்கணக்கான ஒடுக்கப்பட்ட மக்கள் காயமடைந்தனர். தளராமல் அய்யன்காளி தலைமையில் போராடி ஆதிக்க சாதியினருக்கு பயத்தை ஏற்படுத்தினார்கள் ஒடுக்கப் பட்ட மக்கள். சாலியர் வீதி கலகம் பற்றிய செய்திகள் மணக்காடு, கழக கூட்டம், கன்னியாபுரம் போன்ற பகுதியில் தீயாகப் பரவ, இளைஞர்கள் தெருக்களில் இறங்கி உரிமைக்காக போராட தொடங்கினர்.

புலையர்கள் பள்ளிக்கூடத்தில் நுழையக் கூடாது என்ற நிலையைத் தகர்க்க 1904ம் ஆண்டு அய்யன்காளியின் தலைமையில் கல்வி நிறுவனம் ஒன்றை அமைத்தனர். அக்கால கட்டத்தில் புலையர்களுக்கு அரசாங்க கல்வி நிலையங்களில் அனுமதி மறுக்கப்பட்டிருந்தது.

கரும்பலகைகள் ஏதுமின்றி மணலில் பாடம் சொல்லிக் கொடுக்கும் விதமாக இப்பள்ளி செயல்பட்டது. இதன் மூலம் மறைமுகமாகக் கூட

புலையர்கள் கல்வி கற்கக் கூடாது என்ற நிலை அகற்றப்பட்டது. வெங்கனூரரில் அமைக்கப்பட்ட இக்கல்வி நிலையமே பட்டியல் வகுப்பினருக்காக முதன் முதலில் அமைக்கப்பட்ட கல்வி நிலையமாகும். பட்டியல் வகுப்பினரைப் பள்ளியில் சேர்க்க அனுமதிக்க வேண்டும் என்று அரசிற்கு பல மனுக்கள் அளித்தனர். அதன் காரணமாக 1907 ஆம் ஆண்டு அரசு பட்டியல் வகுப்பினரை பள்ளியில் சேர்க்கலாம் என்று அனுமதி வழங்கியது.

ஆனால் நடைமுறையில் பள்ளிகளை அணுகிய போது நிலைமையே வேறு மாதிரியாக இருந்தது. 'புலையர்கள் குழந்தைகள் படித்தால் எங்கள் வயல்களில் யார் வேலை செய்வார்கள் என்று இறுமாப்புடன் கேட்டனர் பிற சாதியினர். 'எங்கள் குழந்தைகள் கல்வி கற்க முடியாதென்றால் உங்கள் வயல்களில் நாங்கள் வேலை பார்க்க முடியாது' என்றார் அய்யன்காளி. நில உடைமையாளர்கள் வேலை செய்ய மறுத்து அறப் போராட்டம் நடத்திய விவசாய தொழிலாளர்களைத் தண்டித்தனர். பற்களை உடைப்பது முதல் சாட்டை அடி, சூடு போடுதல் எனப் பல கொடுமைகள் அரங்கேறின.

நாயர் நம்பூதிரி சாதியினர் வேலை நிறுத்தம் செய்யும் தொழிலாளர் மீது நடவடிக்கை எடுக்க திவானை அணுகியது. ஆனால் திவான் பி.ராஜ கோபாலச்சாரியார் மறுத்துவிட்டார். ஆனால் நில உடைமையாளர்களே நடத்தி வந்த பள்ளிகளில் பட்டியல் வகுப்பினர் குழந்தைகளை சேர்த்துக் கொள்ள அனுமதிக்கவில்லை. இதனால் கொதிப்படைந்த அய்யன்காளி பல்வேறு கோரிக்கைகளை வலியுறுத்தி புலையர்களையும் பிற விவசாயி களையும் ஒன்று திரட்டி போராட்டம் நடத்தினர்.

1911 டிசம்பர் 5 அன்று சாது ஜனபரிபாலன சங்கத்தைச் சேர்ந்த அய்யன்காளி திருவிதாங்கூர் திருமூலம் மக்கள் சபை உறுப்பினராக நியமிக்கப்பட்டுள்ளார் என அரசாங்க கெஜட்டில் அறிக்கை வெளியானது. பின்பு அதன்மூலம் அய்யன்காளி தம் சமுதாய மக்களின் நலன்களுக்காக குரல் கொடுத்தார்.

1912ல் பட்டியல் வகுப்பு மக்களுக்கு அனுமதி மறுக்கப்பட்ட நெடுமங்காடு சந்தையில் அய்யன்காளி நுழைந்தார். போராட்டத்திற்குப் பிறகு அனைவரும் சந்தையில் அனுமதிக்கப்பட்டார்கள். 1915ல் கொல்லம் பெரிநாடு என்ற ஊரில் ஒரு கலவரம் நிகழ்ந்தது. அன்றைய காலத்தில்

புலையர்கள் மேலாடை அணிய அனுமதிக்கப்படவில்லை. அவர்கள் கல்லும் மாலையும் என்ற ஒரு அணி மட்டுமே அணிய வேண்டும். அது கற்களால் ஆனது. அந்த அவமதிப்பை எதிர்த்து அய்யன்காளி 1915 அக்டோபர் 14ல் பெரிநாடு சந்தையில் ஒரு மாபெரும் பொதுக் கூட்டத்தை கூட்டினார்.

அதை பிற சாதியினர் தாக்கினர். சற்றும் பின் வாங்காமல் 1915 டிசம்பர் 9 அன்று அதே இடத்தில் இரண்டாவது மாநாட்டைக் கூட்டி அந்த வெற்றியை அறிவித்தார். ஆரம்பத்தில் இவரை சாதிய நோக்கில் மிகக் கடுமையாக விமர்சனம் செய்த தேசாபிமானி ராமகிருஷ்ணபிள்ளை என்றொருத்தரை தொடர்பு கொண்டு தன் தரப்புக்கு திருப்பினார். அவர் பின்னாளில் அய்யன்காளியின் முக்கிய ஆதரவாளராக மாறினார். 1924ல் நாராயண குருவின் இயக்கமும் காங்கிரஸும் இணைந்து டி.கே. மாதவன் தலைமையில் நிகழ்த்தப்பட்ட வைக்கம் சத்தியாக்கிரகத்தில் அய்யன்காளி முக்கியமான பங்கு வகித்தார். வைக்கம் போராட்டத்தின் இறுதி வெற்றி யாக 1936ல் ஆலயப் பிரவேச சட்டம் அமலானபோது வெற்றி விழாவில் காந்தியுடன் அய்யன்காளயும் கலந்து கொண்டார்.

1937ல் வெங்கானூரில் அய்யன்காளியை கௌரவிப்பதற்காக நாராயண குருவின் இயக்கமும் காங்கிரஸும் சேர்ந்து அமைத்த மாபெரும் கூட்டத்தில் காந்தி அய்யன்காளியை பாராட்டி பேசினார். அவரை ஒரு சமூகப் போராளி மட்டுமல்ல ஆன்ம ஞானியும் கூட என்று சொன்னார். அய்யன்காளி 1940ல் புலையர் மகாசபை என்ற அரசியல் அமைப்பை உருவாக்கினார். ஆஸ்துமா நோயால் பாதிக்கப்பட்ட அய்யன்காளி 1941 ஜூன் 18 அன்று மறைந்தார். 1980 ஆகஸ்ட் 10ல் பிரதமர் இந்திராகாந்தி அய்யன்காளி சிலையை திருவனந்தபுரத்தில் திறந்து வைத்தார்.

❖

2
அயோத்திதாசப் பண்டிதர்

தமிழக தலித் அரசியல் இயக்கத்தின் முகமாக இருப்பவர் அயோத்திதாசர். தமிழ்ச் சிந்தனை வரலாற்றில் அயோத்திதாசர் மாற்று வரலாற்றுக்கான பாதை ஒன்றை உருவாக்கி முதல் சிந்தனையாளராக இவர் பார்க்கப்படுகிறார். அயோத்திதாசர் முன் வைத்த மாற்று வரலாற்றுப் பார்வை ஐரோப்பிய நவீன வரலாற்றாய்வின் முறைமை கொண்டது அல்ல. அவரது பார்வை இந்திய வரலாற்று நோக்கு கொண்டது. ஆணுக்கும் பெண்ணுக்கும் சட்டபூர்வமான சம உரிமை தேவை என்பதை அயோத்திதாசர் வலியுறுத்தி வந்தார். கைம்பெண் மறுமணம், பெண்களுக்கு தொழிற்கல்வி ஆகியவற்றை கோரினார். அயோத்திதாசர் தமிழர்களை சாதி, பேதமற்ற திராவிடர்

கள், சாதி பேதமுள்ளவர்கள் என இருவகையாகப் பிரிக்கிறார். சாதி பேதமற்ற ஆதி திராவிடர்கள் பழங்காலத்தில் பௌத்தர்களாக இருந்து பின்னர் ஒடுக்கப்பட்டவர்கள் என்று கூறினார்.

அயோத்திதாசர் இளமையிலேயே தலித் அரசியலில் ஈடுபாடு கொண்டிருந்தார். 1859 தலித் மக்களின் முதல் இதழான 'சூன்யோதயம்' தொடங்கப்பட்டது. வேங்கடாசலம் பண்டிதர் இவ்விதழை நடத்தி வந்தார். 1871ல் பஞ்சமன் என்ற இதழ் வெளிவந்தது. இவ்விதழ்களை அயோத்திதாசர் பயின்று வந்தார்.

அயோத்திதாசப் பண்டிதரின் இயற்பெயர் காத்தவராயன். இவர் 1845 மே 20ம் தேதி சென்னை ஆயிரம் விளக்குப் பகுதியில் மக்கிமா நகரில் கந்தசாமி என்பவருக்கு மகனாகப் பிறந்தார். அயோத்திதாசரின் தாத்தா கந்தப்பரின் சொந்த ஊர் கோவை அரசம்பாளையம் என்பதாகும். அவர் சென்னை மைலாப்பூரில் வந்து வசித்த காலத்தில் ஆரிங்டன் எனும் ஆங்கிலேய நிர்வாகியிடம் இல்ல உதவியாளராகப் பணிபுரிந்தார். ஆரிங்டனின் நண்பர் எல்லிஸ் 1825ல் சென்னையில் தமிழ்ச்சங்கம் ஒன்றை நிறுவி தமிழ் பழந்தமிழ் நூல்களைப் பதிப்பித்து வந்தார். இவருக்கு உதவியாக மாயூரம் வேதநாய சாஸ்திரியார் போன்றவர்கள் இருந்தனர்.

பரம்பரைச் சித்த மருத்துவரான கந்தப்பர் தன்னிடமிருந்த திருக்குறள் மூலம், திருவள்ளுவமாலை, நாலடி நானூறு ஆகியவற்றின் சுவடிகளை எல்லிஸுக்கு அளித்தார். எல்லிஸின் உதவியாளர்களான தாண்டவராய முதலியார், முத்துசாமிப் பிள்ளை ஆகியோரின் உதவியுடன் திருக்குறள் 1831ல் முதன்முதலாக அச்சேறியது. தந்தை கந்தசாமி மைலாப்பூரில் பரம்பரை தொழிலான சித்த மருத்துவத்துடன் பச்சைக் கற்பூரம், பூ, நீலம், சோப்பு ஆகியவற்றையும் வணிகம் செய்து வந்தார். கந்தசாமி முறையான தமிழ்க்கல்வி பயின்றவர்.

அயோத்திதாசர் தனது தந்தையிடமும் காசிமேடு சதாவதானி வைரக்கண் வேலாயுதம் புலவரிடமும் வீ. அயோத்திதாசப் பண்டிதரிடமும், பரங்கிமலை பத்ர தேசிதானந்த அடிகளிடமும் கல்வி கற்றார். தமிழ் சித்த மருத்துவம் தத்துவம் ஆகியவற்றில் புலமை கொண்டார். தன் குருவின் மீது கொண்ட மதிப்பால் காத்தவராயன் என்ற தனது பெயரை அயோத்திதாசர் என மாற்றிக் கொண்டார். அயோத்திதாசர் நீலகிரியில் தேவர் இனத்தைச் சேர்ந்த பெண்ணை திருமணம் செய்து கொண்டார்.

மனைவியுடன் பர்மாவுக்கு சென்று அயோத்திதாசர் அங்கே பத்தாண்டுகள் வாழ்ந்தார்.

இவர்களுக்கு கண்பார்வையற்ற தசரத ராமன் என்ற குழந்தை பிறந்து சில தினங்களில் இறந்தது. குழந்தை இறந்த சோகத்தில் அயோத்திதாசர் மனைவி காலமானார். பின்னர் அயோத்திதாசர் மீண்டும் நீலகிரிக்கே வந்தார். ஊர் திரும்பிய அயோத்திதாசர் முதல் மனைவி இறந்துவிட்ட பிறகு, இரட்டைமலை சீனிவாசனின் தங்கை தனலட்சுமியை இரண்டாவ தாக மணந்தார். தனலட்சுமியின் குடும்பம் வைணவ சமய மரபுகளைப் பின்பற்றியது. தன் ஆண் குழந்தைக்கு மாதவராம், பட்டாபிராமன், ஜானகிராமன், இராசாராம் என்றும், புத்தம மதத்தை தழுவிய பின்னர் பிறந்த தனது பெண் குழந்தைகளுக்கு அம்பிகாதேவி, மாயாதேவி என்றும் பெயர் சூட்டினார்.

அயோத்திதாசருக்கு பிறகு அவருடைய பணிகளை முன்னெடுத்தவர் அவருடைய மகனாகிய பட்டாபிராமன். அயோத்திதாசப் பண்டிதருக்கு ரெவரன்ட் ஜான் ரத்தினம், ஆல்காட் பிரபு உள்ளிட்டோரின் நட்பு கிடைத்தது. 1882 ஆம் ஆண்டு 'திராவிடர் கழகம்' என்ற பெயரில் ஜான் ரத்தினம் ஒரு அமைப்பை நடத்தினார். 1885ல் நண்பர் ஜான் ரத்தினத் துடன் இணைந்து திராவிடப் பாண்டியன் எனும் இதழைத் தொடங்கினார். அயோத்திதாசர் அந்த இதழின் துணை ஆசிரியராக பொறுப்பேற்றார். 1887வரை இவ்விதழ் வெளிவந்தது.

ஆதிதிராவிட பின்புலத்தில் இருந்து வந்த இவர் 19 ஆம் நூற்றாண்டின் இறுதியில் ஆதிதிராவிட மக்களின் முன்னேற்றத்துக்காக அரசியல், சமயம், இலக்கியம் ஆகிய களங்களில் தீவிரமாக செயல்பட்டார். அத்வைத வேதாந்தத்தில் ஈடுபாடு கொண்டிருந்தாலும் அதனுடைய இறைக் கொள்கை சடங்குவாதம், பிராமணீய ஆதிக்கம், ஆன்மீகக் கொள்கை, மத பண்பாட்டுத்தளங்கள் என அனைத்து வடிவங்களுக்கும் எதிரான ஒரு பகுத்தறிவு ரீதியான விடுதலை மெய்யியலே அயோத்திதாசரின் தேடலாக இருந்தது. பண்டிதருடைய காலம் இந்துத்துவம் மீட்டுருவாக்கம் செய்யப் பட்ட காலமாக இருந்தது. பிரம்ம சமாஜம், ஆரிய சமாஜம் போன்ற அமைப்புகள் மூலம் அனைத்து இந்து சமயத்துக்குள் திணிக்கப்பட்டது.

யாரெல்லாம் கிறிஸ்துவர்கள், இசுலாமியர் இல்லையோ அவர்களெல் லாம் இந்துக்கள் என 1861 முதல் 1891 வரை மக்கள் தொகை

கணக்கெடுப்பில் இந்து அடையாளத்திற்குள் வலிய திணிக்கப்பட்டார் கள். சாதியக்கொடுமையை மிக அதிகமாக அனுபவிக்கும் ஆதிதிராவிட மக்கள் இந்து அடையாளத்தை ஏற்கக் கூடாது என்பதில் மிக எச்சரிக்கை யாய் இருந்தவர் அயோத்திதாசர். அதற்கு மாற்றாக இந்து அல்லாத மாறி அடையாளம் ஒன்றைத் தேடத்துவங்கினார். தமிழகத்தில் பக்தி வடிவங்களில், தமிழ்ச் சைவ மீட்டுருவாக்க முயற்சி நடந்தது. இதுவும் ஒரு வகையில் சாதியத்தை உள்வாங்கியவர்களின் முயற்சியாகவே இருந்தது.

தமிழ் சைவம் பிராமண எதிர்ப்பு பேசினாலும் சாதி ஒழிப்பு பற்றி எதுவும் பேசவில்லை. அதனால் அயோத்திதாசர் தமிழ் சைவத்தோடு இணையவில்லை.

பண்டிதரால் துவக்கப்பட்ட சாதியற்ற திராவிட மகாசன சபையின் சார்பாக 1891 டிசம்பர் 16 ஆம் தேதி நிறைவேற்றப்பட்ட இலவசக் கல்வி, கோயில் நுழைவு, தரிசு நிலம் ஒதுக்குதல் போன்ற பல கோரிக்கை அடங்கிய மனு ஒன்றை இந்திய தேசிய காங்கிரசு கட்சிக்கு அனுப்பினார். அந்தக் கோரிக்கைகள் இறுதிவரை நிறைவேற்றப்படவே இல்லை.

சென்னை மகாசன சபை 1892ல் ஏற்பாடு செய்த கூட்டத்தில் நீலகிரி மாவட்ட பிரதிநிதியாய் பண்டிதர் கலந்து கொண்டு மேற்படி 10 கோரிக்கைகளை சமர்ப்பித்து விஷ்ணு, சிவன் கோவில்களில் நுழைய அனுமதி கேட்டார். அது உடனே மறுக்கப்பட்டு அவமதிக்கப்பட்டார். இந்த அவமானப்படுத்துதல் பண்டிதரை மற்றொரு சிந்தனைக்கு இட்டுச் சென்றது. நாம் யார்? இந்துக்களா? சாதி இழிவுகள் என்றும் நம் மீது திணிக்கப்படுகிறது என எண்ணி சுயத்தை தேடி நகர்ந்தார். ஆதிதிராவிட மக்களை ஒடுக்குவதற்கு எழுப்பிய பண்பாட்டு, மதத் தடைகளை நீக்குவது தான் ஒடுக்கப்பட்ட மக்களின் மெய்யான விடுதலையைக் கொண்டு வரும் என்றும் பௌத்தம் என்ற சாதி வருண எதிர்ப்பு சமயமான பௌத்தமே அதற்கு ஏற்றது என்று கருதினார்.

பௌத்தமே ஆதிதிராவிடர்களின் மூல சமயமாகவும் அவர்களின் தாழ்வு நிலைக்கு காரணமாகவும் அமைந்தது. அதே பௌத்த சமயம் தான் ஆதிதிராவிடர் விடுதலைக்கும், அதிகாரம் பெறுவதற்கும் உறுதுணையா கவும், வசதியாகவும் இருக்கும் எனக் கருதினார். இந்தியப் பாரம்பரியம் பௌத்த மதமாக இருந்தது என்பதைத் தன் தமிழ்ப் புலமை மூலம்

விளக்கினார். *1913* அக்டோபர் *30* தமிழன் இதழில் இந்தியாவிற்கு சுதந்திரம் அளித்தால் இம்மண்ணின் மைந்தர்களாம் ஆதி தமிழர்களிடம் அரசியல் அதிகாரத்தை வழங்க வேண்டுமென ஆங்கிலேயரிடம் கோரிக்கை வைத்தார்.

ஆதிதிராவிடர்கள் அரசியல் அதிகாரம் பெற வேண்டும் என்பதை வலியுறுத்தினார். இந்தியாவில் தமிழனுக்கு கிடைக்க வேண்டிய அதிகாரத்தை துணிந்து கேட்ட ஈடு இணையற்ற மாமனிதராக அயோத்திதாசப் பண்டிதர் விளங்கினார். அயோத்திதாசர் தனது வழி நடப்பவர்களுடன் ஹென்றி சுடீல் ஆல்காட்டை சந்தித்து பௌத்தத் திற்கு மாறும் தனது விருப்பத்தை தெரிவித்தார். தமிழகப் பறையர்கள் பௌத்த மதத்தினரே என்றும் அவர்களுக்குச் சொந்தமான தமிழகத்தை ஆரியர்கள் கைப்பற்றி விட்டதாகவும் அயோத்திதாசர் கருத்து தெரி வித்தார். ஆல்காட்டின் உதவியுடன் இலங்கைக்கு சென்று அங்கிருந்த சிங்கன பௌத்த துறவி சுமங்கல நாயகரிடம் தீட்சை பெற்றார் அவர்.

அங்கிருந்து திரும்பிய அயோத்திதாசர் சென்னையில் சாக்கிய பௌத்த சொசைட்டியை தோற்றுவித்து தென்னிந்தியா முழுவதும் அதன் கிளை களை ஏற்படுத்தினார். இந்திய பௌத்த சங்கம் எனவும் அறியப்பட்ட சாக்கிய பௌத்த சொசைட்டி *1898* ஆம் ஆண்டு தோற்றுவிக்கப்பட்டது. தமிழகத்தில் எந்த இயக்கமும் தோன்றாத காலத்தில் சமூக நீதி, சமூக மதிப்பீடுகள் விளிம்பு நிலை ஒடுக்குமுறைகள் குறித்து அயோத்திதாசர் பேசினார். அதிகாரத்தில் பங்கு, பிரதிநிதித்துவ அரசியல், ஒடுக்கப் பட்டோர் விடுதலை பெண்ணியம், தமிழ் மொழியுணர்வு, பகுத்தறிவு, சுயமரியதை, சாதி ஒழிப்பு, இந்திமொழி எதிர்ப்பு, வேத மத பிராமணீய எதிர்ப்பு, தீண்டாமை போன்ற கருத்துக்களை உரையாடல் செய்து பல இயக்கங்களுக்கு ஒரு முழுமையான அரசியல் கொள்கை தொகுப்பை இவர் துவங்கிய தமிழன் இதழில் வழங்கினார்.

மூடநம்பிக்கை தீண்டாமை கொடுமைக்கு ஆதரவளிக்கும் வேத இதிகாசப் புரட்டுகள் பற்றி, பிராமணிய மேலாதிக்கம் பற்றி விரிவாக ஆய்வு செய்தார். 'யதார்த்த பிராமண வேதாந்த விபரம்', வேட பிராமண வேதாந்த விபரம், சிரீ முருகக் கடவுள் வரலாறு, விபூதி ஆராய்ச்சி போன்ற இவரது நூல்களில் வேத எதிர்ப்பு, பிராமணீய எதிர்ப்பு, மூடப்பழக்கம் எதிர்ப்பு, சாதி ஒழிப்பு போன்ற கருத்துக்களைக் குறித்து விரிவாக

எழுதினார். தமிழன் என்ற இவரது பத்திரிகை ஆரம்பத்தில் 'ஒரு பைசா தமிழன்' என்ற பெயரில் தான் சென்னை இராயப்பேட்டையிலிருந்து 1907, 19 ஜுன் முதல் வெளிவந்தது. ஓராண்டுக்குப் பிறகு வாசகர்களின் வேண்டுகோளுக்கிணங்க ஒரு பைசா என்பது நீக்கப்பட்டு 'தமிழன்' என்ற பெயரோடு 26 ஆகஸ்டு 1908 முதல் வெளிவரத் துவங்கியது.

அயோத்திதாசர் 1886 ஆம் ஆண்டில் இந்துக்களில் தீண்டத்தகாத வர்கள் என அழைக்கப்பட்டவர்கள் இந்துக்கள் அல்லாதவர்கள் என்றார். அவர்கள் யாவரும் சாதியற்ற திராவிடர்கள் என்னும் கருத்தையும் முன் வைத்தார். இதனால் இவர் திராவிடக் கருத்தியரின் முன்னோடி என அறியப்பட்டார். திராவிட மகாசன சபையை நிறுவி திராவிட அரசியலைத் தொடங்கி வைத்ததால் திராவிட அரசியலின் முன்னோடி எனவும் கூறப் படுகிறார். பண்டிதர் அயோத்திதாசரின் படையாற்றல் ஏராளமான நூல் வடிவம் பெற்றுள்ளன. சுமார் 25 நூல்கள், 30 தொடர் கட்டுரைகள், 2 விரிவுரைகள், 12 சுவடிகளுக்கு உரை தவிர அரசியல் கட்டுரைகள் கேள்வி பதில்கள், பகுத்தறிவுக் கட்டுரைகள், எனச் சில நூறு கட்டுரைளை எழுதி யுள்ளார்.

அயோத்தி தாச பண்டிதர் தென்னிந்தியாவின் முதல் சாதி எதிர்ப்புப் போராளி, சமூக சேவகர், தமிழறிஞர் மற்றும் சித்த மருத்துவர் ஆவார். திராவிட இயக்கம் உருவாகிட வித்திட்ட முன்னோடிகளில் முதன்மை யானவர்.

தமிழ்நாட்டுக்கென பொது அடையாளம் ஏதும் முன் வைக்கப்படாத சூழலில்தான் திராவிடர் என்கின்ற அடையாளத்தை அயோத்திதாச பண்டிதர் முன் வைத்தார். அதுமட்டுமின்றி பூர்வதமிழ்க்குடி என்றும் 'ஆதித்தமிழர்கள்' என்கிற அடையாளத்தையும் முன் வைத்து அவற்றை மக்கள்தொகை கணக்கெடுப்பில் சேர்க்க வேண்டும் என்ற கோரிக்கையை அப்போதே முன்வைத்தவர் அயோத்திதாசர். அதற்குப் பிறகு இடையில் பல்வேறு விதமான அரசியல் சமூக மத நடவடிக்கைகளில் பண்டிதர் அயோத்திதாசர் ஈடுபட்டிருந்தாலும் தமது திராவிடன் பூர்வ தமிழன் - ஆதி தமிழன் என்கிற அடையாள முன்னெடுப்பை அவர் கைவிடவே இல்லை.

பௌத்த மறுமலர்ச்சியை இயக்கமாக கட்டமைத்து அதைத் சாதித்து காட்டியவர் அயோத்திதாசர். எனவே சுமார் 800 ஆண்டுகள் தமிழகத்தில்

மறைந்து போயிருந்த பௌத்த மதத்தை மீட்டெடுத்த பெருமை பண்டிதர் அயோத்திதாசரையே சாரும்.

இவர் தமது இயக்கத்துக்கென தென்னிந்தியாவின் பல்வேறு இடங்களில் பௌத்த கோயில்கள் எனப்படும் விகாரங்களை உருவாக்கினார். சென்னை பெரம்பூரில் அதற்கென தலைமை பௌத்த விகாரத்தை உருவாக்கினார். தலித் மக்களுக்கு மட்டுமல்லாமல் சாதிய ஒடுக்குமுறைக்கு எதிரான தலைவர்கள் என்று பலருக்கு ஆதர்சமாக இருப்பவர் அயோத்திதாசப் பண்டிதர். புத்த மதத்தைச் சேர்ந்தவர்கள்தான் காலப்போக்கில் தலித்தாக்கப்பட்டார்கள் எனும் கருத்து கொண்டவர் அவர். ஆரியர்களுக்கு எதிராக திராவிடர்கள் எனும் மதத்தை பயன்படுத்தியதுடன் திராவிட இயக்கம் தோன்றுவதற்கு முன்னோடியாகவும் இருந்தவர் இவர்.

அயோத்திதாசரைப் பற்றிய குறிப்புகள் திரு.வி.க.வின் நாட்குறிப்புகளில் காணக் கிடைக்கின்றன. அதில் அயோத்திதாசர் எங்கள் குடும்ப மருத்துவர் எனக்கூறும் திரு.வி.க. இளம் பருவத்தில் நான் முடக்குவாத நோயால் பாதிக்கப்பட்டிருந்தபோது அயோத்திதாசர்தான் சித்த மருத்துவத்தின் மூலம் எழுந்து நடக்க வைத்ததாக கூறியுள்ளார்.

மேலும் பாம்பு போன்ற விஷக்கடிகளுக்கு அவர் மருந்து தர மாட்டார் என்றும், பார்வையாலே விஷத்தை இறக்கி விடும் கலைகளைக் கற்றுத் தேர்ந்திருந்தார் என்றும் இவரைப் பற்றி கூறியுள்ளார். தென்னிந்தியாவின் முதல் சாதி ஒழிப்பு போராளியான அயோத்திதாசப் பண்டிதர் 1914 ஆம் ஆண்டு மே 5 ஆம் தேதி காலமானார். இன்னுமொரு இருபது ஆண்டுகள் அவர் உயிருடன் இருந்திருந்தால் எண்ணற்ற மாற்றங்களை தமிழ்ச் சமூகம் சந்தித்திருக்கக் கூடும். பெரியார், அம்பேத்கர் போன்ற சாதியொழிப்பு போராளிகளுக்கு மூத்த முன்னோடியாக விளங்கியவர் பண்டிதர் அயோத்திதாசர். அதனால்தான் தங்கவேல் அப்பாதுரை பண்டிதமணியும், அயோத்திதாசப் பண்டிதரும் தன்னுடைய பகுத்தறிவுப் பிரச்சாரத்துக்கும், சீர்திருத்தக் கருத்துகளுக்கும் முன்னோடிகள் எனப் பெரியார் போற்றினார்.

அதுபோன்று பலமுறை சென்னை வந்து அயோத்திதாசர் குறித்த தகவல்களை அம்பேத்கர் சேகரித்துச் சென்றார் எனக் கூறப்படுகிறது. 1956 ஆம் ஆண்டு அம்பேத்கர் புத்த மதத்தை தழுவியதும் அயோத்திதாசரின்

அடியொற்றித்தான் எனக் கூறுவோரும் உண்டு. திராவிடச் சிந்தனைகளின் முன்னோடி என பல பெருமைகளுக்கு சொந்தக்காரரான அயோத்தி தாசரை திராவிடக் கட்சிகள் உரிய முறையில் நினைவு கூர்ந்துள்ளன என்பது வரலாறு. அயோத்திதாசரைப் பற்றிய திட்டங்களுக்கு தி.மு.க. உரிய அங்கீகாரம் அளித்துள்ளது. அயோத்திதாசர் ஆராய்ச்சி மையம் கலைஞரின் முன் முயற்சியால் கொண்டு வரப்பட்டு அன்று அயோத்தி தாசருக்கு அஞ்சல் தலை வெளியிடப்பட்டது.

அயோத்திதாசர் நடத்திய 'ஒரு பைசா தமிழன்' இதழின் நூற்றாண்டு விழாவை 2008 ஆம் ஆண்டு சர்.பிடி. தியாகராயர் அரங்கில் அப்போதைய முதல்வர் கலைஞர் மிகப்பெரிய அளவில் அரசு விழாவாக கொண்டாடிச் சிறப்பு சேர்த்தார். அது மட்டுமின்றி அயோத்திதாசப் பண்டிதரின் நூல்கள் நாட்டுடமை ஆக்கப்பட்டு அவரின் வாரிசுகளுக்கு பத்து லட்சம் ரூபாய் நிதியும் வழங்கப்பட்டது. மு.க.ஸ்டாலின் தலைமையிலான தி.மு.க. அரசு அயோத்திதாசருக்கு மணிமண்டபம் அமைக்கப்படும் என்று அறிவித்துள்ளது.

3
இரட்டைமலை சீனிவாசன்

பட்டியலின மக்களின் உரிமை விவகாரத்தில் வட இந்தியாவைக் காட்டிலும் தமிழ்நாடு சமூக நீதி விவகாரத்தில் எவ்வளவு முன்னோக்கி தீவிரநிலை அடைந்திருந்தது என்பதற்கான ஆதாரம் தான் இரட்டைமலை சீனிவாசனின் வரலாறு.

தென்னிந்திய நல உரிமைச்சங்கம் (நீதிக்கட்சி) தமிழகத்தில் 1916 ஆம் ஆண்டு தான் உருவாக்கப்பட்டது. நீதிக்கட்சி வந்த பிறகுதான் பட்டியலின மக்கள் கல்வி கற்க முடிந்தது. உரிமைகளைப் பெற முடிந்தது என்று அரசியல் விமர்சகர்கள் சிலர் கூறுவதுண்டு. ஆனால் நீதிக் கட்சி தோன்றுவதற்கு முன்பே, பட்டியலின மக்களின் உரிமைகளுக்கு குரல் கொடுத்தது மட்டுமின்றி பட்டியலின

மக்களுக்கு கல்வி உரிமையைப் பெற்றுத்தந்திருக்கின்றோம் என்று கூற தமிழக வரலாற்றின் ஆவணச்சாட்சியாக விளங்குபவர் இரட்டை மலை சீனிவாசன்.

பழைய செங்கல்பட்டு மாவட்டம் கோழியானத்தில் 1859 ஆம் ஆண்டு ஜூலை 7 ஆம் தேதி அவ்வூரில் பெரும் செல்வந்தராக விளங்கிய இரட்டைமலை - ஆதியம்மை தம்பதிகளுக்கு மகனாகப் பிறந்தார் இரட்டைமலை சீனிவாசன். கல்வியிலும், பொருளாதார முன்னேற்றத் திலும் உயர்ந்திருந்தாலும் எங்களை விட நீ கீழானவர்தான் என்று ஒடுக்குமுறைக்கு ஆளானபோது தஞ்சைக்கு குடி பெயர்ந்தது இவரது குடும்பம். ஆனால் அங்கும் நிலவுமையாளர்களால் ஒடுங்கப்பட்டதால் கோவைக்கு குடிபெயர்ந்தனர். எங்கு குடிபெயர்ந்தாலும் தனது கல்வி கற்கும் ஆர்வத்தை யாராலும் ஒடுக்கிவிட முடியாது என்பதில் தீவிரமாக இருந்த இரட்டைமலை சீனிவாசன் தஞ்சை மற்றும் கோவையில் பள்ளிப்படிப்பை முடித்து கோவை அரசினர் கல்லூரி படிப்பைத் தொடர்ந்தார்.

கல்லூரியில் பயின்ற 400 பேரில் கிட்டத்தட்ட 390 பேர் பிராமணர்களாக இருக்க பத்து பேர் மட்டுமே வேற்று சாதியினர். அதில் இரட்டைமலை சீனிவாசனும் ஒருவர் என்பது குறிப்பிடத்தக்கது. கல்லூரியில் அனுபவத்தை சாதியக் கொடுமைகள், தனித்து செயல்பட்ட வலிகள் ஏராளம். அந்த இளம் வயதில் அவர் மனதில் ஏறியது பாடங்கள் மட்டு மல்ல. பிறப்பால் அனைவரும் சமம் என்று சமூகத்திற்கு கற்பிக்க வேண்டிய சிந்தனையும்தான். கல்வியே ஒடுக்கப்பட்டவர்களின் பேரா யுதம் என்பதை உணர்ந்து, தீண்டாமைச் சூழலிலும் வைராக்கியத்துடன் கல்லூரிப் படிப்பை முடித்தவர், நீலகிரியில் பிரிட்டிஷ் நிறுவனத்தில் கணக்கராக பணிபுரிந்து கொண்டே பட்டியலின மக்களின் உரிமைகளுக் காக போராடும் கலகக்காரராகவும் தான் கற்ற கல்வியை பயன்படுத்தத் துவங்கினார்.

இந்தியாவில் நடக்கும் சாதிக் கொடுமைகள் குறித்து பிரிட்டிஷ் அரசிடம் எடுத்துக்கூற 1900 ஆம் ஆண்டு லண்டன் செல்ல மும்பைக்கு சென்றார் இரட்டை மலை சீனிவாசன். ஆனால் மும்பையில் அவருக்கு லண்டன் செல்லும் கப்பல் கிடைக்காததால் தென்னாப்பிரிக்கா செல்லும் நிலை ஏற்பட்டது. தென்னாப்பிரிக்காவில் இருபது ஆண்டு காலம்

அரசுப்பணியில் இருந்து ஓய்வுபெறும் போது நடந்த உபசரிப்பில் சந்தோஷமாக இருக்க நான் ஊருக்குச் செல்லவில்லை. என் மக்களுக்காக நான் பாடுபட்டேன். 20 ஆண்டுகாலம் இங்கு வந்து தங்கிவிட்டேன் மீண்டும். அந்தப் போராட்டத்தை தொடங்குவதற்காகத்தான் நான் இந்தியா செல்கிறேன் என்று கூறியவர் தனது சொல்லை சாகும்வரை செயலாக்கி, பட்டியலின மக்களின் உரிமைகளிலும் வளர்ச்சியிலும் பங்கெடுத்துக் காட்டினார்.

1883 ஆம் ஆண்டு ஏழு மாணவர்களுக்கு மேல் படிக்கும் பள்ளி களுக்கு அரசு நிதியுதவி அளிக்கும் என்று பிரிட்டிஷ் அரசு இயற்றிய சட்டம் அந்தச் சட்டம் குறித்து விழிப்புணர்வூட்டி பட்டியலின மக்களையே பள்ளி களைத் துவக்க வைத்தார் இரட்டைமலை சீனிவாசன். பட்டியலின மக்கள் அதிகமாக வசிக்கும் பகுதிகளில் சிறப்பு பள்ளிகளை உருவாக்க வேண்டும் என்ற இவரது வேண்டுகோளை ஏற்று பிரிட்டிஷ் அரசும் சிறப்புப் பள்ளிகளை உருவாக்கியது. ஆனால் அப்படி பள்ளி துவங்க எதிர்ப்புகள், நிலம் கொடுக்க முன்வராமை, பட்டியலின மக்கள் பள்ளிக்கு மாற்று சாதி ஆசிரியர்கள் வராதது போன்ற பிரச்சனைகள் வந்தன.

ஆனால் கல்வி கற்க வெறும் கோரிக்கை மட்டும் வைக்காமல், அந்தக் கோரிக்கை செயல்படுத்தப்படும்போது ஏற்பட்ட இடர்பாடுகளுக்காக வும் களத்தில் நின்றவர் இரட்டைமலை சீனிவாசன். அவரால் உருவான சிறப்பு பள்ளிகள் தான் பின்னாட்களில் உருமாறி ஆதிதிராவிடர் நலப்பள்ளிகள் ஆனது என்பது வரலாறு. பட்டியலின மக்களின் உரிமைகள் குறித்து பேசாத எந்த அரசியல் இயக்கமும் தேவையில்லை என்ற கொள்கையில் உறுதியாக இருந்தார் இரட்டை மலை சீனிவாசன். 1891 ஆம் ஆண்டு பட்டியலின மக்கள் உரிமைகளை பெறவும், கல்வி உரிமைக்காகவும் 'பறையார் மகாஜன சபை' யை ஏற்படுத்தினார். அதோடு நிறுத்தவில்லை.

பறையார் என்ற சொல்லில் என்ன இழிவு இருக்கிறது. ஒரு சொல்லுக்கு இழிவு என்றால் அதை கற்பித்துத்தான் போக்க வேண்டும். ஆகவே அதை நெஞ்சுரத்தோடு பயன்படுத்துவதுதான் இழிவைப் போக்கும் என்று கூறி எந்த சொல்லால் ஒடுக்கிறார்களே அதே சொல்லால் 1893 ஆம் ஆண்டு 'பறையன்' இதழை ஆரம்பித்து சாதிக் கொடுமைகளை வெளிச்சம்

போட்டுக் காட்டினார். இந்தச் செயல்பாடுகளில் சமூக இதழியலின் முதல் முன்னோடி என்ற பெருமையும் இரட்டைமலை சீனிவாசனுக்கு உரியது. சுதந்திரத்துக்கு முன்பான காலத்தில் இந்தியாவின் பேரியக்கம் என்று சொல்லப்பட்ட காங்கிரஸ் கட்சியையே ஒரு விசயத்தில் தோற்கடித்த பெருமை இரட்டை மலை சீனிவாசனை சேரும்.

'இந்தியன் சிவில் சர்வீஸ்' பணிக்கு இந்தியர்கள் தேர்வு எழுத வேண்டும் என்றால் லண்டன் சென்றுதான் எழுத வேண்டும் அங்கு தேர்ச்சி பெற்றவர்களே இந்தியாவில் அதிகாரிகளாக வர முடியும். பிரிட்டிஷ் நாடாளுமன்றத்தில் முதல் இந்திய உறுப்பினரான தாதாபாய் நௌரோஜி இந்தியன் சிவில் சர்வீஸ் தேர்வை இந்தியாவிலும் நடத்த வேண்டும். அப்போதுதான் இந்தியர்களும் பங்கெடுக்க முடியும் என்று பிரிட்டிஷ் நாடாளுமன்றத்தில் கோரிக்கை வைத்தார். அவரின் கோரிக்கையை ஆராய்ந்து செயல்படுத்துவதற்கு இந்திய செயலாளருக்கு உத்தரவிட்டது பிரிட்டிஷ் நாடாளுமன்றம். அப்படி இந்தியாவில் ஆராயும்போது, அதற்கு எதிர்ப்பாக 3000க்கும் மேற்பட்டவர்களின கையெழுத்தை வாங்கி 1/2 அடிக்கு கடிதம் எழுதி, 'இந்தியாவில் இந்தியன் சிவில் சர்வீஸ்' தேர்வு நடத்தக் கூடாது, அப்படி நடத்தினால் ஆதிக்க சாதி யினர் மட்டுமே வெற்றி பெறுவார்கள்.

ஏற்கனவே தங்கள் சாதி பலத்தால் தான் ஒடுக்கப்பட்ட மக்களை இன்னும் ஒடுக்குகிறார்கள். இவர்களுக்கு அரசு அதிகாரமும் கிடைத்து விட்டால் இன்னும் மக்களை ஒடுக்குவார்கள்! ஆகவே இந்தியன் சிவில் சர்வீஸ் தேர்வை நீங்கள் இந்தியாவில் நடத்தக்கூடாது. லண்டனில் மட்டுமே நடத்த வேண்டும். இந்தத் தேர்வை இங்கிலாந்தினர் மட்டுமே எழுதினால் நல்லது. ஏனென்றால் அவர்கள் சாதிய பாகுபாட்டை பார்க்க மாட்டார்கள். அவர்கள் சமூகத்தில் சாதி கிடையாது. ஆகவே அவர்கள் தான் இந்தியாவை ஆளத் தகுதியானவர்கள். என்றைக்கு இந்தியர்கள் சாதியை விட்டொழிகிறார்களோ அன்றைக்குத்தான் இவர்கள் ஆளத் தகுதியானவர்கள் என்று அழுத்தமாக மனு அளித்ததோடு 1893 ஆம் ஆண்டு இதற்கு எதிராக கூட்டமும் நடத்தினர் இரட்டைமலை சீனிவாசன்.

அவருடைய மனுவின் காரணமாக 'இந்தியாவில் இப்போது இந்தியன் சிவில் சர்வீஸ் தேர்வு நடத்த சாதகமான சூழல் இல்லை' என்று பிரிட்டிஷ் நாடாளுமன்றத்தை அறிவிக்க வைத்தது. இந்தியாவின் பேரியக்கமான

காங்கிரசுக்கே சிம்ம சொப்பனமாய் விளங்கி இந்திய அளவில் செல்வாக்கு மிகுந்த தலைவரான தாதாபாய் நௌரோஜியை மெட்ராஸ் மாகாணத்தில் இருந்து தோற்கடித்தார் இரட்டைமலை சீனிவாசன்.

'இந்தியாவில் முதலில் சமூக சீர்திருத்தம் தான் தேவை. அதற்குப் பின் தான் அரசியல் சீர்திருத்தம்' என்ற தெளிவான புரிதல் கொண்டிருந்தார். இரட்டை வட்ட மேஜை மாநாட்டில் இந்தியா சார்பாக கலந்து கொண்டது புனே ஒப்பந்தத்தில் கையெழுத்திட்டது என்று அம்பேத்கருடன் நட்பு பாராட்டிய இரட்டைமலை சீனிவாசன், அம்பேத்கர் தன்னைவிட வயதில் குறைந்தவர் என்றாலும் அம்பேத்கரின் அறிவைப் போற்றியவர். 1935 ஆம் ஆண்டு அம்பேத்கர் இந்து மதத்தை விட்டு வெளியேறி புத்த மதத்தை தழுவுவதே சிறந்த வழி என்ற போது, நீங்கள் ஏன் இந்து மதத்தை விட்டு வெளியேற்ற வேண்டும் என்கிறீர்கள்? நாம்தான் இந்துவே கிடையாதே? பிறகு எப்படி நாம் அதிலிருந்து வெளியேற முடியும்? என்றார்.

சாதீயக் கொடுமைக்கு மதமாற்றம் தீர்வாகாது என்பதை வலியுறுத்திய இரட்டைமலை சீனிவாசன், தியாஸபிக்கல் சொசைட்டியை நிறுவிய கர்னல் ஆல்காட் புத்த மதத்தை ஆதரித்ததையும், அயோத்திதாசர் புத்த மதத்தை ஏற்றதையும் ஏற்க மறுத்தார் என்பது குறிப்பிடத்தக்கது. தமிழக சட்டமன்றத்தில் 10 ஆண்டுகளுக்கு மேலாக நியமன சட்டமன்ற உறுப்பினராக இருந்தபோது, பட்டியலின மக்களை ஏமாற்றி வாங்கும் கைநாட்டுப் பத்திரங்களை ரத்து செய்தல், பொதுப் பயன்பாட்டு உரிமைகளை பட்டியலின மக்களுக்கும் வழங்குதல், விடுமுறை நாட்களில் மதுக் கடைகளை மூடுதல் போன்ற பல்வேறு தீர்மானங்களைக் கொண்டு வந்தார்.

இந்திய ஒடுக்கப்பட்டோர் அரசியல் வரலாற்றில் பாபா சாகேப் அம்பேத்கருக்கு (1891 - 1956) முன்னோடியாகவும், சக பயணாளிகளாகவும் இருந்தவர் இரட்டைமலை சீனிவாசன் (1860 - 1945).

அம்பேத்கர் பிறந்த ஆண்டில் பறையர் மகாஜன சபையை உருவாக்கி, ஒடுக்கப்பட்டோரின் உரிமைக்காக இரட்டைமலை சீனிவாசன் போராடினார். 1900ல் ன்னாப்பிரிக்கா சென்ற சீனிவாசன், அம்பேத்கர் அரசியலில் நுழைந்த 1920ல் தாயகம் திரும்பி தீவிர அரசியலை முன்னெடுத்தார். இரட்டைமலை சீனிவாசனுக்கும், அம்பேத்கருக்கும்

நெருக்கமான சில ஒற்றுமைகள் இருக்கின்றன. இருவரும் கல்வியால் மேலெழுந்து வந்தவர்கள். கம்பீரமான கோட் சூட்டே இவர்களின் அடையாளம். இருவரும் பத்திரிகையைப் பயன்படுத்தி, ஒடுக்கப்பட்டோரின் பிரச்சனையை வெளியுலகுக்கு தெரியப்படுத்தினார்கள்.

இரட்டைமலை சீனிவாசன் 'பறையன்' இதழை நடத்தியதைப் போலவே அம்பேத்கரும் 'மூக் நாயக்', 'பகிஷ்கருக் பாரத்' ஆகிய இதழ்களை நடத்தினார். 1939ல் இரட்டைமலை சீனிவாசன் தன் வாழ்க்கை வரலாறான 'ஜீவிய சாத்திரம்' எழுதிய அதே காலகட்டத்தில், அம்பேத்கர் தன் வாழ்க்கை அனுபவங்களை 'விசாவுக்காக காத்திருக்கிறேன்' என எழுதி வெளியிட்டார். 1923ல் மதராஸ் மாகாண சட்ட மேலவை உறுப்பினராக தேர்வு செய்யப்பட்ட இரட்டைமலை சீனிவாசன், தீண்டாமை ஒழிப்பு, கோயில் நுழைவு நில உரிமை, கல்விக்கு தகுதி ஒதுக்கீடு போன்ற வற்றுக்காகக் குரல் எழுப்பினார்.

ஒடுக்கப்பட்டோரின் கல்வி உரிமைக்காக ஒடுக்கப்பட்டோர் கல்விக் கழகம் எனும் அமைப்பை உருவாக்கி, ஒடுக்கப்பட்ட வகுப்பைச் சேர்ந்த மாணவர்கள் கல்வி கற்க பள்ளிகளும், விடுதிகளும் அமைத்து உதவித் தொகையும் வழங்குமாறு வலியுறுத்தினார். அம்பேத்கரும், சீனிவாசனும் முன் வைத்த கோரிக்கையின் அடிப்படையில் அரசமைப்பில் பட்டியலினத்தவருக்கு உரிய பிரதநிதித்துவம் கிடைத்தது. அந்தக் கால கட்டத்தில் அம்பேத்கருடன் பழகியது தொடர்பாக, நானும் அவரும் நகமும் சதையும் போலப் பழகினோம். வட்டமேஜை மாநாடுகளிலும் இருவரும் இணைந்து ஒடுக்கப்பட்டோருக்காக போராடினோம் என இரட்டைமலை சீனிவாசன் குறிப்பிட்டுள்ளார்.

இரட்டை வாக்குரிமையை கண்டித்து காந்தி எரவாடா சிறையில் உண்ணாவிரதம் இருந்தார். நாடே கொந்தளிப்பாக மாறிய சூழலில் தென்னாப்பிரிக்காவில் அவருடன் பழகியவர் என்ற முறையில் இரட்டைமலை சீனிவாசன் காந்தியுடன் மூன்று முறை பேச்சு வார்த்தை நடத்தினார். அதில் பலன் கிடைக்காததால் 1932ல் அம்பேத்கர் காந்தி இடையே ஏற்பட்ட பூனா ஒப்பந்தத்தில் அம்பேத்கரின் பக்கம் இரட்டைமலை சீனிவாசனும், காந்தியின் பக்கம் ராஜாஜியும் கையெழுத்திட்டனர். அம்பேத்கர் சமயத் தேடலில் இரட்டைமலை சீனிவாசனின் நெருங்கிய உறவினராக பண்டிதர் அயோத்திதாசன் பௌத்தப் பாதையைக்

கண்டடைந்தார். அதே வேளையில் இரட்டைமலை சீனிவாசன் ஒடுக்கப் பட்டோரின் சைவ மரபுகளைத் தேடினார்.

இரட்டைமலை சீனிவாசன் மறைவுக்குப் பின் உருவாக்கப்பட்ட நினைவு காரியக் கமிட்டியிலும் அம்பேத்கர் இடம் பெற்றார். இந்த அம்சங்கள் இரட்டைமலை சீனிவாசன் மீது அம்பேத்கர் கொண்டிருந்த நட்பையும் இருவரும் ஒரே நோக்கத்திற்காக இணைந்து செயல்பட்டதை யும் வெளிப்படுத்துகின்றன. தென் ஆப்பிரிக்காவில் இருந்த கால கட்டத்தில் சீனிவாசன் பெற்ற கல்லூரிப் படிப்பாலும், ஆளும் வெள்ளையர் ஆட்சியால் பெற்ற ஆங்கிலப் புலமையாலும் தென் ஆப்பிரிக்காவில் நேட்டாலில் உள்ள நீதிமன்றத்தின் மொழி பெயர்ப்பாள ராக பணி பெற்றார்.

அங்குதான் வழக்கறிஞராக பணியாற்றிய மோகன்தாஸ்கரம் அந்த காந்தியை முதன்முதலாக சந்தித்தார் சீனிவாசன்.

காந்தி தன்னுடைய பெயரை தமிழில் மோகன்தாஸ் கரம்சந்த் காந்தி என்று எழுதுவதற்கும், திருக்குறளைப் பற்றி அறிந்து கொள்வதற்கும் தலைவர் இரட்டைமலை சீனிவாசன் உந்து சக்தியாக இருந்திருக்கிறார். தமிழ்நாட்டில் தாழ்த்தப்பட்டவர்கள் 74 பல்வேறு பெயர்களில் அழைக்கப்பட்டனர். குறிப்பாக பறையன், பள்ளன், பரவன், குறும்பன், வண்ணான், வள்ளுவன், வால்மீகி, தோட்டி, செருமன், வெட்டுவன், சக்கிலியார் என்று பல்வேறு பெயர்களில் அழைக்கப்பட்ட பட்டியல் இனத்தவர்களை பொதுப் பெயரில் ஆதிதிராவிடர்கள் என்று அழைக்க ஆணையை பெற்றுத் தந்தவர் இரட்டைமலை சீனிவாசன். அவருடைய மகத்தான பணிகளைப் பாராட்டி அன்றைய பிரிட்டிஷ் அரசு 1926 பிப்ரவரி 20ல் ராவசாஹிப் பட்டத்தை வழங்கி சிறப்பித்தது.

இந்நிலையில் தான் இந்திய நாட்டின் விடுதலை குறித்தும், சமுதாய சீரமைப்பு குறித்தும் முதல் வட்ட மேஜை மாநாடு லண்டனில் நடைபெற்றது. இந்நிகழ்ச்சியை இந்திய தேசிய காங்கிரஸ் இயக்கம் புறக்கணித்த நிலையில் இந்தியாவின் முன்னணித் தலைவர்கள் பங்கேற்றனர். இஸ்லாமியர்களின் சார்பில் முகமது அலி ஜின்னா ஆகாகான் சீக்கியர்கள் சார்பில் சர்தார் உஜ்ஜல் சிங், நீதிக்கட்சியின் சார்பில் ஏ.பி. பாத்ரோ, சர்.ஏ.டி. பன்னீர்செல்வம், தாழ்த்தப்பட்டோர் சார்பில் அண்ணல் டாக்டர் அம்பேத்கர் தலைவர் இரட்டைமலை

சீனிவாசன் கலந்து கொண்டனர்.

இந்நிகழ்ச்சியில், வட்ட மேசை மாநாட்டிற்கு வந்த இந்திய பேராளர் களை ஐந்தாம் ஜார்ஜ் மன்னருக்கு ஒவ்வொருவராக அறிமுகம் செய்யப்பட்டபோது ஒவ்வொருவரும் எழுந்து வணங்கி கைகுலுக்கி அமர்ந்தனர். அந்த வேளையில் யாரும் எதிர்பாராத விதமாக, இரட்டை மலை சீனிவாசன் தான் அணிந்திருந்த கோட் பாக்கெட்டில் 'தீண்டப் படாதவன்' என்று எழுதியிருந்தார். அவரை அறிமுகம் செய்கின்றபோது ஐந்தாம் மன்னர் கைகுலுக்க கை நீட்டிய போது தலைவர் இரட்டை மலை சீனிவாசன் தன் கையை எடுத்து பின்னால் கட்டிக் கொண்டார். 'நான் தீண்டப்படாதவன் என்னைத் தொட்டால் உங்களுக்கு தீட்டுப் பட்டுவிடும்' என்று தன் நாட்டிலுள்ள சமூகச் சீர்கேடுகளை உலக அரங்கில் வெளிப்படுத்தினார்.

சூரியனே அஸ்தமிக்காத வல்லமை படைத்த பிரித்தானியப் பேரரசின் ஐந்தாம் ஜார்ஜ் மன்னரை அவமதித்தார் விளைவுகள் விபரீதமாக இருக்கும் என்ற போதிலும் தனது நிலைமையை தங்களை ஆள்பவர் களுக்கு தெரிவிக்க வேண்டும் என்று எண்ணி, விளைவுகளைப் பற்றிக் கவலைப்படாமல் தனக்குக் கிடைத்த அரிய சந்தர்ப்பத்தை சரியாகப் பயன்படுத்திக் கொண்டார் இரட்டைமலை சீனிவாசன். அதற்கு ஐந்தாம் ஜார்ஜ் மன்னர், 'நீங்கள் தவறி விழுந்தால் கூட உங்களை தூக்கிவிட மாட்டார்களா?' என்று கேட்கிறார் 'இல்லை தூக்கிவிட மாட்டார்கள்,' என்று இவர் சொல்ல, அவரை பக்கத்தில் அழைத்து அவரின் கோரிக்கை களை கனுவாகத் தெரிந்து கொண்டார் ஜார்ஜ் மன்னர்.

நாட்டின் விடுதலை என்பது தாழ்த்தப்பட்ட மக்களுக்கான விடுதலையே. முழு சுதந்திரம் எங்களுக்கு அரசியல் அதிகாரத்தை வழங்கி தீண்டாமையை ஒழிக்க வேண்டும். ஆதிதிராவிடர்களுக்கு போதிய சட்டமன்ற பிரதிநிதித்துவம் அளிக்கப்பட வேண்டும். அப்போதுதான் ஒடுக்கப்பட்ட ஆதிதிராவிடர்கள் சட்டப் பாதுகாப்புடன் முன்னேற்றம் காண முடியும் என்று ஐந்தாம் ஜார்ஜ் மன்னரிடம் கோரிக்கை வைத்த மாபெரும் தலைவர் இரட்டைமலை சீனிவாசன். வட்ட மேசை மாநாட்டுக்குப் பின் தாயகம் திரும்பிய இரட்டைமலை சீனிவாசனின் புகழ் நாடெங்கும் பேசப்பட்டது. 3.6.1931 ஆம் ஆண்டு அவர் ராவ் பகதூர் பட்டம் வழங்கி சிறப்பிக்கப்பட்டார்.

இரண்டாவது வட்டமேசை மாநாட்டில் காங்கிரஸ் இயக்கத்தின் சார்பாக தேசப்பிதா மகாத்மா காந்தியும், கவிக்குயில் சரோஜினியும் பங்கேற்றனர். இந்த மாநாட்டில்தான் ஆங்கிலேய இந்தியர், ஐரோப்பியர், இஸ்லாமியர், சீக்கியர்கள் போன்றோருக்கு சட்டமன்றத் தொகுதி ஒதுக்கப்படும். அதைப் போன்று சமூகத்தில் அடித்தட்டு விளிம்பு நிலையில் உள்ள தாழ்த்தப்பட்ட மக்களுக்கும் தனித்தொகுதி வழங்க வேண்டும் என்று அண்ணல் அம்பேத்கரும் தலைவர் இரட்டைமலை சீனிவாசனும் கோரிக்கை வைத்தனர்.

அதை ஏற்று நடைமுறைப்படுத்த பிரித்தானிய அரசு முடிவெடுத்து இட ஒதுக்கீடு வழங்கியபோது, அதைக் கடுமையாக எதிர்த்தார் காந்தி. இந்து, முஸ்லீம், சீக்கியர் முக்கோணத்தை விரும்பாமல் ஏற்றுக் கொண்ட போதிலும் இந்தியத் துணைக் கண்டத்தில் உள்ள அனைத்து மக்களைப் போன்றே தாழ்த்தப்பட்ட மக்களும் இருப்பார்கள். அவர்களுக்கென்று தனித்தொகுதி உள்ளிட்ட எவ்வித சிறப்பு பிரதிநிதித்துவத்தையும் நான் கடுமையாக எதிர்ப்பேன் என்று பேசிட்டு வந்தார். இருப்பினும் காந்தியின் எதிர்ப்பை பொருட்படுத்தாமல் ஆங்கில அரசு இஸ்லாமியர்கள், சீக்கியர்கள், ஆங்கிலோ இந்தியர்கள், தாழ்த்தப்பட்ட மக்களுக்கும் பிரிதிநிதித்துவம் கிடைக்கும் வகையில் முடிவெடுத்து அறிவித்தனர். ஆனால் காந்தியடிகள், தாழ்த்தப்பட்ட மக்களுக்கு பிரிதிநிதித்துவம் வழங்குவதிலிருந்து அவர்கள் இந்துக்கள் அல்லாதவர்களாகக் கருதப்படுவதால் அதை நான் கடுமையாக எதிர்த்துப் போராடுவேன் என்று கூறி இந்தியா திரும்பிய வேளையில் *19.9.1932* அன்று அவர் கைது செய்யப்பட்டு எரவாடா சிறையில் அடைக்கப்பட்டார். சாகும் வரை சிறையில் உண்ணாவிரதத்தைத் தொடங்கினார்.

இச்சமயத்தில் தான் தாழ்த்தப்பட்ட மக்களின் அரணாக ஒற்றைக் குரலாக ஐரோப்பிய சுற்றுப்பயணத்தில் இருந்த தந்தை பெரியார், ஒரு தந்தியை அண்ணல் அம்பேத்கருக்கு அனுப்பினார். ஒரு காந்தியின் உயிரை விட லட்சக்கணக்கான தாழ்த்தப்பட்ட மக்களின் எதிர்கால விடியல் பெரியது. எனவே உங்கள் நிலைப்பாட்டில் உறுதியாக இருங்கள் என்று சொன்னார் பெரியார். காந்தியின் உண்ணாநிலை அறப் போராட்டம் நாடெங்கும் அதிர்வலைகளை பதற்றத்தை உருவாக்கியது. தாழ்த்தப்பட்ட மக்களுக்கு பாதுகாப்பாற்ற நிலையை உருவாக்கியது.

இது குறித்து தலைவர்கள் காந்தியிடம் பேசி பயன் இல்லாமல் போன நிலையில் தலைவர் இரட்டைமலை சீனிவாசன் தென் ஆப்பிரிக்காவில் ஏற்பட்ட பழக்கத்தின் காரணமாக எரவாடா சிறையில் உண்ணாவிரதம் மேற்கொண்ட காந்தியை மூன்று முறை சந்தித்துப் பேசினார்.

ஆனால் காந்தி வாதாடி வெற்றி பெறுவதை தவிர்த்து உண்ணாவிரதம் இருந்து அனுதாயம் தேட வேண்டியவரானார் என்பதைக் கண்டு பூனா ஒப்பந்தத்தில் கையெழுத்து போட்டேன் என்று இரட்டைமலை சீனிவாசன் கூறினார். ஆதிக்க சாதி அடக்குமுறைக்கு எதிரான போராட்டங்களைக் கண்ட அண்ணல் அம்பேத்கர் ஒருநாள் கூட சிறை சென்றதில்லை என்பது வியப்புக்குரிய ஒரு செய்தியாகும். ‘கற்பி, புரட்சி செய், ஒன்று சேர்’ என்று அவரது வார்த்தை வரிகள் அல்ல. அவரின் வாழ்க்கை நெறியாக அமைந்தது என்பதைப் புரிந்து கொள்ள முடியும்.

பிரிட்டிஷ் ஆட்சி தாழ்த்தப்பட்டவர்களுக்கு தந்த இரட்டை வாக்கு, தனித்தொகுதி உள்ளிட்ட சலுகைகள் வழங்கக்கூடாது என்று எரவாடா சிறையில் சாகும்வரை உண்ணாவிரம் இருந்த மகாத்மா காந்தியை சந்தித்து தன் சமூக மக்களின் கருத்தைத் தெரிவிப்பதற்காக மட்டுமே சிறைச்சாலைக்கு பார்வையாளராக சென்றுள்ளார். காங்கிரசும் காந்தியும் சேர்ந்து தாழ்த்தப்பட்ட மக்களுக்கு தேவையானவற்றை எல்லாம் கவனித்துக் கொள்வதாக வாக்களித்தார்கள். அதை ஏற்க மறுத்த அண்ணல் அம்பேத்கர் காந்தியின் வாக்குறுதிகளை நம்பி என்னுடைய மக்களின் பாதுகாப்பை நான் பணயம் வைக்க தயாராயில்லை. மகாத்மா காந்தி ஒன்றும் சாகாவரம் பெற்ற சிரஞ்சீவி அல்ல.

பழிதீர்க்கும் மனப்பான்மை எண்ணம் காங்கிரசுக்கு இல்லை என்று வைத்துக் கொண்டாலும் காங்கிரஸ் என்றென்றும் நிலைத்திருக்கப் போவ தில்லை. தீண்டாமை ஒழித்து தாழ்த்தப்பட்டவரை உய்விப்பதையே தமது லட்சியமாகக் கொண்ட எண்ணற்ற மகாத்மாக்கள் பலர் இந்தியா வில் தோன்றி மறைந்துள்ளனர். ஆனால் அவர்கள் லட்சியம் வெற்றி பெறவில்லை. நிறைவேறவில்லை. மகாத்மாக்கள் தோன்றி மறைந்தனரே தவிர தீண்டாதவர்கள தீண்டப்படாதவர்களாகவே இருந்து விட்டனர். இன்றும் அதே நிலையில் தான் இருந்து வருகிறோம். எனவே என் சமுதாய மக்களின் பாதுகாப்பு சட்டப்படி உத்தரவாதம் அளிக்கப்பட

வேண்டும் என நான் வலியுறுத்துகிறேன். இத்தீர்ப்பு மாற்றப்பட வேண்டும் என்று காந்தியடிகள் விரும்பினால் அவரது செயற்குறிப்புகளை முன் வைக்கட்டும்.

இத்தீர்ப்பின் கீழ் எங்களுக்கு அளிக்கபட உள்ள பாதுகாப்பை விட சிறந்த பாதுகாப்பு அவரது செயற்குறிப்புகளில் கிடைக்கும் என்று மெய்ப்பிக்கட்டும். மகாத்மா அவர்கள் மேற்கொள்ள உத்தேசித்துள்ள அபாயகரமான நடிவடிக்கையை கைவிடுவார்களென நான் நம்பு கின்றேன் என்றார் அம்பேத்கர். தனி வாக்காளர் தொகுதி கேட்பதா லேயே இந்து சமுதாயத்தை நாங்கள் அவமதிக்கிறோம், அதற்கு தீங்கு இழைக்கிறோம் என்று பொருள் அல்ல. தங்கள் முன்னேற்றத்துக்கு சாதி இந்துக்களையே நம்பியிருக்கும் நிலையை மாற்ற இவ்வாறு தனி வாக்காளர் தொகுதி வேண்டுகிறோம்.

சாகும் வரை உண்ணாவிரதம் மேற்கொள்ள இதைவிட நல்ல சிறந்த காரணங்கள் இருக்கின்றன எனவே கடவுள் பெயரால் அவரை நான் கேட்டுக் கொள்கிறேன். தன் முடிவை மாற்றிக் கொள்ளட்டும். தீர்மானத்தை நிறைவேற்றுவதால் ஏற்படக்கூடிய பயங்கரமான விளைவு களை தவிர்க்க வேண்டும். பயங்கரமான விளைவுகளை மகாத்மா விரும்ப மாட்டார் என நம்புகிறேன். ஆனால் அவர் உண்ணா நோன்பை விடாமல் தொடர்ந்தால் இந்தப் பயங்கர விளைவுகள் நிச்சயம் ஏற்படும் என்றார் அம்பேத்கர். 'அவரது உயிர், என் மக்களின் உரிமைகள் இவை இரண்டில் ஒன்றைத் தேர்ந்தெடுக்கும் கட்டாயத்தை அவர் எனக்கு ஏற்படுத்த மாட்டார் என நம்புகிறேன். ஏனெனில் என் மக்களை கை கால்களைக் கட்டிப் போட்டு சாதி இந்துக்களின் அடிமைகளாகப் பல தலைமுறை வாழ நான், ஒருநாளும் சம்மதிக்க மாட்டேன்' என்று அம்பேத்கர் தன்னிலை விளக்கம் தந்த பின்னரும் காந்தி தன் உண்ணாநிலை போராட்டம் தொடர நாடு கொந்தளிப்புக்கு ஆளானது.

எனவே பதற்றத்தைத் தணிப்பதற்காக இருதரப்பிலும் தலைவர்கள் பேச்சு வார்த்தை நடத்தி ஒரு தரப்பு விருப்பம் இல்லாமல் ஒப்பந்தம் திணிக்கப் பட்டு ஏற்றுக் கொள்ளும் நிலை உருவானது.

காந்தியின் உயிர்காக்க ஆறுகோண வடிவில் அமர்ந்து 24.9.1932 ஆம் நாள் மாலை 3 மணி அளவில் அந்த ஒப்பந்தம் ஏற்பட்டது. அதுதான் வரலாற்று சிறப்புமிக்க புனா ஒப்பந்தம் என்று அழைக்கப்படுகிறது. அந்த

ஒப்பந்தத்தில் டாக்டர் அம்பேத்கர், சக்கரவர்த்தி ராஜகோபாலச்சாரியார், இரட்டைமலை சீனிவாசன், சாப்ரூ அய்யங்கார், பண்டித மாளவியார் பிரசாத் பிர்லா, டாக்டர் சோலங்கி சிவராஜ் ஆகியோர் கையொப்ப மிட்டனர். 26.9.1932ல் காந்தி உண்ணாவிரதத்தை நிறைவு செய்தார். தாழ்த்தப்பட்ட மக்களுக்கு வடதுருவத்தில் அண்ணல் அம்பேத்கர் அவர்களும் தென்துருவத்தில் அவருக்கு முன்னோடியாக இரட்டை மலை சீனிவாசன் அவர்களும் உரிமைகளைப் பெற்றுத் தந்தனர்.

தாழ்த்தப்பட்ட மக்களின் உரிமைகளுக்காகத் தீண்டாமை ஒழிப்புக் காகத் தளர்வில்லாமல் அரும்பாடுபட்டு வந்த இரட்டைமலை சீனிவாசன் சென்னை பெரியமேடு வீரபத்திரன் தெருவில் கதவு எண் 4ல் தனது இல்லத்தில் தமது 86 வயதில் 1945 செப்டம்பர் 18 ஆம் தேதி இயற்கை எய்தினார். இரட்டைமலை சீனிவாசன் 1887 ஆம் ஆண்டில் ரங்க நாயகி அம்மாளைத் திருமணம் செய்து கொண்டார். இவர்களுக்கு இரண்டு பெண் பிள்ளைகளும், நான்கு ஆண் பிள்ளைகளும் பிறந்தனர்.

இவர் நீலகிரியில் ஓர் ஆங்கிலேயர் நிறுவனத்தில் எழுத்தராக வேலை பார்த்து பத்து ஆண்டுகள் அங்கு பணியாற்றி பின் 1890ல் சென்னைக்கு வந்தார். அயோத்திதாசரின் முதல் மனைவி இறந்து விட்ட பிறகு இரட்டைமலை சீனிவாசனின் தங்கை தனலட்சுமியை இரண்டாவது மனைவியாகத் திருமணம் செய்து கொண்டார். ஆதிதிராவிடப் பெண்கள் படிக்காத அக்காலத்திலேயே இந்த அம்மையார் எட்டாம் வகுப்பு வரை படித்திருந்தது குறிப்பிடத்தக்கது.

இரட்டைமலை சீனிவாசன் சட்ட சபையில் 1923 நவம்பர் முதல் 1939ல் சட்டசபை கலைக்கப்படும் வரையில் உறுப்பினராக பணியாற்றினார். அப்போது ஆதிதிராவிட மக்களின் சிவில் உரிமைகளுக்காக ஓயாது குரல் கொடுத்து வந்தார். பரம்பரை மணியக்காரர்கள் உயர்சாதியினரா உள்ளனர். அவர்கள் ஆதிதிராவிடர் வசிக்கும் தெருவுக்கு வருவதில்லை. எனவே பரம்பரை மணியக்காரர் முறையை நீக்கி அனைத்து சாதியினரும் ஆதிதிராவிடர் உள்பட மணியக்காரர் ஆக வழிவகை செய்ய வேண்டும் எனச் சட்டசபையில் அரசுக்கு கோரிக்கை வைத்தார். இவரின் கோரிக்கை அறுபது ஆண்டுகளுக்குப் பின் எம்.ஜி. ஆர். ஆட்சிக் காலத்தில் நிறை வேறியது.

கலால்வரி அதிகமாகக் கிடைப்பதால் ஆங்கில அரசு இந்தியா முழுவதும் நிறைய மதுக் கடைகளைத் திறந்து வைத்திருந்தது. இதில் உழைக்கும் மக்களான அடித்தட்டு மக்களின் பணம் உறிஞ்சப்படுவதாக சீனிவாசன் கருதினார். அறவே கடையை மூடச் சொன்னால் மூட மாட்டார்கள் என்பதால் குறைந்தபட்சம் விடுமுறை நாட்களிலாவது மதுக் கடைகளை மூட வேண்டும் என்று 24.9.1929ல் சட்ட சபையில் ஒரு தீர்மானம் கொண்டு வந்தார் சீனிவாசன். அரசும் அதனை ஏற்றுக் கொண்டது.

ப.சுப்பராயன் 1933 சனவரி 37 ஆம் நாள் சென்னை சட்டசபையில் ஆதி திராவிடங்களை கோயிலில் நுழைய அனுமதிக்க சட்டமியற்ற வேண்டும் என்று ஒரு தீர்மானத்தைக் கொண்டு வந்தார். இத்தீர்மானத்தை இரட்டைமலை சீனிவாசன் ஆதரித்துப் பேசினார்.

❖

4

அய்யா வைகுண்டர்

குமரி மாவட்டத்தில் அன்று பெரிதும் ஒடுக்கப்பட்ட நாடார் சமுதாய மக்களின் தன்மானத்திற்காக போர்கொடி தூக்கிய பெருமகனார் வைகுண்ட சாமிகள். கன்னியாகுமரிக்கு அருகில் உள்ள பூவண்டன் தோப்பு எனும் கிராமத்தில் 1809 ஆம் ஆண்டு நாடார் சமூகத்தில் பிறந்த இவருக்கு பெற்றோர் கள் முடிசூடும் பெருமாள் என்று பெயரிட்டனர். தாழ்ந்த சாதியினருக்கு இத்தகைய மேன்மை தாங்கிய பெயரைச் சூட்டக்கூடாது என்பதுதானே மனு தர்மம்? எனவே மன்னர் ஆட்சி இதனைத் தடுத்தது. முத்துக்குட்டி என்று வேறு பெயரைச் சூட்டினார்.

அன்றைய நாட்களில் திருவிதாங்கூர் மன்னர் ஆட்சியில் மரம் ஏறும் மக்கள்

சாணர் என்று அழைக்கப்பட்டனர். உரிமைகள் அறவே மறுக்கப்பட்ட பரிதாபத்துக்குரியவர்களாக அச்சாதியினர் ஒடுக்கப்பட்டனர். அவர்கள் தெருவில் நடப்பதற்கு நிபந்தனை விதிக்கப்பட்டன. நம்பூதிரிப் பார்ப்பனர் எதிரே வந்தால் அவர்கள் 36 அடி தூரம் விலகி நிற்க வேண்டும். நாயரிட மிருந்து 12 அடி தூரம் ஒதுங்க வேண்டும். பொது வீதிகளில் சாலைகளில் நடக்க உரிமையில்லை. குறிப்பாக பெண்கள் ரவிக்கை எனும் தோள் சேலை அணிந்திட தடை விதிக்கப்பட்டது.

அக்காலங்களில் மலையாள தேசமானது 1050 ஜாதிகள் கொண்டதாக பார்ப்பனர்களிடையே உயர்ந்தவர்களாகக் கருதப்பட்ட நம்பூதிரிகளின் ஜாதிய ஆட்சிக் கூடாரமாக இருந்தது. நம்பூதிரிகளும், நாயகர்களும், வெள்ளாளர்களும் கூட்டுச் சேர்ந்து மிகக் குரூரமான முறையில் மனுதர்ம நடைமுறைகளை அமல்படுத்தி யாரும் கற்பனை செய்ய முடியாத அளவுக்கு ஜாதி வன்கொடுமைகளை நிகழ்த்திக் கொண்டிருந்தார்கள். சுவாமி விவேகானந்தர் அன்றைய கேரளத்தை 'பைத்தியர்களின் கூடாரம்' என்று கூறினார்.

எந்த ஜாதியாக இருந்தாலும் மீன் மாமிசம் சாப்பிடுபவர்கள் தாழ்ந்த ஜாதி, மாட்டுக்கறி சாப்பிடுபவர்கள் மிகவும் தாழ்ந்த ஜாதி, நாடார்களும், ஈழவர்களும் தாழ்ந்த ஜாதி, புலையர்கள் தாழ்ந்த ஜாதியிலும் தாழ்ந்த ஜாதி. அவர்கள் அடிமைகளாகவே நடத்தப்பட்டார்கள். பெண்கள் மாத விலக்கு காரணமாகத் தாழ்த்தப்பட்டார்கள். நம்பூதிரிகளை நாயர்கள் நெருங்கலாம். தொடக்கூடாது. நம்பூதிரிகளிடமிருந்து நாடார், ஈழவர் போன்றோர் முப்பத்தாறு அடி தள்ளியும், புலையார் போன்றோர் தொண்ணூறு அடி தள்ளியும் நிற்க வேண்டும்.

நாயரிடமிருந்து நாடார், ஈழவர்கள் பன்னிரண்டு அடி தள்ளியும், புலையார் போன்றோர் அறுபத்து நான்கு அடி தள்ளியும் நிற்க வேண்டும். இப்படியே 1050 ஜாதிகளுக்கும் தூரக் கணக்குகள் இருந்தன. தீட்டுத் தூரத்தை மீறுபவர்கள் நாயர்களால் கடுமையாகத் தண்டிக்கப்பட்டார்கள்.

கேரள நாட்டில் வரிக்கொடுமை என்பது கற்பனைக்கு எட்டாத உச்சமாக அன்று இருந்தது. கேரள மன்னர்கள் மக்களிடம் வசூலித்த வரியைப் போல உலகில் வேறு எந்த நாட்டிலும் வசூலிக்கப்பட்டதா என்பது ஆராய்ச்சிக்குரியது.

குறிப்பாக நாடார்களும், ஈழவர்களும் இந்த வரிவிதிப்பால் மிகவும் துயரத்துக்கு ஆளானார்கள். ஏறத்தாழ நூற்றுக்கும் மேற்பட்ட வரிகளை அவர்கள் செலுத்த வேண்டியிருந்தது. உயிரோடு இருக்கும் 16 முதல் 60 வயதுக்குட்பட்ட ஆண்கள் தலைவரி செலுத்த வேண்டும். செத்தவர் களுக்கும் வரி, சொத்து மதிப்பில் 40 சதவிகிதம் வரி, நாடார்கள் தங்கள் வீட்டுக்கு ஓலை போட்டாலும் வரி. புல் அறுக்கிறவர்களுக்கும், சுமை தூக்குபவர்களும் வரி செலுத்த வேண்டியிருந்தது. பனை ஏறுகிறவன், அவன் ஏறும் ஏணிக்கு வரி, பனை ஏறும்போது அவன் காலில் இட்டுக் கொள்ளும் தளை நாருக்கும் வரி, நிலத்தை தரிசாகப் போட்டாலும் வரி, பெண்களுக்கு முலை வளர்ந்தால் முலை வரி, தாலிக்கு வரி, ஆடை அணிகலன் அணிய வரி, குடைபிடிக்க, பல்லக்கில் போக வரி, கல்யாணத்து வரி, கருமாதிக்கும் வரி.

எல்லாவற்றுக்கும் மேலான கொடுமை நாடார் மற்றும் ஈழவர் பெண்கள் தங்கள் மார்பை மறைக்க அனுமதிக்கப்படவில்லை. அது ஒரு மரியாதைச் சின்னமாகக் கருதப்பட்டது. நம்பூதிரி பெண்கள் இறைவனுக்கு முன்னால் மார்பை திறந்து போட்டார்கள். நாயர் பெண்கள் தமக்கு மேலே உள்ளோர் நம்பூதிரிகள், அரசு அதிகார மய்யத்தினர்கள் முன் மார்பைத் திறந்து போட வேண்டும். நாடார் ஈழவர் முதலான தாழ்த்தப்பட்ட நிலையிலிருந்த பெண்கள் எப்போதுமே எவர் முன்பும் மார்பை மூட முடியாமல் இருந்தது. அவர்கள் இடுப்புக்குக் கீழே, முட்டிக்கு மேலே மட்டும் ஏதேனும் சாக்கு மாதிரியான ஆடை (முண்டு) அணிந்து கொள்ளலாம். குடத்தை இடுப்பில் சுமக்கக்கூடாது. தலையில் தான் சுமக்க வேண்டும். மொத்தத்தில் நாய், பன்றி, மாடுகளுக்கு இருந்த சுதந்திரம் அளவுக்குக் கூட தாழ்ந்த நிலையில் வைக்கப்பட்ட மக்களுக்கு இல்லை.

வைகுண்ட சாமியின் காலத்தில் கேரளத்தில் நிகழ்ந்து கொண்டிருந்த சமூகக் கொடுமைகள் இவைகள் எல்லாம். சமூக நீதி மறுக்கப்பட்டு சாதிகார மனிதர்கள் ஜாதி மதத்தின் அரசியலின் பெயரால் பிற மக்கள் மேல் வன்கொடுமை நிகழ்த்தும்போது, அவைகளை எதிர்த்துப் போராடிப் புதுச்சமூக விழுமியங்களையும், அறங்களையும் வென்றெடுக்கும் போராளிகளைச் சமூகமே உருவாக்குகிறது.

பதினெட்டு, மற்றும் பத்தொன்பதாம் நூற்றாண்டுக் காலத்தில்

கேரளத்திலும் கேரளத்தின் ஆட்சிக்குட்பட்டிருந்த இன்றைய தமிழ் நாட்டின் குமரி மாவட்டப் பகுதியிலும் மக்களுக்கான மாபெரும் போராளிகள் உருவானார்கள்.

அவர்கள் அய்யன்காளி, நாராயணகுரு மற்றும் வைகுண்டசாமி என்னும் முத்துக்குட்டி சாமிகள். இவர்களில் காலத்தால் மூத்த மிகப் பெரிய விழுப்புண்கள் பெற்ற சமூகப் போராளியாக வைகுண்ட சாமிகள் திகழ்கிறார். அடக்குமுறைகளால் ஒடுக்கப்பட்ட தாழ்நிலை மக்களை கை தூக்கிவிடக் காலம் இருபெரும் சக்திகளை உருவாக்கித் தந்தது. ஒன்று சீர்திருத்த கிறிஸ்தவம் மற்றது வைகுண்ட சாமியின் தோற்றமும், தொண்டும். கி.பி. 1810க்குப் பிறகு திருவிதாங்கூர் (கேரளா) அரசு, கிழக்கிந்தியக் கம்பெனியின் கட்டுப்பாட்டுக்குள் வந்தது. ஆங்கிலேய ஐரோப்பிய கிறிஸ்தவ சமய பாதிரியார்களின் வருகைக்கு நல்ல வாய்ப்பாக அமைந்தது.

குறிப்பாக திருவிதாங்கூர் பகுதியின் கல்வி வளர்ச்சிக்கு சீர்திருத்த கிறிஸ்தவம் ஆற்றிய பங்கு மகத்தானதாகும். முறையான ஜாதி அடிப்படையில் அல்லாத நீதி மன்றங்களையும், தாழ்த்தப்பட்டவர் களுக்கும், பெண்களுக்கும் இடம் கொடுத்த கல்விக் கூடங்களையும் இந்தக் கிறிஸ்தவர்களே முதல் முறையாக இந்தப் பகுதியில் அமைத்தார் கள். இக்கால கட்டத்தில் தான் கன்னியாகுமரி மாவட்டத்தில் குமரிக்கு அருகே உள்ள சாஸ்தான் கோவில் விளை என்ற ஊரில் 1809 ஆம் ஆண்டு ஏப்ரல் 19 ஆம் தேதி பொன்னு நாடார் - வெயிலம்மை தம்பதிக்கு இரண்டாவது குழந்தையாக வைகுண்டசாமி பிறந்தார்.

தென்திருவிதாங்கூரின் இந்த நாகர்கோயில் குமரிப்பகுதி ஏடுகள் நிறைந்த மாவட்டம். மாலையானால் மக்கள் ஏடு படிக்கும் பழக்கம் உள்ளவர்கள். வைகுண்டர் ஏடும் எழுத்தும் கற்றார். தாமரைக்குளம் கிறிஸ்தவப் பள்ளியிலும் அவர் கற்றிருக்கிறார். கிறிஸ்தவ விவிலியத்தில் அவருக்கு நிறைந்த ஞானம் இருந்தது. இளமையிலேயே சீர்திருத்த மனோபாவம் அவரிடம் இருந்தது.

அக்காலத்தில் பொதுக் கிணற்றில் எல்லா ஜாதியாரும் நீர் அருந்த முடியாது. வைகுண்டசாமி ஒரு சமூகப் புரட்சி செய்தார். அவரே ஒரு கிணறு வெட்டி பள்ளுபறை என்று சொல்லப்பட்ட அனைத்து ஜாதியாரையும் அந்த முந்திரிக் கிணற்றில் குளிக்கவும் குடிக்கவும் ஏற்பாடு

செய்தார். இதன் மூலம் ஜாதி ஒடுக்குமுறைக்கு ஆக்க பூர்வமான ஒரு புதிய மறுப்பை தந்தார்.

அக்காலத்தில் அடிமைச் சின்னமாக நாடார்கள் உள்ளிட்டு தாழ்த்தப்பட்ட ஜாதியார் எவரும் தலைப்பாகை அணியக்கூடாது. வைகுண்டர், 'நீ யாருக்கும் அடிமை இல்லை. தலைப்பாகையை கட்டு' என்றார். தலைப்பாகைக் கட்டிக் கொண்டே கோயிலுக்குள் பிரவேசம் செய்ய வேண்டும் என்றார். இன்னும் வைகுண்டர் உருவாக்கிய கோயில்களில் அந்த நிலைமையே நீடிக்கிறது. தலைப்பாகையோடு தான் உள்ளே நுழைய வேண்டும். தாழ்த்தப்பட்டவர்களுக்கு பெருந்தெய்வ கோயில்களில் நுழைவுரிமை கிடையாது அக்காலங்களில்.

ஆகவே வைகுண்டர் தாமே பல கோயில்களைக் கட்டினார். வைகுண்டர் உருவாக்கிய கோயில்களில் சிலைகள் இல்லை. மாறாகக் கருவறையில் கண்ணாடியும், கண்ணாடி முன் ஒரு விளக்குச் சுடரையும் வைத்தார். கண்ணாடியினுள் தெரியும் நீயே கடவுள் உனக்குள் சுடரும் ஒளியே கடவுள். உருவ வழிபாட்டுக்கு மாற்றான ஒளி வழிபாட்டை மக்களுக்கு அறிமுகப்படுத்திய முதல் ஞானி வைகுண்டர் என்றால் தவறு இல்லை.

ஒளி ஜாதி, மதம், இனம் கடந்த இயற்கை சூரியன்போல எல்லோருக்கும் மேலே இருந்து எல்லோருக்கும் சமமாக ஒளியைத் தருவது சமத்துவமே இயற்கை அல்லது கடவுள்.

கோவிலுக்குள் ஆரவாரத்தை மறுத்தார் வைகுண்டர். காணிக்கை போடாதீர்கள், காவடிகள் தூக்காதீர்கள் என்றார் அவர். வைகுண்டரின் புகழும், தத்துவங்களும் திருவிதாங்கூர் அரசனை அச்சம் கொள்ள வைத்தன. அவன் அவரை சிறைப்பிடிக்க எண்ணினான். கேரள மாநிலத்தின் பெரும் பகுதியும் தமிழ்நாட்டின் தென் மாவட்டங்களான கன்னியாகுமரி, திருநெல்வேலி ஆகிய மாவட்டங்களின் சில பகுதிகளும் திருவிதாங்கூர் சமஸ்தானத்தின் கீழ் மன்னராட்சியின் கட்டுப்பாட்டில் இருந்தன. அச்சமயம் மனுதர்ம அடிப்படையில் ஆட்சி நடந்து வந்த ஹிந்து நாடாக இருந்தது.

அக்காலகட்டத்தில் ஜாதீயக் கொடுமைகளால் மக்கள் அதிக அடக்கு முறைக்கு ஆளாகினர். திருவிதாங்கூர் சமஸ்தானத்தால் தாழ்த்தப் பட்டவர்கள் என்று ஒதுக்கி வைக்கப்பட்ட சாணார் (நாடார்) பரவர்,

ஈழவர், முக்குவர், புலையர் உள்ளிட்ட பதினெட்டு ஜாதியைச் சேர்ந்த பெண்கள் மேலாடை அணிவதற்கு தடை விதிக்கப்பட்டிருந்தது. இவர்கள் தம் மார்பகத்தை திறந்து போடுவதுதான் உயர் ஜாதியின ருக்குத் தரும் மரியாதை என்று தரம் தாழ்ந்த எண்ணத்தில் திருவிதாங்கூர் சமஸ்தானம் ஒரு நடைமுறையை வகுத்திருந்தது.

இதன்படி 18 ஜாதிகளைச் சேர்ந்த பெண்கள் மேலாடை அணியாமல் அவமானத்துடன் வாழ்ந்து வந்தனர். இந்த அடக்குமுறையை எதிர்த்து சீர்திருத்த கிறிஸ்தவத்தை ஏற்றுக் கொண்ட நாடார் ஜாதியைச் சேர்ந்த மக்கள் தங்கள் ஜாதிப் பெண்களுக்கு மார்பை மறைத்து சேலையை அணிய உரிமை கோரிப் போராடத் துவங்கினர். இது தோள் சீலைப் போராட்டம் எனப்பட்டது.

முப்பத்தேழு ஆண்டு போராட்டத்துக்குப் பிறகு திருவிதாங்கூர் அரசு நாடார் கிறிஸ்தவப் பெண்களுக்கு தோள் சீலை அணியவும், மார்பகங்களை மறைக்கவும் உரிமை அளித்தது.

ஏழாம் எட்டாம் நூற்றாண்டுகளில் ஜென்மி சம்பிராதயமும் 10 மற்றும் 11 ஆம் நூற்றாண்டுகளில் ஆரியப் பிராமணர்களது (நம்பூதிரிகள்) ஆதிக்கம் சேர நாட்டில் ஓங்கத் தொடங்கிய வேளையில் ஜாதிக் கட்டுப் பாடுகள் உருவெடுத்தன. பனிரெண்டாம் நூற்றாண்டில் இந்தக் கட்டுப்பாடுகள் ஜென்மி சம்பிரதாயத்தின் உத்வேகத்தால் அதிகரித்து மேல்ஜாதி ஹிந்து என்றும் கீழ்ச்சாதி ஹிந்து என்றும் பாகுபாடுகள் உருவாயிற்று. இந்தத் தீமைகளின் ஒரு பிரிவுதான் தாழ்த்தப்பட்ட மக்கள் இடுப்புக்கு மேலும் முட்டுக்கு கீழும் ஆடை அணியக்கூடாது என்ற கட்டுப்பாடு.

உயர்ஜாதி இந்துக்களின் முன்பு தாழ்த்தப்பட்ட சாதி பெண்கள், மறைக்கக்கூடாத மார்பகங்களுடன் தான் மரியாதை செலுத்த வேண்டும். இவ்வுடைக் கட்டுப்பாட்டை மீறினால் மரண தண்டனை விதிக்கப்ப ட்டது. உடை அணியும் விதத்தை வைத்தே, மக்களை உயர்ந்தவர் களாகவும், தாழ்ந்தவர்களாகவும் அடையாளப்படுத்தப்பட்டார்கள்.

1822 ஆம் ஆண்டு கொத்தனாவிளை என்ற ஊரில் ஒரு சிறிய போராட்டம் நடைபெற்றது. அதன் பிறகு 37 வருட காலம் இப்போராட்டம் மூன்று கட்டங்களாக நடைபெற்றது. முதல் கட்டப் போராட்டம் 1822 முதல்

1823 வரையும், இரண்டாம் கட்டப் போராட்டம் 1827 முதல் 1829 வரையும், மூன்றாம் கட்டப் போராட்டம் 1858 முதல் 1859 வரையும் நடைபெற்றது.

சீர்திருத்த கிறிஸ்துவ சமயத் தொண்டரான மீட் பாதிரியார் கிறிஸ்தவ பெண்கள் மார்பகங்களை மறைக்க வேண்டும் என்று அறிவுறுத்தினார். இதனால் கிறிஸ்தவ பெண்கள் தங்கள் மார்பகங்களை துணிந்து மறைத்ததுமல்லாமல், அதற்கு மேல் ஒரு மேலாடையையும் பயன்படுத்தினர். இதனால் மேல் ஜாதியினர் கலவரம் செய்தனர்.

மே மாதம் 1822 ஆம் ஆண்டு கல்குளம் மற்றும் இரணியில் பகுதிகளில் கலவரம் வெடித்தது. இதன் காரணமாக மீட் அய்யர் என்ற பெயரில் ஐரோப்பிய மறைப்பணியாளர் ஆங்கிலேய தளபதி கர்னல் நேவால் என்பவருக்கு இந்நிகழ்வுகளைப் பற்றி விரிவாக கடிதம் எழுதினார். இதன் பயனாக ஆங்கிலேய தளபதி கர்னல் நேவால் பத்ம நாபபுரம் நீதிமன்ற விசாரணைக்கு உத்தரவிட்டார். 1823 ஆம் ஆண்டு விசாரணை பலனாக சீர்திருத்த கிறிஸ்தவர்களுக்கு மட்டும் குப்பாயம் என்ற உடையை அணியலாம் என்று தீர்ப்பளிக்கப்பட்டது.

இவர்களைப் பின்பற்றி இந்த நாடார் பெண்களும் மேலாடை அணிய ஆரம்பித்தனர். இவர்களுக்கு வைகுண்டர் போன்றோர் மிகவும் உறுதுணையாக இருந்தனர். இதற்கு ஆட்சியில் இருந்த நாயர்கள் எதிர்ப்பு தெரிவித்தனர்.

1858 ஆம் ஆண்டு விக்டோரியா மகாராணியின் பிரகடனத்தையடுத்து தோள் சீலை போராட்டம் தீவிரமடைந்தது. நெய்யாற்றின் கரையில் தொடங்கிய போராட்டம், பாளசாலை, நெய்யூர் போன்ற ஊர்களுக்கும் பரவியது. பல இடங்களில் தெருக்களிலும், சந்தை களிலும் பெண்கள் தாக்கப்பட்டனர். பெண்களின் மேலாடைகள் கிழித்து எறியப்பட்டன.

ஆண்கள் தங்கள் உயிருக்கு பயந்து பல இடங்களில் ஒளிந்து வாழ்ந்து வந்தனர். பெண்கள் மற்றும் குழந்தைகள் ஐரோப்பிய மறைபரப்பாளர் களின் பங்களாக்களில் ஒளிந்து தங்கள் உயிரைக் காப்பாற்றிக் கொண்டனர்.

டிசம்பர் 30, 1859 ஆம் நாள் கோட்டாறுப் பகுதியில் வைத்து கிறிஸ்தவ நாடார்களுக்கும், உயர் ஜாதி நாயகர்களுக்கும் இடையே மிகப் பெரிய

சண்டை மூண்டது. இந்து நாடார்களும் கிறிஸ்தவர்களுடன் இதில் கைகோர்த்துக் கொண்டனர். இப்போராட்டத்தின் விளைவாகவும் ஆங்கிலேயர்களின் நெருக்கடியின் காரணமாகவும் திருவிதாங்கூர் அரசனும், திவானும் அனைத்து நாடார் பெண்களும் மதவேறுபாடு இல்லாமல் குப்பாயம் என்கிற மேலாடை அணியலாம் என்று உரிமை அளித்தனர். இதற்கான அரசாணை 26 சூலை 1859 ஆம் ஆண்டு வெளியிடப்பட்டது.

தோள் சீலைப் போராட்டக்கால கட்டத்தில் வைகுண்டசாமிகள் என்று பிற்காலத்தில் அழைக்கப்பட்ட முத்துக்குட்டி சமத்துவ சங்கம் என்ற ஓர் அமைப்பைத் தொடங்கினார். அவர் ஆன்மீகக் குடைக் குள்ளேயே சீர்திருத்தங்களைச் செய்ய முன் வந்தார். அதே நேரத்தில் உருவ வழிபாட்டை எதிர்த்தார். மாந்திரிகர்களிடம் மதிமயங்காதீர் என்று எச்சரித்தார்.

தாழ்த்தப்பட்டவர்களின் வீடுகளில் உணவருந்துமாறு தம் சீடர் களுக்கு கட்டளையிட்டார். காவி நிறத்தில் வெள்ளைத் தீபச் சுடரைத் தாங்கிய கொடியை அறிமுகப்படுத்தினார். ஒருவகையில் வடலூர் வள்ளலார் இராமலிங்க அடிகளின் சாயலை இவரிடம் காணமுடியும். மன்னரையும், பார்ப்பனர்களையும் எதிர்க்கத் துணிந்த வைகுண்டர் 110 நாட்கள் கொடுஞ்சிறையையும் அனுபவிக்க நேர்ந்தது.

கேரளாவின் ஈழவ மக்களுக்கு நாராயண குருவைப் போல, தென் மாவட்ட நாடார்களுக்கு அய்யா வைகுண்டர் வழிகாட்டுகிறார். 'தாழக்கிடப்பாரை தற்காப்பதே தர்மம்' என்றுரைத்த அய்யாவை குண்டரின் வரிகளை விட எளிமையாக விளிம்பு நிலை மக்களுக்காக இயங்கும் மனித உரிமை காப்பாளர்களின் நோக்கத்தையாகும் கூறிவிட முடியாது. கி.பி. 1833 ஆம் ஆண்டு தனது தோல் நோயை குணப்படுத்த திருச்செந்தூர் சென்ற வைகுண்டர் இறைஞானம் பெற்று தனது பொது வாழ்வைத் தொடங்கினார்.

அன்றைய காலகட்டத்தில் இந்து கோயில்களுக்கு காணிக்கை கொடுக்கும் உழைக்கும் மக்களை அவர் தடுத்தார். கோவில்களில் பலி கொடுப்ப தையும் கண்டித்தார். 'விஞ்ஞை' என்ற அறிவுரைகளை உழைக்கும் மக்களுக்கு வழங்கினார்.

'காணிக்கையிடாதீங்கோ
காவடி தூக்காதீங்கோ
வீணுக்கு தேடு முதல் விறுதாவில் போடாதீங்கோ'

என்ற அகிலத் திரட்டின் வரிகள் உழைக்கும மக்கள் மீது வைகுண்ட ருக்கு இருக்கும் அன்பைக் காட்டுகின்றன. வைகுண்டரின் குரல் திருவிதாங்கூர் மன்னனுக்கு எதிராகவும் இருந்தது. பத்ம நாபாசாமியின் பிரதிநிதியாக மன்னராட்சி நடந்த காலத்தில் அரசனுக்கு எதிராகப் பேசுவது தெய்வ சிந்தனை எனக் கருதப்பட்டது. எனினும் மன்னனால் 1838 ஆம் ஆண்டு 110 நாட்கள் திருவனந்தபுரத்தில் சிறை வைக்கப்பட்டு மார்ச் 1839 ஆம் ஆண்டு விடுவிக்கப்பட்ட வைகுண்டர் 'அவன் பட்டம் பறித்திடுவேன் கொட்டி கலைத்திடுவேன்' எனக் கூறியது மன்னரின் அதிகாரத்துக்கு கீழ்ப்படியாத அவரது வீரத்தைக் காட்டியது.

மன்னரது ஆளுமைக்குட்பட்ட இந்து கோயில்களில் பொது மக்களின் வரி பணத்தில் ஊட்டும் புரைகள் என்ற உணவு சாலைகள் நிறுவப்பட்டு அதில் பார்ப்பனருக்கு மட்டும் இரு வேளை இலவசமாக அறுசுவை உணவு வழங்கப்பட்ட காலகட்டத்தில், வைகுண்டர் உழைக்கும் மக்களை சாதி பேதமின்றி ஒன்றுபடுத்தி அவர்களை பொது சமபந்தி உணவை உண்ணவும், தனது கொள்கைகளை பரப்ப ஏதுவாக பல இடங்களில் கோயில்களை விட சிறிய நிழல் தாங்கல்களையும், பதி என்ற சற்றே பெரிய வழிபாட்டிடங்களையும் நிறுவினார்.

கன்னியாகுமரி மாவட்டத்தில் அகத்தீஸ்வரம், தாமரைக்குளம், சின்ன முட்டம் போன்ற இடங்களில் பதிகளும், ஏராளமான நிழல் தாங்கல் களும் உள்ளன. வைகுண்டரது 'அகிலத்திரட்டு' நூல் இந்து சனாதனத்தை முற்றிலும் மறுக்கிறது.

அய்யா வைகுண்டரின் பதிகளில் ஆண், பெண் பேதமில்லை. சாதி மத பேதமில்லை. வீண் சடங்குகள் இல்லை. உருவ வழிபாடில்லை. ஆனால் அனைவரும் தலைப்பாகைகட்டி சுய மரியாதையுடன் வழிபட முடியும்.

'கோயில்கள் வைத்து குரு பூசை செய்யார்கள்
பூவதுகள் போட்டு போற்றியே நில்லார்கள்
ஆடுகிடாய் கோழி அறுத்துப் பலியிடார்கள்
மாடு மண்ணுருவை வணங்கி திரியார்கள்'

என அகிலத் திரட்டு உரக்கச் சொல்கிறது. மேற்குறிப்பிட்ட வரிகள் வைகுண்டரின் சனாதன மத எதிர்ப்பை காட்டுகின்றன.

பசு மாட்டையும், மண்ணுருவங்களையும் வணங்குவதை அய்யா வைகுண்டர் தடுக்கிறார். உழைக்கும் மக்களுக்காக எளிய தமிழில் அவர் உரைத்த அகிலத்திரட்டு நூல் நாடார் சமூகத்தினர் மீதான வரிகளையும், வன்கொடுமைகளையும் பதிவு செய்தது. வைகுண்டர் என்ற ஆன்மீகப் போராளி தென்னிந்தியாவின் ஆன்மீகப் போராளிகளுக்கு முன்னோடியாக விளங்குகிறார்.

எளிமையான தமிழில் சொல்லப்பட்ட அகிலத் திரட்டை படிக்கும் போது, அன்றைய திருவிதாங்கூரின் சமூக அவலங்களை கால இயந்திரத்தில் சென்று காண இயலும்.

❖

5
மகாத்மா ஜோதிராவ் புலே

மகாத்மா ஜோதிராவ் புலே, விஷ்ணுவின் அவதாரங்களை ஆரிய வெற்றிகளிலிருந்து உருவான அடக்குமுறையின் அடையாளமாக கண்டார். மகாபலியின் ஆட்சியை மீண்டும் நிலைநாட்டுமாறு வேண்டுகோள் விடுத்தார் ஜோதிராவ் புலே. இனரீதியாக உயர்ந்தவர்களாகக் கருதப்பட்ட இந்தியாவின் ஆரிய வெற்றியாளர்கள் உண்மையில் பழங்குடி மக்களை காட்டுமிராண்டித்தனமாக அடக்குபவர்கள். அவர்கள் சாதி அமைப்பை அடிமைப்படுத்துதல் மற்றும் சமூகப் பிரிவினைக்கான ஒரு கட்டமைப்பை நிறுவியதாக அவர் நம்பினார். இது அவர்களின் பிராமண வாரிசுகளின் முன்னுரிமையை உறுதி செய்தது.

சாதி அமைப்பு பற்றிய புலேயின்

விமர்சனம் இந்துக்களின் மிக அடிப்படையான நூல்களான வேதங்கள் மீதான தாக்குதலுடன் தொடங்கியது. அவர் அதை தவறான உணர்வின் ஒரு வடிவமாக கருதினார். பாரம்பரிய வர்ண அமைப்புக்கு வெளியே இருந்த மக்களுக்கு விளக்கமாக தலித் (உடைந்த, நொறுக்கப்பட்ட) என்ற மராத்திய, வார்த்தையை அறிமுகப்படுத்திய பெருமை புலேக்கு உண்டு.

ஜோதிராவ் புலே பூனாவில் 1827ல் மாலி இனத்தைச் சேர்ந்த ஒரு குடும்பத்தில் பிறந்தவர். மாலிகள் பாரம்பரியமாக பழங்கள் மற்றும் காய்கறிகளை வளர்ப்பவர்களாக பணிபுரிந்தனர். சாதியபடி நிலையின் நான்கு மடங்கு வர்ண அமைப்பில், அவர்கள் சூத்திரர்களுக்குள் வைக்கப் பட்டனர். ஜோதிபா கடவுளின் நினைவாகவே பூலே பெயரிடப்பட்டது. அவர் ஜோதிபாவின் ஆண்டு விழாவின் நாளில் பிறந்தார்.

புலேயன் குடும்பம் முன்பு கோர்ஹே என்று பெயரிடப்பட்டது. சதாரா நகருக்கு அருகில் உள்ள கட்குன் கிராமத்தில் அதன் தோற்றம் இருந்தது. ஜோதிராவ் புலேயின் தந்தை கோவிந்தராவ் விவசாயம் மற்றும் பூ விற்பனையை செய்து வந்தார். கோவிந்தராவ் சிம்னாபாயை மணந்து இரண்டு மகன்களைப் பெற்றார். அவர்களின் ஜோதிராவ் இளையவர்.

பின் தங்கிய மாலி சமூகம் கல்விக்கு அதிக முக்கியத்துவம் கொடுக்க வில்லை. இதனால் ஆரம்பப்பள்ளியில் படித்த பிறகு வாசிப்பு எழுதுதல் மற்றும் எண் கணிதம் போன்ற அடிப்படைகளைக் கற்றுக் கொண்ட பிறகு ஜோதிராவை பள்ளியிலிருந்து நிறுத்தி விட்டார் அவரது தந்தை. அதன்பின் அவர் தனது குடும்பத்தின் மற்ற உறுப்பினர்களுடன் கடை யிலும், பண்ணையிலும் வேலைக்குச் சேர்ந்தார். இருப்பினும் புலேயின் அதே மாலி சாதியைச் சேர்ந்த ஒருவர் அவரது புத்திசாலித்தனத்தை அடை யாளம் கண்டு, உன்னுத்ஸ் காட்டிஷ் மிஷன் உயர்நிலைப் பள்ளியில் புலேவை அனுமதிக்குமாறு புலேயின் தந்தையிடம் வற்புறுத்தினார்.

புலே தனது ஆங்கிலப் படிப்பை 1847ல் முடித்தார். வழக்கப்படி அவர் தனது 13 வயதில் தனது தந்தையால் தேர்ந்தெடுக்கப்பட்ட மாலி சமூகத்தைச் சேர்ந்த ஒரு பெண்ணை திருமணம் செய்து கொண்டார்.

1848 ஆம் ஆண்டு ஒரு பிராமண நண்பரின் திருமணத்தில் கலந்து கொண்டது அவரது வாழ்க்கையில் திருப்புமுனையாக அமைந்தது. வழக்கமான திருமண ஊர்வலத்தில் புலே பங்கேற்றார். ஆனால் பின்னர்

அதைச் செய்ததற்காக அவரது நண்பரின் பெற்றோரால் கண்டிக்கப்பட்டு அவமானப்படுத்தப்பட்டார். அவர் ஒரு சூத்திர சாதியைச் சேர்ந்தவர் என்பதால் அந்த விழாவிலிருந்து விலகி இருக்க வேண்டும் என்ற உணர்வு அவருக்கு இருந்திருக்க வேண்டும் என்று சொன்னார்கள். இந்த சம்பவம் சாதி அமைப்பின் அநீதியின் மீது புலேவை ஆழமாக பாதித்தது.

தீண்டத்தகாதவர்கள் தங்கள் நிழல்களால் யாரையும் மாசுபடுத்தி விட அனுமதிக்கப்படவில்லை. அவர்கள் பயணித்த பாதையை துடைக்க அவர்கள் முதுகில் விளக்குமாறு பொருத்த வேண்டும் என்பதையும் ஜோதிராவ் புலே கவனித்தார். இளம் விதவைகள் தங்கள் தலையை மொட்டையடிப்பதை புலே கவனித்தார். தங்கள் வாழ்க்கையில் எந்த விதமான மகிழ்ச்சியையும் தவிர்க்கிறார்கள். தீண்டத்தகாத பெண்கள் எப்படி நிர்வாணமாக நடனமாட நிர்ப்பந்திக்கப்பட்டார்கள் என்று பார்த்தார்கள்.

சமத்துவமின்மையை ஊக்குவிக்கும் இந்த சமூகத் தீமைகளையெல்லாம் கண்டு கொண்டு பெண்களுக்கு கல்வி கற்பிக்க முடிவு செய்தார். 1848 ஆம் ஆண்டில் 21 வயதில் ஜோதிராவ் புலே அகமது நகரில் கிறிஸ்தவ மிஷினரி சிந்தியா ஃபரரால் நடத்தப்படும் ஒரு பெண்கள் பள்ளிக்குச் சென்றார் புலே.

தாமஸ் பெயனின் மனித உரிமைகள் புத்தகத்தைப் படித்து சமூக நீதியின் தீவிர உணர்வை வளர்த்துக் கொண்டார். இந்திய சமூகத்தில் சுரண்டப்படும் சாதிகளும் பெண்களும் பாதகமாக இருப்பதையும், இந்தப் பிரிவினரின் கல்வி அவர்களின் விடுதலைக்கு இன்றியமையாதது என்பதையும் அவர் உணர்ந்தார்.

இந்த முடிவில் அதே ஆண்டில் புலே தனது மனைவி சாவித்திரி பாய்க்கு படிக்கக் கற்றுக் கொடுத்தார். பின்னர் இத்தம்பதியினர் புனேயில் பெண்களுக்காக நடத்தப்படும் முதல் பள்ளியைத் தொடங்கினார். அவர் தனது சகோதரியான சகுனாபாய்க்கு மராத்தியை சாவித்திரி பாயுடன் சேர்ந்து எழுதக் கற்றுக் கொடுத்தார்.

புனே நகரின் பழமைவாத உயர் சாதி சமூகம் அவரது வேலையை ஏற்கவில்லை. ஆனால் பல இந்தியர்களும் ஐரோப்பியர்களும் அவருக்கு தாராளமாக உதவினார்கள்.

புனேவில் உள்ள பழமைவாதிகள் அவரது சொந்த குடும்பத்தையும், சமூகத்தையும் அவர்களையும் ஒதுக்கி வைக்கும்படி கட்டாயப்படுத்தினர். இந்நிலையில் அவரது நண்பர் உஸ்மாஷேக் மற்றும் அவரது சகோதரி பாத்திமா ஷேக் ஆகியோர் அவர்களுக்கு அடைக்கலம் அளித்தனர். அவர் களும் தங்கள் வளாகத்தில் பள்ளி தொடங்க உதவினர்.

பின்னர் மஹர் மற்றும் மாஸ் போன்ற தீண்டத்தகாத சாதிகளைச் சேர்ந்த குழந்தைகளுக்காக ஃபூல்ஸ் பள்ளிகளை தொடங்கினர். 1852ல் மூன்று ஃபுலே பள்ளிகள் செயல்பாட்டில் இருந்தன. 273 பெண்கள் இந்தப் பள்ளி யில் கல்வி தொடர்ந்தனர். ஆனால் 1858 வாக்கில் அவை அனைத்தும் மூடப்பட்டன.

ஜோதிராவ் புலே மறுமணத்தை ஆதரித்தார். 1863ல் ஆதிக்க சாதி கர்ப்பிணி விதவைகள் பாதுகாப்பான இடத்தில் பிரசவம் செய்வதற்காக ஒரு இல்லத்தை தொடங்கினார். சிசுக்கொலை விகிதத்தைக் குறைக்கும் முயற்சியில் அவரது அனாதை இல்லம் நிறுவப்பட்டது. 1863ல் புலே ஒரு பயங்கரமான சம்பவத்தைக் கண்டது. காஷிபாய் என்ற பிராமண விதவை கருவுற்றாள். அவள் கருகலைப்பு முயற்சிகள் வெற்றி பெறவில்லை. பிரசவித்தவுடன் கொன்று குழந்தையை கிணற்றில் வீசியபோது அவள் செய்த செயல் வெளிச்சத்துக்கு வந்தது.

அவள் தண்டனையை எதிர்கொள்ள வேண்டியிருந்தது. சிறையில் அடைக்கப்பட்டாள். இந்தச் சம்பவம் புலேவை பெரிதும் வருத்த மடையச் செய்தது. எனவே அவர் தனது நீண்டகால நண்பர் சதாசிவ பல்லால் கோவண்டே மற்றும் சாவித்திரிபாய் ஆகியோருடன் இணைந்து சிசுக்கொலை தடுப்பு மையத்தை தொடங்கினார். 'விதவைகளே! இங்கே வந்து உங்கள் குழந்தையை பாதுகாப்பாகவும், ரகசியமாகவும் பிரசவிப்பது, பின்னர் குழந்தை எடுத்து செல்வதா, விட்டுச் செல்வதா என்பது உங்கள் விருப்பம். இந்த அனாதை இல்லம் குழந்தையை பாதுகாக்கும்' என்ற சுவரொட்டியை துண்டுப் பிரசுரங்களை விளம்பரப் படுத்தினார்.

சுரண்டப்பட்ட சாதியினரைச் சூழ்ந்துள்ள சமூக தீண்டாமையின் இழிவை நீக்குவதற்கு, சுரண்டப்பட்ட சாதியினருக்கு தனது வீட்டைத் திறந்து தனது தண்ணீர் கிணற்றை பயன்படுத்துவதன் மூலம் புலே முயன்றார். 1882ல் ஒரு கல்வி கமிஷன் விசாரணையில், கீழ் சாதியினருக்கு

கல்வி வழங்க உதவுமாறு புலே அழைப்பு விடுத்தார். அதைச் செயல்படுத்த கிராமங்களில் ஆரம்பக் கல்வியை கட்டாயமாக்குவதை அவர் ஆதரித்தார். உயர்நிலைப் பள்ளிக் மற்றும் கல்லூரிகளில் தாழ்த்தப்பட்ட வகுப்பினரை பெறுவதற்கு சிறப்பு சலுகைகள் அவர் கேட்டார்.

1874 ஆம் ஆண்டு செப்டம்பர் 24 ஆம் தேதி ஜோதிராவ் புலே, சத்ய சோதக் சமாஜை உருவாக்கி, தாழ்த்தப்பட்ட பெண்கள், சூத்திரர் மற்றும் தலித் போன்றோரின் உரிமைகளில் கவனம் செலுத்தினார். இந்த சமாஜனத்தின் மூலம் அவர் உருவ வழிபாட்டை எதிர்த்தார். மற்றும் சாதி அமைப்பைக் கண்டித்தார். மனித நல்வாழ்வு, மகிழ்ச்சி, ஒற்றுமை, சமத்துவம் மற்றும் எளிதான மதக் கொள்கைள் மற்றும் சடங்குகள் போன்ற கொள்கை களுடன் புலே சத்ய சோதக் சமாஜை நிறுவினார்.

புனேவை தளமாகக் கொண்டு ஒரு செய்தித்தாள், தீன்பந்து, சமாஜத்தின் கருத்துக்களுக்காக குரல் கொடுத்தது. சமாஜின் உறுப்பினர்களில் முஸ்லீம்கள் பிராமணர்கள் மற்றும் அரசு அதிகாரிகள் இருந்தனர்.

புலேயின் சொந்த மாலி சாதியினர் இந்த அமைப்பிற்கு முன்னணி உறுப்பினர்களையும் நிதி ஆதரவளார்களையும் வழங்கினர். 1888 மே 11 அன்று பம்பாயைச் சேர்ந்த மற்றொரு சமூக சீர்திருத்த வாதியான வித்தல் ராவ் கிருஷ்ணாஜி வந்தேகர் மூலம் ஜோதிராவ் புலேவுக்கு ‘மகாத்மா’ என்ற பட்டம் வழங்கப்பட்டது. இந்திய அஞ்சல் துறை 1977 ஆம் ஆண்டு புலேயின் நினைவாக தபால் தலையை வெளியிட்டது. இந்தியாவின் முதல் சட்ட அமைச்சரும், இந்திய அரசியல் அமைப்பு வரைவுக்குழுவின் தலைவருமான பி.ஆர். அம்பேத்கருக்கு புலேயின் பணி உத்வேகம் அளித்தது. அம்பேத்கர் தனது மூன்று குருக்கள் அல்லது எஜமானர்களில் ஒருவராக புலேயை ஒப்புக் கொண்டார்.

ஒரு சமூக ஆர்வலராக அவரது பாத்திரம் தவிர புலே ஒரு தொழிலதிப ராகவும் இருந்தார். 1882 ஆம் ஆண்டு அவர் ஒரு வணிகராகவும், விவசாயி களாகவும், நகராட்சி ஒப்பந்தரராகவும் தன்னை வடிவமைத்துக் கொண்டார். புலே 1876ல் அப்போதைய பூனா நகராட்சிக்கு கமிஷனராக நியமிக்கப்பட்டார். 1883 வரை இந்தப் பதவியில் இவர் தொடர்ந்து பணியாற்றினார். மகாத்மா ஜோதிராவ் புலே மிகச் சிறந்த படைப்பாள ராக விளங்கினார். ஏராளமான சிறந்த நூல்களை இவர் எழுதியுள்ளார். ஜோதிராவ் புலே ஏறத்தாழ 16 புத்தகங்களை எழுதியுள்ளார். இந்த

நூல்கள் மூலம் அந்த காலகட்டத்தில் உயர்சாதியினர் மற்றும் பிரிட்டிஷ் நிர்வாகிகளின் அட்டூழியங்களுக்கு ஆளான தாழ்த்தப்பட்ட மக்களின் சமூக விழிப்புணர்வுக்கு பங்காற்றினார்.

இவர் தீண்டாமை மற்றும் சாதி அமைப்பு போன்ற சமூக தீமை களுக்கு எதிராக பணியாற்றினார். மேலும் பெண்களின் அதிகாரம் மற்றும் பெண் குழந்தைகளின் கல்விக்கான வலுவான வக்கீலாக இருந்தார். அடிமைத்தனத்தை முடிவுக்கு கொண்டு வருவதற்கான ஆப்பிரிக்க, அமெரிக்க இயக்கத்திற்கு அவர் தனது குலாம்கிரி (அடிமைதனம்) புத்தகத்தை அர்ப்பணித்தார். பெரும்பாலும் வர்ண அமைப்புக்கு வெளியே உள்ள ஒடுக்கப்பட்ட மக்களை சித்தரிப்பதற்காக 'தலித்' என்ற சொல்லை முதன் முதலில் பயன்படுத்தியவர் புலே என்று கூறுகிறார்கள்.

அவர் தனது மனைவி சாவித்திரிராவ் உடன் இணைந்து தொடங்கிய பள்ளி காலனித்துவ காலத்தில் சமூக சீர்திருத்தங்களின் ஒரு புதிய கலையை தொடங்கியது. ஜோதிராவ் குடும்பம் ஆரம்பத்தில் பூ வியாபாரம் செய்து வந்தார்கள் என்பதால் புலே (பூக்காரர்) என்பது குடும்பப் பெயராக ஆகிவிட்டது. மகாத்மா ஜோதிராவ் புலே கல்வியால் சமூக மாற்றத்தை விளைவித்தவர். கல்வி மறுக்கப்பட்ட பட்டியல் சாதி, பிற்படுத்தப்பட்ட மக்களுக்கும், பெண்களுக்கும் கல்வி புகட்டியவர்.

சாதிய ஏற்றத்தாழ்வுகளையும், பெண்ணடிமைத் தனத்தையும் எதிர்த்துப் போராடுவதற்காகவே தன் வாழ்க்கையை அர்ப்பணித்தவர் மகாத்மா ஜோதிராவ் புலே. இன்றைய மகாராட்டிர மாநிலத்தின் சாதறா மாவட்டத்தில் 1827 ஏப்ரல் 11 அன்று பிறந்த ஜோதிராவ் புலேயின் தாயார் இவருக்கு ஒரு வயது நிறைவடைவதற்குள்ளேயே இறந்து விட்டார். காந்திக்கு மகாத்மா எனும் பட்டம் வழங்கப்படுவதற்கு நீண்ட காலத் திற்கு முன்பே மகாத்மா எனும் பட்டம் பெற்ற மற்றொரு சமூக சீர்திருத்த வாதியாக இவர் விளங்கினார். இவரது மனைவியான சாவித்திரிபாய் புலேவும் ஒரு சமூக சேவகர் ஆவார். இவர் இந்தியாவின் முதல் பெண் ஆசிரியராகவும், பெண் விடுதலை இயக்கத்தின் முதல் தலைவராகவும் அறியப்படுகிறார்.

ஜோதிராவ் புலே குழந்தை திருமணங்களை கடுமையாக எதிர்த்த துடன் விதவைகள் மறுமணத்திற்காகவும் உழைத்தார். 1868ல் தனது சகோ தரத்துவ அணுகுமுறையை வெளிப்படுத்த ஜோதிராவ் தனது வீட்டிற்கு

வெளியில் அனைத்து சாதி மனிதர்களுக்கும் பொதுவான ஒரு குளியல் தொட்டியை கட்ட முடிவு செய்தார். இவரது மனைவி சாவித்திரி புலே சாதி மற்றும் பாலின அடிப்படையில் மக்களிடையே நிலவும் பாகுபாடு மற்றும் அவர்களை நியாயமற்ற முறையில் நடத்தும் முறையை ஒழிப்பதற்காகப் பணியாற்றினார்.

இவர் மகாராட்டிராவின் சமூக சீர்திருத்த இயக்கத்தின் முக்கியமான நபராகக் கருதப்படுகின்றனர். ஜோதிராவ் மற்றும் சாவித்திரிபாய் ஆகியோருக்கு குழந்தைகள் இல்லை என்பதால் அவர்கள் ஒரு பிராமண விதவைக்குப் பிறந்த யஷ்வந்த் ராவை என்ற ஒரு மகனை தத்தெடுத்து கொண்டனர். சாவித்திரிபாயின் நெருங்கிய தோழியான பாத்திமா பேகம் ஷேக் இந்தியாவின் முதல் இஸ்லாமிய பெண் ஆசிரியர் ஆவார்.

சாவித்திரிபாய் 1854 ஆம் ஆண்டில் காவ்யா புலே எனும் புத்தகத்தையும், 1892 ஆம் ஆண்டு பவன்காஷி சுபோத் ரத்வைகர் எனும் புத்தகத்தையும், 'செல்க கல்வி பெறுக' எனும் தலைப்பிலான ஒரு கவிதையையும் வெளியிட்டார்.

பெண்களது உரிமைகள் தொடர்பான விழிப்புணர்விற்காக மகிளா சேவா மண்டல் எனும் அமைப்பினை இவர் நிறுவினார். பாண்டுரங் பாபாஜி கெய்குவாட் என்பவரின் மகனைக் காப்பாற்றும் முயற்சியில் சாவித்திரி பாய் வீரமரணம் அடைந்தார்.

1888 ஆம் ஆண்டு மகாத்மா ஜோதிராவ் புலே பக்கவாதத்தால் பாதிக்கப் பட்டு முடங்கிய நிலையில் 1890 ஆம் ஆண்டு நவம்பர் 28 ஆம் நாள் தனது 63 ஆம் வயதில் புனேயில் அவர் காலமானார்.

6
ஸ்ரீ நாராயண குரு

இந்திய சமூக சீர்திருத்தப் பெரியார்களில் ஒருவராகவும், ஆன்மீகத்தில் பல புதுமைகளைக் கொண்டு வந்தவரும், சிறந்த இலக்கியப் படைப்பாளராகவும் அறியப்பட்டு, தத்துவ ஞானியாகவும் உயர்ந்தவர் ஸ்ரீ நாராயண குரு ஆவார். கேரள மாநிலம் திருவனந்தபுரத்திற்கு அருகிலுள்ள செம்பழந்தி எனும் கிராமத்தில் ஈழவ சமுதாயத்தில் விவசாயம் செய்து வந்த மாடன் ஆசான் - குட்டி அம்மாள் தம்பதியினருக்கு மகனாகப் பிறந்தவர் நாராயணன்.

நாணு என்று செல்லமாக இவரது குடும்பத்தவரால் இவர் அழைக்கப் பட்டார். நாராயணனின் தந்தையான மாடன் விவசாயம் செய்து வந்தாலும் சிறிது சமஸ்கிருதம் தெரிந்திருந்ததால்

இராமாயணம் மற்றும் மகாபாரதம் போன்ற கதைகளை அவர் சொல்லி வந்தார்.

தந்தை சொல்லும் கதைகளை ஆர்வமுடன் கேட்டு வளர்ந்த நாராயணன், தந்தை இல்லாத நேரங்களில் அவரது தந்தையைப் போல அவரும் கிராம மக்களுக்கு கதைகளை சொல்லி மகிழ்ச்சி அடைவார். கிருஷ்ணன் என்பவர் இவரது தாய்மாமா. இவர் ஆயுர்வேத மருத்துவராக வும், சமஸ்கிருதம் தெரிந்த பண்டிதராகவும் விளங்கினார். இவருடைய சிபாரிசின் பேரில் அந்த ஊரில் உள்ளூர் பணி ஆசிரியராகவும், கிராம அதிகாரியாகவும் இருந்த செம்பழந்திப் பிள்ளை என்பவர், நாராயணுக்கு வீட்டிலிருந்தபடியே அடிப்படைக் கல்வியைக் கற்றுக் கொடுத்தார்.

நாராயணன் தமது 15 வயதில் தாயை இழந்தார். தந்தையின் ஆசிரியப் பணியிலும், மாமாவின் ஆயுர்வேத மருத்துவப் பணியிலும் உதவி புரிந்து வந்தார் நாராயணன்.

மீதமுள்ள நேரத்தில் அருகிலுள்ள கிராமக் கோவில் ஒன்றில் தெய்வ வழிபாடுகளில் கவனம் செலுத்தினார். அதன்பின் கும்மம்பிள்ளி ராமன் பிள்ளை ஆசான் என்பவரிடம் கல்வி கற்கத் தொடங்கினார். அங்கு அவர் வேதங்களையும், உபநிடதங்களையும் கற்றுத் தெரிந்தார். அதன் பிறகு அருகிலுள்ள பள்ளி ஒன்றில் ஆசிரியர் பணி செய்தார். இவருடைய திறமையைக் கண்டு வியந்த அப்பகுதி மக்கள் அவரை 'நானு ஆசான்' என்று செல்லமாக அழைக்கத் தொடங்கினர்.

தம்முடைய சொந்த ஊரில் ஒரு பள்ளியைத் துவங்கினார். இதனிடையே கவிதை எழுதுவது கிராம மக்களுக்கு நீதிக்கதைகள் சொல்வது என்று ஒரு துறவியைப் போல் தனது சேவைகளைச் செய்து வந்தார்.

அவருடைய குடும்பத்தினர் நாராயணன் துறவியாகி விடக்கூடாது என்று முடிவு செய்து கிராம மருத்துவர் ஒருவரின் மகளான காளியம்மாள் என்பவரை எளிமையான முறையில் திருமணம் செய்து வைத்தனர். ஆனால் துறவியைப் போல் சென்று கொண்டிருந்த அவருடைய செய்கையால் அவரது மனைவி தன்னுடைய தந்தை வீட்டுக்குச் சென்று விட்டார்.

சில காலத்திற்குப் பின் அவரது மனனவியும், தந்தையும் இறந்துவிட நாராயணன் சந்நியாசியாக பல இடங்களுக்கும் செல்லத் துவங்கினார்.

திருவனந்தபுரத்திற்கு சென்றபோது தைக்காடு அய்யாவு என்ற தமிழர் இவருக்கு பழக்கமானார். இவர் சிலம்பம், யோகா போன்ற கலைகளை நாராயணனுக்கு கற்றுக் கொடுத்தார்.

தமது 23வது வயதில் நாராயணன் கன்னியாகுமரி மாவட்டத்தில் பொற்றையடி எனும் ஊரில் அருகில் உள்ள மருத்துவ மலையில் தனிமையில் தியானம் செய்து எட்டு வருடங்கள் இளம் துறவராக வாழ்ந்தார். இந்த மலையில் வாழ்ந்தபோது மலையாள மொழியில் ஆத்மோபதேச சதகம் எனும் நூறு செய்யுள்களை இவர் இயற்றினார். சன்னியாசியாகத் திரிந்த நாராயணன்பால் பல சீடர்கள் சேர்ந்தனர். நாராயணன் குருவாக உயர்ந்தார்.

கேரள மாநிலத்தில் தீண்டத்தகாதவர்களும் கடவுள் வழிபாடு மறுக்கப் பட்ட காலத்தில் இந்த அருவப்புரத்தில் ஒரு சிவன் கோயிலை அமைத்தார் நாராயணகுரு. இது ஒரு புரட்சிகரமான செயலாக பார்க்கப்பட்டது.

அதே சமயம் உயர் சாதியினர்களுக்கு இது எரிச்சலையும் தந்தது. அவர்கள் எதிர்ப்புக் குரலை எழுப்பினர். ஆனால் நாராயணகுரு கடவுள் குறிப்பிட்ட ஒரு சமூகத்தினருக்கு மட்டும் உரியவர் அல்ல என்று சொன்னார். இந்தக் கோவில் சாதிமத பேதமில்லாமல் அனைவரும் வணங்கும் தலம் என்று எழுதி வைக்கவும் செய்தார்.

வர்க்கலை எனும் ஊரில் சமஸ்கிருதப் பள்ளி ஒன்றை அமைத்தார். இங்கு சாதிப் பாகுபாடின்றி, கல்வித்தகுதிகள் ஏதுமின்றி பலரும் சேர்த்துக் கொள்ளப்பட்டனர். இதில் ஏழைக் குழந்தைகள், அனாதையாக விடப்பட்டவர்கள் போன்றவர்களுக்கு ஆதரவளித்தார். நம்பூதிரிகளுக்கு அடுத்த நிலையிலிருந்த நாயர் வகுப்பினர்கள் கூட கோவில்களின் கருவறைக்குள் நுழைய முடியாத நிலையில் நாராயணகுரு பல கோவில் களைக் கட்டி ஆலயப் பிரவேசத்திற்கு புதிய வழிமுறையைக் கொண்டு வந்தார்.

ஈழவ மக்களிடையே இருந்து வந்த சிறு தெய்வ வழிபாடு எனும் குல தெய்வ வழிபாட்டு முறையை ஒழித்து பெரும் தெய்வ வழிபாட்டுக்கு வழிவகுத்துக் கொடுத்தார் என்று சொல்லலாம். ஏனெனில் குலதெய்வ வழிபாட்டு முறையில் கள், சாராயம் போன்றவைகளையும்,

மிருகங்களையும் பலியிட்டு மாமிசங்களைப் படைத்து அதை அனைவரும் குடித்தும் சாப்பிட்டு மகிழ்வதாக கடைபிடிக்கப்பட்டது. இந்நிலை சமுதாயத்தின் அவமானச் சின்னங்களாகவும் இருந்தன.

இதை மாற்றும் நோக்கத்தில் குலதெய்வ ஒழிப்பு முறையைக் கொண்டு வருவதற்காக சிவன், விஷ்ணு போன்ற பெரும் தெய்வங்களை ஸ்ரீ நாராயண குரு பிரதிஷ்டை செய்து புதிய கோவில்களை கட்டினார் என்ற விமர்சனமும் எழுந்தது. 1913ல் ஆலுவா என்னுமிடத்தில் அத்வைத ஆசிரமம் அமைக்கப்பட்டது. இந்த ஆசிரமத்தின் முக்கிய கொள்கையாக கடவுளின் கண்களுக்கு அனைத்து மனிதர்களும் சமம் என்கிற வாசகம் வலியுறுத்தப்பட்டது.

1903ல் திருவனந்தபுரத்தை மையமாகக் கொண்டு அருவிப்புரத்தில் ஸ்ரீநாராயண தர்ம பரிபாலன சபா எனும் அமைப்பு நிறுவப்பட்டது. இந்த அமைப்பில் ஈழவர்கள் மட்டுமின்றி புலையர்களும் சேர்த்துக் கொள்ளப் பட்டனர்.

பிற்படுத்தப்பட்ட மற்றும் தாழ்த்தப்பட்ட வகுப்பினரும், கல்வி, செல்வம், ஆன்மீகம் போன்றவற்றில் உயர்சாதியினரைப் போல முன்னிலைக்கு வந்தால் உயர்வு தாழ்வு எனும் பாகுபாடு நிலை இல்லாமல் போய் விடும். எனவே அந்த நிலைக்கு உயர்வதற்கு முதலில் அவர்களி டையே அறியாமையைப் போக்க வேண்டும். 1912ல் சாரதா மடத்தை கட்டினார். மேலும் அவர் திருச்சூர், கண்ணூர், அஞ்சுதெங்கு, தலச்சேரி, கோழிக்கோடு மற்றும் மங்களூர் போன்ற இடங்களில் கோயில்களைக் கட்டினார்.

19 ஆம் மற்றும் 20 ஆம் நூற்றாண்டுகளில் கேரளாவில் சாதிவெறி நடை முறையில் இருந்தது. ஈழவர்கள் போன்ற தாழ்த்தப்பட்ட சாதியினர் மற்றும் பறையர்கள், பழங்குடியினர், புலையார் போன்ற தீண்டத்தகாத சாதியினர் உயர்சாதி சமூகத்தின் பாகுபாடுகளை அனுபவிக்க வேண்டி யிருந்தது. இந்த பாகுபாட்டிற்கு எதிராகவே நாராயணகுரு போர்க்குரல் எழுப்பினார்.

இவர் இரக்கம் மற்றும் மதசகிப்புத் தன்மையின் இலட்சியங்களைப் பிரச்சாரம் செய்தார். வைக்கம் சத்தியாகிரகத்தின் சமூகப் போராட்டம் திருவிதாங்கூரின் இந்து சமூகத்தில் தீண்டாமைக்கு எதிராக தாழ்த்தப்

பட்ட சாதியினரின் போராட்டமாகும். நாராயண குருவை வைக்கம் கோயிலுக்குச் செல்லும் சாலை வழியாகச் செல்வதை உயர்சாதி நபர் ஒருவர் தடுத்து நிறுத்திய சம்பவம்தான் போராட்டத்தை தூண்டியதாகத் தெரிவிக்கப்பட்டது.

குருவின் சீடர்களான குமரன் ஆசான் மற்றும் மூவலூர் எஸ்.பத்மநாப பணிக்கள் ஆகிய இருவர்களையும் அந்த சம்பவத்திற்கு எதிர்ப்புத் தெரிவித்து கவிதைகள் எழுதத் தூண்டியது.

மகாத்மா, காந்தியின் ஆதரவுடன் போராட்டம் ஒரு வெகுஜன இயக்கமாக வளர்ந்தது. இந்த எதிர்ப்பு 1936 ஆம் ஆண்டு கோயில் நுழைவு பிரகடனத்தில் தாக்கத்தை ஏற்படுத்தியது. ரவீந்திரநாத் தாகூர் 1922ல் சிவிகிரியில் உள்ள நாராயணகுருவின் ஆசிரமத்தில் அவரைச் சந்தித்தார். சுவாமி நாராயணகுருவை விட ஆன்மீகத்தில் உயர்ந்த ஒருவரையோ அல்லது அவருக்கு இணையான நபரையோ நான் சந்தித்ததில்லை என்று ரவீந்திரநாத் தாகூர் கூறினார்.

மகாத்மா காந்தி 1925 ஆம் ஆண்டில் வைக்கம் சத்தியா கிரகத்தில் பங்கேற்பதற்காக கேரளா சென்றபோது குருவைச் சந்தித்தார்.

ஸ்ரீ நாராயணகுருவைப் போன்ற மதிப்பிற்குரிய ஞானியை தரிசனம் செய்தது தனது வாழ்வில் கிடைத்த பெரும் பாக்கியம் என்று கூறினார். 1967, 21 ஆகஸ்ட் அன்று நாராயணகுருவுக்கு இந்திய அஞ்சல் துறையில் நினைவு கூறப்பட்டது. இந்திய ரிசர்வ் வங்கி குருவின் உருவத்தை சித்தரிக்கும் இரண்டு செட் நினைவு நாணயங்களை வெளியிட்டது. நாராயண குருவின் பல சிலைகளில் முதன்மையானது 1927 ஆம் ஆண்டு தலச்சேரி ஜகன்னாதர் கோயிலில் அவர் உயிருடன் இருக்கும்போதே நிறுவப்பட்டது. கேரளாவின் பல இடங்களில் இவரது திருவுருவச் சிலைகள் காணப்படுகின்றன.

ஸ்ரீ நாராயணகுரு நான் தத்துவத்தில் ஆதிசங்கரரை பின்பற்றுகிறேன். ஆனால் ஜாதிப் பிரிவினை சம்பந்தமாக நான் அவருடன் ஒத்துப்போக மாட்டேன் என்று கூறியுள்ளார். 'ஒரு சாதி, ஒரு மதம், ஒரு தெய்வம் மனிதர்களுக்கு' என்று பறை சாற்றினார் நாராயணகுரு.

ஸ்ரீ நாராயண குருவின் தீண்டாமை ஒழிப்புக் கொள்கைகள் முக்கியத் துவமுடையது என்றாலும் அதற்குப் பிறகு அவர் எடுத்துச் சென்ற

'அனைத்தும் ஒன்றே' என்பதுதான் முக்கியமானதாக வலியுறுத்தப் பட்டது.

நாராயணகுருவின் வழிமுறை எதையும் நிராகரிப்பது அல்ல. அவர் அனைத்தையும் கற்று உள்ளடக்கி தனக்கென ஒரு நோக்கை உருவாக்கிக் கொள்ள வேண்டும் என்றார். அறிவு ஒன்றுதான் மனித குலத்துக்கு உரியது என்றும் அதைக் கெண்டு முன்னேற்றம் காண்பது தான் வாழ்க்கை என்றும் சொன்னார்.

கேரளத்தின் மகாகவி ஜி. சங்கரகுருப் எழுதிய செய்யுளில் ஸ்ரீ நாராயண குருவை 'இரண்டாம் புத்தர்' என்று குறிப்பிட்டுள்ளார். தமிழகத்தின் புரட்சிக்கவிகள் சுப்பிரமணிய பாரதியார் இவருடைய சமூகச் சீர்திருத்தக் கொள்கைகளைப் பாராட்டி எழுதியிருப்பதுடன் இவருடைய சமஸ்கிருத நூல்களையும் கருத்துக்களையும் பாராட்டியுள்ளார்.

ஸ்ரீ நாராயண குருவின் பெயரில் தமிழ்நாட்டில் பல சமூகச் சேவை அமைப்புகள் இயங்கிக் கொண்டிருக்கின்றன. இவை ஸ்ரீ நாராயண குருவின் சமூகசீர்திருத்தக் கருத்துக்களை பரப்புவதற்கு உறுதுணையாக இருந்து வருகின்றன.

7
பி.டி. தியாகராயர்

வெள்ளுடை வேந்தர் சர்.பி. தியாக ராய செட்டி எனும் பி.டி. தியாகராயர் நீதிக்கட்சியின் நிறுவனங்களில் ஒருவரும் திராவிட இயக்கத்தில் மூத்த தலைவர் களில் ஒருவராக போற்றப்படுபவரும் ஆவார். நெசவு மற்றும் தோல் பதனிடும் தொழிலில் ஈடுபட்டு வந்த பெரும் செல்வந்தராக சென்னை கொருக்குப் பேட்டையில் வசித்து வந்த அய்யப்ப செட்டியார், வள்ளி அம்மாள் தம்பதி யருக்கு 1852 ஆம் ஆண்டு ஏப்ரல் 27 ஆம் நாள் தியாகராயர் மூன்றாவது மகனாகப் பிறந்தார்.

1876 ஆம் ஆண்டு சென்னை மாநிலக் கல்லூரியில் படித்து பி.ஏ. பட்டம் பெற்றார். தியாகராயரின் மனைவியின் பெயர் சின்னவள்ளி அம்மாள்.

இவர்களுக்கு ஒரு மகனும் ஒரு மகள்களும் பிறந்தனர். தியாகராயருக்கு நெசவுத் தொழிலைத்தவிர தோல் பதனிடுதல், உப்பளம், சுண்ணாம்புக்க ளவாசல் போன்ற தொழில்களும் இருந்தன். அதில் ஏராளமானவர்கள் வேலை செய்தனர். இந்தத் தொழில்களுக்கு உதவியாக நூறு படகுகள் கொண்ட போக்குவரத்து துறையே வைத்திருந்தார்.

தமது வீட்டருகே பி.டி. நெசவு ஆலை என்ற பெயரில் சுமார் நூறு தறிகளைக் கொண்ட நெசவாலையை ஏற்படுத்தினார். தற்போது நம் கைத்தறி நெசவில் குஞ்சம் இழுத்து நெய்யும் முறையை அறிமுகப்படுத்தி யவர் இவரே. அதற்கு முன் நாடாவை கைகளில் அள்ளி தான் நெய்தார்கள். இங்கு தயாரிக்கப்பட்ட பிடிமார்க் கைக்குட்டைகள் உலகப் புகழ் வாய்ந்தவை. இந்திய தேசிய காங்கிரசின் மூன்றாவது மாநாடு சென்னையில் நடைபெற்றது. தியாகராயர் அம்மாநாட்டை முன்னின்று நடத்தினார்.

காந்தியடிகள் சென்னை வந்தபோது அவருக்கு சிறப்பானதொரு வரவேற்பைத் தந்தார். 1822 ஆம் ஆண்டு சென்னை உள்நாட்டினர் சங்கம் என்ற பெயரில் ஒரு அமைப்பைத் தொடர்ந்து நடத்தினார். இச்சங்கம் பிற்காலத்தில் ‘சென்னை மகாஜன சபை’ என்ற பெயரில் அழைக்கப் பட்டது. இச்சபை அவ்வப்போது சென்னையில் கூடி விவாதித்துக் கோரிக்கைகளை ஆங்கில அரசுக்கு சமர்ப்பித்து வந்தது.

1916 ஆம் ஆண்டு வரை அவர் ஒரு தீவிர காங்கிரஸ்சாராகவே செயல் பட்டார். தந்தை பெரியாருக்கும் முன்னரே சுயமரியாதை இயக்கத்தை ஆரம்பித்தவர் இவரே.

தமிழக காங்கிரசில் ஆதிக்க வெறிகண்டு மனம் வெதும்பிய இவர் கட்சியி லிருந்து வெளியேறினார். அப்போது அவரைக் கடுமையாக விமரிசித்து அறிக்கை வெளியிட்ட பெரியார் பின்னால் அதே காரணத்திற்காக காங்கிரசை விட்டு விலகி, தீவிரமாக எதிர்க்க ஆரம்பித்தார்.

1916 ஆம் ஆண்டு நடைபெற்ற சட்டமன்ற தேர்தலில் காங்கிரசுக் கட்சி யின் சார்பில் போட்டியிட்ட திராவிடத் தலைவர்கள் டாக்டர் டி.எம்.நாயர், பனகல் அரசர், இராமநியங்கர், கே.வி.ரெட்டி நாயுடு மற்றும் சர்.பி.தியாகராயர் ஆகியோர் காங்கிரசுக் கட்சியினரால் தோற்கடிக்கப்பட்டனர்.

பல கட்சிகளிலும் இருந்த தலைவர்கள் இவரிடம் கொள்கை ரீதியாக வேற்றுமை கொண்டிருந்தாலும் உணர்வுப்பூர்வமாக இவரிடம் பேரன்பு கொண்டிருந்தனர். ஒரு சமயம் இவரின் நிர்வாகத்தை எதிர்த்து தமிழ்த் தென்றல் திரு.வி.க அவர்கள் சென்னை கடற்கரைப் பொதுக் கூட்டத்தில் மிக ஆவேசமாக உரையாற்றினார். அவரிடமும். தியாகராயர் நட்புணர்வு பாராட்டினார்.

சர்.சி.வி ராமசாமி அய்யர் தேர்தலின் போது, தியாகராயரை எதிர்த்துப் போட்டியிட்டார். துப்பாக்கியினைக் காட்டி அவருக்கு எதிராக வாக்கு சேகரித்தார். ஆனால் மிகவும் அதிகமான வாக்குகள் பெற்று வெற்றி பெற்றார் தியாகராயர். அவர் மறைந்தபோது அதே சி.பி. ராமசாமி அய்யர், 'ஒரு தன்னலமற்ற மனிதாபிமானியை இழந்தோம்' என்று சட்ட மன்றத்தில் இரங்கல் தீர்மானத்தை முன்மொழிந்து பேசினார்.

1916 ஆம் ஆண்டு நவம்பர் திங்கள் 20 ஆம் நாள் சென்னை வேப்பேரியில் எத்திராசு முதலியார் இல்லத்தில் சர்.பி. தியாகராயர் சிறப்புக் கூட்டினார். அந்தக் கூட்டத்தில் 'தென் இந்தியர் நல உரிமைச் சங்கம்' என்ற பெயரில் ஒரு அமைப்பை தொடர்ந்து நடத்துவதென தீர்மானிக்கப்பட்டது.

இந்த அமைப்பின் சார்பில் 'ஜஸ்டிஸ்' என்ற பெயரில் ஒரு இதழையும் நடத்தினார். இந்த இதழின் பெயரைக் கொண்டே அந்த அமைப்பை 'ஜஸ்டிஸ் பார்ட்டி' என்று நீதிக்கட்சி அழைக்கப்பட்டது. நீதிக்கட்சியின் தலைவராக சர்.பி.டி. தியாகராயர் பயணித்தார். தியாகராயர் வெளியிட்ட கொள்கை விளக்க அறிக்கை மக்களிடையே ஒரு விழிப்புணர்ச்சியை பெருமளவுக்குத் தட்டி எழுப்பியது. அவர்கள் நீதிக்கட்சியின் கொள்கை களுக்கும், திட்டங்களுக்கும் பேராதரவு தந்தனர்.

நீதிக்கட்சி இந்தியாவுக்கு விடுதலை வேண்டும் என்று வலியுறுத்தியது. அதே நேரத்தில் தாழ்த்தப்பட்டோர் மற்றும் பழங்குடியினர் ஆகியோருக்கு முழு உரிமையும், பாதுகாப்பும் வேண்டும் என்று கோரியது.

சர்.பி.டி. தியாகராயரின் தன்னலமற்ற விடாமுயற்சிகள் நீதிக்கட்சி மக்கள் நம்பிக்கையை பெற்று இந்த அரும்பணிகளுக்கு இடையே 1921 ஆம் ஆண்டு நடைபெற்ற சென்னை மாநில சட்டமன்றத் தேர்தலில் நீதிக் கட்சி அறுதிப் பெரும்பான்மையைப் பெற்று ஆட்சி அமைக்க முன் வந்தது. அப்போதைய ஆங்கிலேய ஆளுநர் வெலிஜீடன் பிரபு நீதிக்கட்சி

யின் தலைவராக விளங்கிய தியாகராயரை ஆட்சி அமைக்க வருமாறு அழைப்பு விடுத்தார். ஆனால் முதலமைச்சர் பதவியை ஏற்க தான் விரும்ப வில்லை என்று கூறி, கடலூர் வழக்கறிஞர் சுப்பராயறு ரெட்டியாரை முதலமைச்சராகப் பொறுப்பேற்கச் செய்தார்.

தியாகராயர் தமிழ்நாட்டு காங்கிரஸ் கமிட்டியின் செயலாளராக இருந்தபோதிலும் பார்ப்பனிய ஆதிக்கத்தை தீவிரமாக எதிர்த்தார். அதனால் அவர் மகாத்மா காந்தியரிடமும் முரண்பட நேர்ந்தது.

காந்திஜியின் கதர் கொள்கையும் ஏற்றுக் கொள்ளவில்லை. பழைய முறையிலான கைத்தறி நெசவு நம் இந்திய முன்னேற்றத்துக்கு ஏற்றதல்ல. அதில் புதுமையைப் புகுத்தி தொழில்புரட்சி புரிய வேண்டும் என்பது தியாகராயரின் எண்ணம். அதில் தீவிரமும் காட்டினார்.

காந்தியடிகள் இவரிடம் முரண்பட்டபோதும் அவர் சென்னைக்கு வந்த போது பிடி நெசவாலைக்கு வருகை தந்து அதை பார்வையிட்டார். அதில் ஒரு தறியில் அமர்ந்து நெய்தும் பார்த்தார். அதில் கண்டிருந்த நவீன உத்தி களைக் கற்றுக் கொள்வதற்காக தன்னுடைய புதல்வர்களான மணியால், மதன்லால், ஆகிய இருவரையும் ஆறு மாத கலைப் பயிற்சிக்காக அனுப்பி வைத்தார். தியாகராயரை எல்லோரும் நாத்திகள் என்றே நம்பியிருந் தனர். ஆனால் அவர் சுயமரியாதைக் கொள்கையில் ஈடுபாடு கொண்டிருந் தாலும் கடவுள் திருப்பணிகளிலும் நிகராக விளங்கினார்.

சென்னையிலுள்ள மயிலை கபாலீஸ்வரர் ஆலயத்தை ரூபாய் பத்தாயிரம் செலவு செய்து திருப்பணிச் செய்து குடமுழுக்கிற்கு ஏற்பாடு செய்தார். ஆனால் கோயிலைச் சேர்ந்தோர் இவரைக் கோபுரத்திலேறி கும்பநீரை ஊற்ற அனுமதிக்கவில்லை. பார்த்தசாரதி கோயிலுக்கும் திருப்பணி செய்வித்தார்.

பார்ப்பனீயத்தை எதிர்த்தாரே தவிர பார்ப்பனர்களைத் தியாகராயர் வெறுத்ததில்லை. நம் வழக்குகளை நாமே பேசித் தீர்த்துக் கொள்ள வேண்டுமே தவிர பார்ப்பன வக்கீல்களைக் கொண்டு வழக்கு நடத்தக் கூடாது என்று வலியுறுத்தினார். ஆனால் ஏழைப் பார்ப்பனர்களுக்கு உதவிகள் செய்தார்.

தியாகராயரின் நீண்ட தாழ்வாரத்தில் ஏராளமான பார்ப்பன சிறுவர்கள் அமர்ந்து வடமொழியும், மந்திரங்களும் கற்றுக் கொள்வார்கள். சில

நண்பர்கள் அவரைப் பார்த்து பார்ப்பனர்களுக்கு எதிரான இயக்கம் நடத்துகிறீர்கள். ஆனால் உங்கள் இல்லத்திலேயே இத்தகைய உதவிகளை செய்கிறீர்களே என்று கேட்டதற்கு நான் பிராமணர்களை வெறுக்க வில்லை. பிராமணர்கள் தங்கள் குலத்தொழிலை செய்யட்டும். நாடாள்வது அரசப் பரம்பரையான நமது பணி. அவர்கள் அவர்களது தொழிலைச் செய்ய வேண்டாம் என்று நாம் சொன்னால் அவர்கள் வேறு எங்கு போவார்கள் என்று கூறினார்.

சர்.பி.டி.தியாகராயர் தமது சொந்தப் பணத்தில் பல பள்ளிகளையும், கல்லூரிகளையும் நிறுவினார். சென்னையில் உள்ள தியாகராயர் கல்லூரி இவர் நிறுவியதே. சென்னை மற்றும் ஆந்திரா பல்கலைக்கழகத்தில் தமிழ் வளர்ச்சிக்காக வழி ஏதும் செய்யப்படாமையால் செட்டிநாடு அரசர் அண்ணாமலை செட்டியாருடன் இணைந்து அண்ணாமலைப் பல்கலைக் கழகத்தை உருவாக்கினார். பாடசாலைகளைப் போலவே தொழில் நுட்பப் பயிற்சி பள்ளிகளைத் தொடங்கினார்.

முஸ்லீம் கல்வி அறக்கட்டளையிலும் உறுப்பினராகவும், தலைவராகவும் இருந்து ஏராளமான சீர்திருத்தங்களைச் செய்தார். பச்சையப்பர் கல்வி அறக்கட்டளையை சீரமைத்து அனைத்து தரப்பினரும் உறுப்பினராகும் வாய்ப்பை ஏற்படுத்தினார். மேலும் சென்னை தியாகராய நகர், என்பது இவரைக் குறிப்பதுவே, பெங்களூரிலும் தியாகராய நகர் என்ற பகுதி உள்ளது. இந்திய அரசு இவரது உருவம் பொறித்த அஞ்சல் தலையை வெளியிட்டு பெருமை சேர்த்தது.

அஞ்சல் தலையின் பின்னணியில் தறி நெய்யும் நெசவாளியின் உருவம் காணப்படுகிறது. ரிப்பன் மாளிகை எனப்படும் சென்னை மாநகராட்சி அலுவலகத்தின் நுழைவாயிலில் இவரின் சிலை அமைக்கப்பட்டுள்ளது. 1920 ஆம் ஆண்டு மாண்டேகு செம்ஸ்போர்டு பரிந்துரையின்படி நகராண்மைத் தலைவரைத் தேர்ந்தெடுக்க நடைபெற்ற நேரடி தேர்தலில் வெற்றி பெற்ற முதல் தலைவர் (மேயர்) சர். பிட்டி தியாகராயர் ஆவார்.

1905 ஆம் ஆண்டு இங்கிலாந்து இளவரசர் 5 ஆம் ஜார்ஜ் சென்னை வந்த போது நகராண்மை தலைவராக (மாநகராட்சி மேயர்) இருந்தபோது சர்.பிட்டி. தியாகராயர் இளவரசரை வெள்ளுடை அணிந்து வரவேற்க அப்போதைய கவர்னர் ஒப்புதல் அளித்தார்.

1882 முதல் 1923 வரை சுமார் 41 ஆண்டுகள் சென்னை நகராண்மை *கழகத்துடன் தொடர்புடையவராகத் திகழ்ந்த தியாகராயர் 1881* கூட்டங்களைத் தலைமை ஏற்று நடத்தியுள்ளார். சென்னை மாநகராட்சி கூட்டத்தின் பின்புறம் உள்ள மக்கள் பூங்காவையும் பெண்களுக்கென்று தனியாக ஒரு பூங்காவை பேரக் நெய்டன் என்னும் இடத்தில் நிறுவினார்.

1920 ஆம் ஆண்டு சென்னை ஆயிரம் விளக்கு பகுதியில் செயல்பட்டு வந்த நகராட்சிப் பள்ளியில் முதன் முதலாக மதிய உணவு திட்டத்தை தொடங்கி வைத்தார்.

1919 முதல் *1923* வரை நகராண்மைத் தலைவராகப் பதவி வகித்தார். அந்நேரத்தில் சென்னை மாகாணத்தின் முதலமைச்சராக பதவி ஏற்க வருமாறு கவர்னர் கோரினார். அதனை ஏற்க மறுத்து விட்டார். இவர் தமது *73* வயதில் *1925* ஆம் ஆண்டு ஏப்ரல் *28* அன்று காலமானார்.

தியாகராயர் எப்பொழுதும் நெற்றியில் திருநீரோடும், மலர்ந்த முகத்தோடும் காட்சி தருபவர். அரிமா நோக்கும், பீடுநடையும் அஞ்சா நெஞ்சும் கொண்டு திகழ்ந்தார்.

தியாகராயரது வெள்ளுடை ஆர்வத்தையும் நாட்டுப் பற்றையும், அவரது தன்மான உணர்வையும் கண்ட ஐரோப்பியர்கள் வியந்து போற்றினார்கள்.

❖

8
டி. எம். நாயர்

சமூக நீதிக்கான போர்க்குரல் என்னும் திராவிட சித்தாந்தத்தின் போராளி என்றும் வர்ணிக்கப்பட்டவர் டி.எம். நாயர். டாக்டர் தரவாட் மாதவன் நாயர் என்ற முழுப்பெயர் கொண்ட டி.எம். நாயர் தென்னகத்தின் புகழ் பூத்த இந்திய அரசியல்வாதி.

சென்னை மாகாணத்தில் திராவிட இயக்கத்தின் முன்னோடி தென்னிந்திய நல உரிமைச் சங்கத்தை (நீதிக்கட்சி) சர்.பிட்டி. தியாகராய செட்டியார், டாக்டர் சி. நடேச முதலியார் ஆகியோருடன் இணைந்து தோற்றுவித்தவர். அச்சங்கத்தின் தன் விதிகளையும், கொள்கை நெறிகளையும் வடித்துத் தந்தவர்.

தாழ்த்தப்பட்ட மக்கள் மற்றும் பிராமணரல்லாத மக்கள் ஆகியோரின் வளர்ச்சிக்காகவும், முன்னேற்றத்திற்காகவும், இன்னல்களையும், இழப்புகளையும் ஏற்று செயல்பட்ட மாபெரும் தலைவர் என்று மக்களால் போற்றப்பட்டவர் டி.எம். நாயர்.

1868 ஆம் ஆண்டு ஜனவரித் திங்கள் 15ஆம் நாள் சென்னை மாகாணத்தில் பாலக்காடு அருகில் திரூர் கிராமத்தில் சங்கரன் நாயர், காமினி அம்மாள் தம்பதியருக்கு இரண்டாவது மகனாகப் பிறந்தார் டி.எம். நாயர். இவரது தந்தையார் கள்ளிக் கோட்டையில் புகழ்பெற்ற வழக்கறிஞராகப் பணிபுரிந்தவர்.

டி.எம். நாயர் பாலக்காட்டில் அரசு உயர்நிலைப் பள்ளியில் கல்வி பயின்றார். இதற்குப் பின் சென்னை மாநிலக் கல்லூரியில் அறிவியலை வகுப்புப் பாடமாக கொண்டு எஃப், ஏ இரண்டு ஆண்டுகள் பயின்று பல்கலைக்கழகத்திலேயே முதன்மை மாணவராகத் தேர்ச்சி பெற்றார். கல்வி பயிலும் காலத்தில் தம் ஆளுமைமிக்க பணியில் மாணவர் தலைவராக சிறந்து விளங்கினார்.

1889 ஆம் ஆண்டு எடின்பர்க்கு சென்று மருத்துவ இளநிலைப் பட்டம் பெற்றார். 1896ல் முதுநிலை பட்டம் பெற்றார். கல்வி பயின்ற காலத்தில் எடின்பர்க் பல்கலைக்கழக மாணவர் அவையில் செயலாளராக விளங்கினார். இன்னும் பல்வேறு அமைப்புகளிலும் இவர் உறுப்பினராக திகழ்ந்தார். அக்காலத்தில் பிரிட்டிஷ் பாராளுமன்றத்துக்கு தாதாபாய் நௌரோஜி பிரிட்டிஷ் தொகுதி ஒன்றில் வேட்பாளராக நின்றார். அவர் வெற்றி பெறுவதற்கு மருத்துவக்கல்லூரி மாணவராக இருந்த டி.எம். நாயர் பெருந்தொண்டாற்றினார். இந்திய மக்களை சுதேசிகள் என்று வெள்ளையரில் சிலர் ஏளனமாகக் குறிப்பிட்டு வந்துள்ளனர்.

ஆங்கிலேயர் கூடியிருந்த கூட்டத்தில் கலந்து கொண்ட டி. எம். நாயர் அக்கருத்துக்கு தக்க பதிலடி கொடுத்தார்.

டி.எம். நாயர் தாய்மொழிப்பற்று மிக்கவராக இருந்தார். அதன் காரணமாக 'கேரள பத்திரிகா' என்ற இதழில் தனது தாய்மொழியான மலையாளத்தில் பல கட்டுரைகள் எழுதியுள்ளார். 'ஆண்டி செப்டிக்' என்ற மருத்துவ இதழுக்கு ஆசிரியராக இருந்து 16 ஆண்டுகள் தொடர்ந்து வெளியிட்டு வந்தார். இந்திய மக்களிடையே ஒற்றுமை ஓங்கிடவும்,

விடுதலை வேட்கையை உருவாக்கிடவும் தொடங்கப்பட்ட இந்திய தேசிய காங்கிரசில் 1897ல் இணைந்து பணியாற்ற தொடங்கினார் டி. எம். நாயர். காங்கிரஸ் கூட்டங்களிலும் மாநாடுகளிலும் தவறாது பங்கேற்றார். காங்கிரசின் வளர்ச்சியில் நாயரின் பேச்சும் எழுத்தும் பெரும் பங்காற்றின.

1908 ஆம் ஆண்டு ஆங்கில அரசு டாக்டர் நாயர் அவர்களை இந்தியத் தொழிலாளர் ஆணை உறுப்பினராக நியமித்தது. 1914ல் சென்னை மருத்துவப் பதிவு சட்ட மசோதா நாயரின் பெருமுயற்சியால் சட்ட மாக்கப்பட்டது. கல்வித் துறையில் நாயர் கவனம் செலுத்தி வந்தார். 1915ல் சென்னைப் பல்கலைக்கழகம் செனட் சபைக்கு தேர்ந்தெடுக்கப் பட்டார். இத்தகைய அறிவாற்றல் ஆளுமைத்திறனுடன் பணியாற்றி வந்த நாயரும், மேல் சாதிய ஆணவ ஆதிக்கப் போக்கை நன்கு உணரக் கூடிய வாய்ப்பு 1916ல் கிட்டியது.

சென்னை மாநிலக் காங்கிரசில் மூன்று குழுக்கள் இயங்கி வந்தன. டாக்டர் நாயர் சென்னை வேப்பேரியில் லேடி நப்பியா வில்லா என்ற வீட்டில் வாழ்ந்து வந்தார். அதனால் அவர் தலைமையில் இயங்கிய அரசியலுக்கு 'எழும்பூர் அரசியல்' என்று பெயர். இது பிராமணரல்லாதார் முற்போக்கினை வலியுறுத்தும் அரசியலாக அமைந்திருந்தது. இதற்கு எதிராக இயங்கி வந்தது 'மைலாப்பூர் அரசியல்' இது பிராமண ஆதிக்கம் நிரம்பிய அரசியலாக அமைந்திருந்தது.

மூன்றாவதாக அன்னிபெசன்டின் 'அடையாறு அரசியல்' இதுவும் காங்கிரஸ் கட்சியைச் சார்ந்ததுதான் என்றாலும் மைலாப்பூர் அரசிய லோடு இணைந்து எழும்பூர் அரசியலை மிகக் கடுமையாக எதிர்த்து வந்தது. இது தான் பின்னர் பிராமணர், பிராமணரல்லாதோர் அரசியலாக உருவெடுத்தது.

1916 ஆம் ஆண்டு நடைபெற்ற தேர்தலில் நாயர் தோல்வி அடைந்தார். அதற்கு முழு முதற் காரணம் காங்கிரசுக் கட்சியில் இருந்த சாதி வெறியர் களே. இதனால் காங்கிரசுக் கட்சியிலிருந்து அவர் விலகினார்.

டி.எம். நாயரும், சர்.பி.தியாகராயச் செட்டியாரும் காங்கிரசுக் கட்சியில் இருந்த போது பார்ப்பனரல்லாத மக்களுக்காகப் பாடுபட்டனர். அவர்களின் மனப் போக்கை அறிந்த டாக்டர் சி.நடேசனார் அவர்களை

அணுகி தலம் நிறுவிய திராவிடச் சங்கத்தின் நோக்கம் மற்றும் கொள்கைகளை விளக்கி அவர்களின் ஆதரவைப் பெற்றார். அவர்களும் காங்கிரசுக் கட்சியை விட்டு விலகி, 1916 ஆம் ஆண்டு அக்டோபர் திங்கள் தென்னிந்திய நல உரிமைச் சங்கம் எனும் நீதிக்கட்சியைத் தொடங்கினர்.

நீதிக்கட்சியை உருவாக்கியதில் நடேச முதலியாருக்கும், தியாகராயச் செட்டியாருக்கும் பங்கு இருப்பினும் கட்சியின் அமைப்புக்கும், வசதிகளுக்கும், கொள்கைகளுக்கும் முக்கியமான பொறுப்பு டி.எம். நாயரையே சாரும். நீதிக்கட்சியை வடிவமைத்ததில் உள்ளூர்த் தாக்கங்களை விட மேற்கத்திய அரசியல் மதிப்பீடுகளின் தாக்கமே அவரிடம் மிகுதியாக செல்வாக்கு செலுத்தின.

நீதிக்கட்சிக் கொள்கையில் பிரிட்டிஷ் சனநாயகவாதிகளின் மரபும் பிரஞ்சுத் தீவிரவாதிகளின் மரபும் மணம் பரப்புவதைக் காணலாம். அதனால்தான் கட்சியின் பெயரை South Indian Liberal Federation என வைத்தார். இதன் தமிழாக்கம் தென்னிந்தியர் விடுதலைக் கழகம் என்றிருத்தல் வேண்டும். ஆனால் தென்னிந்திய நல உரிமைச் சங்கம் என்றே வழங்கப்பட்டு வருகிறது.

தென்னிந்திய நல உரிமைச் சங்கத்தை தொடங்குவதென்று முடிவு செய்யப்பட்ட முதல் கூட்டத்திலேயே கட்சிக்கான முதல் பணியாக பத்திரிகை தொடங்குவதைத் தீர்மானிக்கப்பட்டது. கட்சி நடத்திய தமிழ் இதழ் ‘திராவிடன்’, ‘தெலுங்கு ஏடு’, ‘ஆந்திரப் பிரகாசிகர்’. இவ்வேடுகளுக்கு முறையே பக்தவச்சலம் பிள்ளையும் பார்த்தசாரதி நாயுடுவும் ஆசிரியர்களாக இருந்தனர்.

1917ல் தொடங்கப்பட்ட ஆங்கில ஏடான ‘ஜஸ்டிஸ்’ இதழுக்கு டி.எம்.நாயரே ஆசிரியராக இருந்தார். நாயர் நீதிக்கட்சியில் எந்தப் பதவியையும் ஏற்றுக் கொள்ளாமல் 24 செயற்குழு உறுப்பினர்களில் ஒருவராக தன்னை இணைத்துக் கொண்டு கட்சியை நடத்தினார்.

நீதிக்கட்சியின் நோக்கம் பார்ப்பனரல்லாத மக்களை பல வகைகளிலும் மேம்படச் செய்வதே அல்லாமல் பார்ப்பனர்களை வீழ்த்த வேண்டும் என்பதல்ல. எங்களுக்கு சமூக நீதி வேண்டும் அதனை நிறைவேற்றுவதற்குரிய அரசியல் உரிமை வேண்டும். பிரிட்டிஷ் அரசு அதற்கு ஏற்றுபடி சலுகைகளைப் பெருக்கித் தர வேண்டும். நீதிக்கட்சி இந்தியாவிற்கு

தன்னாட்சி உரிமை கோருகிறது. அதே நேரத்தில் பிற்படுத்தப்பட்டோர், தாழ்த்தப்பட்டோர், பழங்குடியினர் ஆகியோருக்கு முழு உரிமையையும் பாதுகாப்பையும் அளிக்கக் கூடியதாக அந்தத் தன்னாட்சி இருக்க வேண்டும். அதுவே எங்கள் குறிக்கோள் என்றார் டி.எம். நாயர்.

இந்நிலையில் 1917 ஆம் ஆண்டு ஆகஸ்டு மாதம் 20 ஆம் தேதி இந்திய அமைச்சர் மாண்டேகு 'இந்திய அரசியல் சீரமைப்பு' குறித்த ஆணையை வெளியிட்டார். இந்த ஆணையின் நோக்கம் இந்தியருக்கு 'பொறுப் பாட்சி' தருவதாக இருந்தது. இவ்வாணை வெளியிட்ட பின் இந்தித் தலைவர்களின் கருத்தறிய மாண்டேகு இந்தியா வந்தார்.

17.12.1917ல் மாண்டேகும் இந்திய வைஸ்ராய செம்ஸ்போர்டும் சென்னை வந்தனர். அவர்களது வருகையையடுத்து தென்னிந்திய நலச்சங்கம், சர்.பி.டி. தியாகராயர் தலைமையில், டாக்டர் நாயார், டாக்டர் நடேசனார் முதலியாருடன் ஒரு குழுவாகச் சென்று, பார்ப்பனரல்லா தார்க்கு தனி வாக்குரிமையுடன் கூடிய அரசியல் சீரமைப்பு தேவை என விண்ணப்பம் செய்தனர்.

8.7.1918ல் மாண்டேகு செம்ஸ்போர்டு கூட்டறிக்கை வெளியிடப் பட்டது. அதில் நீதிக்கட்சியின் கோரிக்கை ஏற்கப்படவில்லை. மாறாக வகுப்பு வாரி உரிமை வழங்க உரிய ஆய்வு நடத்திட சவுத்பரோவின் தலைமையில் வாக்குரிமைக் குழு அமைக்கப்பட்டது.

சமூக நீதிக்கான வகுப்பு வாரி பிரதிநிதித்துவம் மாண்ட்போர்டு அறிக்கையினால் அடைய இயலாது என்ற நிலையில் நீதிக்கட்சி வாக்குரிமை குழுவினை நிராகரித்தது. மாண்டேகு செம்ஸ்போர்டு அறிக்கை என்பதனை டாக்டர் நாயார், 'மாண்ட் போர்டு' அறிக்கை என்று செயலாக்கம் செய்து எழுதியும், பேசியும் வந்தார். பின் அனைவரும் அவ்வாறே எழுதியும் பேசியும் வந்தனர்.

சமூக நீதிக்கெதிரான நிலையே வாக்குரிமை குழு எடுக்கும் என்பது உள்ளங்கை நெல்லிக்கனி என தெளிவானதால், தாதாபாய் நௌரோஜி இங்கிலாந்தில் அளித்த அறிவுரையின்படி டாக்டர் நாய் இங்கிலாந்து செல்வததென முடிவெடுத்தார்.

டாக்டர் நாயர் 1918 அக்டோபர் 2ஆம் நாள் இங்கிலாந்து நாடாளு மன்றத்தின் இரு அவைகளிலும் உரையாற்றினார். வகுப்பு வாரி

பிரதிநிதித்துவம் இல்லாத அரசியல் சீர்திருத்தம் தோல்வி யையே தழுவும் என்றார்.

1909ல் இஸ்லாமியருக்கு வழங்கப்பட்டதைப் போலவே பிராமண ரல்லாதோருக்கும் வகுப்புவாரி இட ஒதுக்கீடு வழங்கப்பட வேண்டும் என்றும் பேசினார்.

மேலும் இந்தியாவில் மதத்தின் பேராலும் சாதியின் பேராலும் நடை பெறும் கொடுமைகளைப் பற்றியும் பேசினார். இங்கிலாந்து நாடாளு மன்றத்தின் ஆதரவையும் மக்களின் ஆதரவையும் பெற்றுக் கொண்டு 1919 சனவரி 7ல் டாக்டர் நாயர் வெற்றிப் பெருமிதத்துடன் சென்னை வந்தடைந்த பிறகு, 'சவுத் பரோ குழு' அறிக்கையை வெளியிட்டது. அதில் பிராமணரல்லாதோருக்கு வகுப்புவாரி பிரதிநிதித்துவ உரிமை வழங்கப்படவில்லை.

1919 மே 6 ஆம் தேதி மீண்டும் இங்கிலாந்துக்கு பயணமானார். இங்கிலாந்தில் அவர் உடல்நிலை கவலைக்கிடமாகி மருத்துவமனையில் அனுமதிக்கப்பட்டார். சூலை 17 ஆம் தேதி காலை 5 மணி அளவில் இயற்கை எய்தினார்.

9
சுப்பராயலு ரெட்டியார்

தென்னாற்காடு மாவட்டத்தில் உள்ள அகரம் என்ற சிறு கிராமத்தில் தெலுங்கைத் தாய்மொழியாகக் கொண்ட செல்வச் செழிப்புமிக்க விவசாயக் குடும்பத்தில் 1855 அக்டோபர் 15 ஆம் நாள் பிறந்தார் சுப்பராயலு ரெட்டியார். சென்னை மாகாணத்தின் முதன் முதல மைச்சராக பொறுப்பேற்றவர் திவான் பகதூர் அகரம் சுப்பராயலு ரெட்டியார்.

பிரிட்டிஷ் காலத்தில் பிரிமியர் எனப்படும் முதலமைச்சராக இவர் பணியேற்ற நாள் டிசம்பர் 17, 1921. தன் ஆரம்ப காலத்தில் இந்தியத் தேசிய காங்கிரஸ் கட்சி உறுப்பினராக இருந்தார். நீதிக் கட்சியின் கொள்கைகளால் ஈர்க்கப்பட்ட சுப்பராலு அந்தக் கட்சியில் இணைந்து பணியாற்றி னார்.

வகுப்புவாரி இட ஒதுக்கீடு கோரி சென்னை ஆளுநர் வெலிங்டன் பிரபுவுடன் பேச்சுவார்த்தை நடத்த நியமிக்கப்பட்ட நீதிக்கட்சிக் குழுவில் அவர் இடம் பெற்றார். 1919 ஆம் ஆண்டு மாண்டேகு செம்ஸ் போர்டு சட்டச் சீர்திருத்தங்கள் நடைமுறைக்கு கொண்டு வரப்பட்டன.

முதலாம் உலகப் போரில் இந்திய உதவிக்கான நன்றிக் கடனாகவும் இந்திய விடுதலை இயக்கத்தின் வேண்டுகோள்களை நிறைவேற்றவும் இந்தச் சட்டம் இயற்றப்பட்டது. அதன் விளைவாக இந்தியாவில் மத்திய அரசிலும் மாகாணங்களிலும் இரட்டை ஆட்சிமுறை அறிமுகப்படுத்தப் பட்டது.

நிர்வாகத் துறைகள் இருவகையாகப் பிரிக்கப்பட்டன. சட்டம், நீதி, உள்துறை முதலிய முக்கிய துறைகள் பிரிட்டிஷ் ஆளுநரின் நிர்வாகக் குழுவின் நேரடிக் கட்டுப்பாட்டிலும், கல்வி, சுகாதாரம், உள்ளாட்சி, விவசாயம், தொழில் உள்ளிட்டவை மக்களால் தேர்ந்தெடுக்கப்பட்ட இந்திய அரசவையின் கட்டுப்பாட்டிலும் செயல்பட்டன. சென்னை மாகாணத்தில் அப்போது இரு முக்கியக்கட்சிகள் இருந்தன.

நாட்டிற்கு சுதந்திரம் அல்லது சுயாட்சி வழங்கப்பட வேண்டும் என்று கோரிய இந்தியத் தேசிய காங்கிரஸ், பிராமணரல்லாதோர் நலனுக்காகத் தொடங்கப்பட்ட நீதிக்கட்சி இரட்டை ஆட்சி முறையில் இந்தியர் களுக்கு வழங்கப்பட்ட அரசியல் உரிமைகளால் திருப்தியடையவில்லை.

சென்னை மாகாணத்தில் மக்கள் தொகை கொண்ட சென்னை மாகாணத்தில் 12,48,156 பேர் வாக்குரிமை பெற்றிருந்தனர். 127 உறுப்பினர்களில் 61 தொகுதியிலிருந்து 98 பேர் மக்களால் நேரடியாகத் தேரந்தெடுக்கப்பட்டனர். சில தொகுதிகளில் ஒன்றுக்கு மேற்பட்டவர் கள் தேர்ந்தெடுக்கப்பட்டனர்.

தேர்தல் வெற்றியைத் தொடர்ந்து ஆளுநர் செல்லிங்டன் நீதிக்கட்சியின் மூத்த தலைவரான சர்.பி.டி. தியாகராயரை ஆட்சியமைக்க அழைத்தார். ஆனால் அவர் பதவி வேண்டாமென மறுத்ததால், நீதிக்கட்சியின் முக்கிய பிரமுகரான சுப்பராயலு ரெட்டியார் சென்னை மாகாணத்தின் முதல் முதலமைச்சராக 1920, டிசம்பர் 17 ஆம் தேதி பதவியேற்றார். அன்று முதலமைச்சர் பதவியை, 'பிரைம் மினிஸ்டர்' என்றும் பிரிமியர் என்றும் அழைத்தனர் புதிய அமைச்சரவை டிசம்பர் 20 ஆம் தேதி பதவியேற்றது.

கல்வி, சுங்கம், பொதுப் பணிகள் ஆகிய துறைகளுக்கு சுப்பராயலு ரெட்டியாரே அமைச்சராக இருந்தார். இவரது அமைச்சரவையில் உள்ளாட்சி துறை அமைச்சராக பனகல் அரசர் ராமராய நிங்கர், வளர்ச்சித் துறை அமைச்சராக கூர்ம வெங்கடரெட்டி நாயுடு உள்ளிட்டோர் பணியாற்றினர்.

முதல் பிரீயென்ரான சுப்பராயலு ரெட்டியாரின் சட்டமன்ற காலத்தில் வரலாற்று முக்கியத்துவம் வாய்ந்த தீர்மானங்களும், சட்டங்களும் இயற்றப்பட்டன.

முதல் தேர்தலில் பெண்கள் வாக்களிக்க உரிமை அளிக்கப்படவில்லை. வாக்காளர் பட்டியலில் பெண்களும் இடம் பெறச் செய்யும் தீர்மானம் 1921 ஆம் ஆண்டு ஏப்ரல் 16 ஆம் தேதி நிறைவேற்றப்பட்டது.

இந்தியாவில் முதல் முறையாக இட ஒதுக்கீடுக்கு வகை செய்யும் கம்யூனல் ஜி.ஓ கொண்டு வரப்பட்டது. அதனால் அரசுப் பணிகளுக்கான நியமனங் களில் இட ஒதுக்கீட்டு முறையைப் பின்பற்றும் நிலை உருவானது.

பதவியேற்ற ஏழு மாத காலத்திற்குள் சுப்பராயலு ரெட்டியாருக்கு உடல்நலக் குறைவு ஏற்பட்டதால் முதலமைச்சர் பதவியை ராஜினாமா செய்தார். சுப்பராயலு ரெட்டியாருக்கு பதிலாக பனகெண்டி ராமராய நிங்கார் என்கிற பனகல் ராஜா, 1921 ஜூலை 11 ஆம் தேதியன்று பிரிமிய ராகப் பதவியேற்றார்.

இந்த நிலையில் மார்ச் 6 ஆம் தேதி 1922ல் அன்றைய மாகாண கவர்னராக இருந்த லார்டு வெல்லிங்டனும், அவரின் மனைவியும் சட்டமன்றக் கூட்டத்திற்கு வருகை தந்தனர்.

சுப்பராயலு ரெட்டியார் மிகக் குறைவான காலமே ஆட்சியிலிருந்தாலும் இன்று வரை விவாதிக்கப்படும் பொருளாக உள்ள இடஒதுக்கீட்டில் வகுப்புவாரி பிரதிநிதித்துவத்துக்கான முதல் புள்ளி அப்போதுதான் வைக்கப் பட்டது. மாநில உரிமைகளுக்கான தனித்துவமான குரலை நீதிக்கட்சியின் ஆட்சி பெற்றுத் தந்தது.

சென்னை மாகாணத்தில் பிராமணரல்லாதவர்களின் கான்பிடரேஷன் அமைப்புக்கு தலைவராக இருந்த ராஜா வெங்கடகிரிக்கு நெருக்கமாக இருந்து பணிகளைச் செய்திருக்கிறார் ஏ. சுப்பராயலு ரெட்டியார்.

நீதிக் கட்சியின் செயல்பாடுகளுக்கு பி.டி.தியாகராயருடன் மிகவும் உறுதுணையாக இருந்துள்ளார்.

பிற்படுத்தப்பட்டவர்களுக்கான கல்வி வாய்ப்புகள், தொழிற்கல்வி வரவேண்டும் என்பது உள்பட பல முக்கிய தீர்மானங்களை ஆங்கில அரசிடம் அளித்தவர் சுப்புராயலு ரெட்டியார்.

சுப்பராயலு ரெட்டியார் உடல்நலக் குறைவு காரணமாக நவம்பர் 1921ல் மரணமடைந்தார்.

10

பனகல் அரசர்

அரசுப் பணிகளில ஒடுக்கப்பட்ட, தாழ்த்தப்பட்ட பார்ப்பனரல்லாத இளைஞர்களுக்கு இட ஒதுக்கீட்டிற்கு ஆணை பிறப்பித்த முதல்வர் பனகல் அரசர். அரசுப் பணியில் நுழைவதற்கான தகுதியை உருவாக்கும் கல்வித்துறை யிலும் சமவாய்ப்பு அளிக்க வேண்டும் என்ற சிந்தனை பனகல் அரசரின் மனதில் உதித்ததுதான்.

பனங்கன்டி இராமராய நிங்கார் என்னும் இயற்பெயர் கொண்ட பனகல் அரசர் நீதிக்கட்சியின் முக்கிய தலைவர் ஆவார். சென்னை மாகாணத்தின் இரண்டாது முதலமைச்சர் இவர், வேனமா சமூகத்தைச் சேர்ந்த நிலச் சுவான்தார்கள் குடும்பத்தில் இராமராய நிங்கார் எனும் பனகல் அரசர் 1866 ஆம் ஆண்டு ஜுலைத் திங்கள் 9

ஆம் நாள் பிறந்தார்.

பனகல் அரசரின் குடும்பத்திலிருந்த அவரது முன்னோர்கள் கல்வியின் பயனறிந்து நன்கு கற்றறிந்த அறிவாளர்களாகத் திகழ்ந்துள்ளனர். இளமையில் தமது இல்லத்திலிருந்தவாறே தெலுங்கு மொழியினையும், சமஸ்கிருத மொழியையும் பயின்று தேர்ந்த பனகல் அரசர் தமது பதினெட்டாம் வயதில் திருவல்லிக்கேணியில் உள்ள இந்து உயர்நிலைப் பள்ளியில் பள்ளிக் கல்வியை முடித்து, பின்னர் மாநிலக் கல்லூரியில் சேர்ந்து பயின்று இளங்கலைப் பட்டம் பெற்றார்.

1889 ஆம் ஆண்டு முதுகலைப் பட்டமும் பெற்றார். சட்டப் படிப்பையும் படித்து பட்டம் பெற்றார். பொதுநலத் தொண்டாற்றுவதில் விருப்பம் கொண்டு பல பொதுநல அமைப்புகளில் இணைந்து தொண்டாற்றினார் இவர். இந்தியாவின் மத்திய நாடாளுமன்றத்திற்கான நில உரிமை யாளர்கள் உறுப்பினர்களுக்கான தேர்தலில் 1912 ஆம் ஆண்டு போட்டி யிட்டு வெற்றி பெற்ற நிலையில் தனது அரசியல் வாழ்வைத் துவங்கினார்.

1914 ஆம் ஆண்டு சி. நடேச முதலியார் தொடங்கிய சென்னை திராவிடர் சங்கத்தில் இணைந்து தொண்டாற்றினார். கோல்காபூர்ஷாகு மகாராஜ் தொடங்கிய பிராமணரல்லாதார் இயக்கத்திலும் இணைந்து செயல் பட்டார்.

1917 அக்டோபர் திங்களில் தென்னிந்திய நல உரிமைச் சங்கம் என்ற நீதிக்கட்சி பிட்டி தியாகராயர், டி.எம். நாயர், சி. நடேசனார் ஆகியோரால் தோற்றம் கண்டது. கருத்து ஒற்றுமையின் அடிப்படையில் அதில் பனகல் அரசர் தன்னை இணைத்துக் கொண்டார்.

முதல் பார்ப்பனரல்லாதார் மாநாடு நீதிக்கட்சியின் சார்பில் கோவையில் ஒப்பனக்கார வீதியிலிருந்த ஒரு திரையரங்கில் 1917 ஆம் ஆண்டு ஆகஸ்டு 19, 20 ஆகிய இரு நாள்கள் நடைபெற்றது. பனகல் அரசர் அந்த மாநாட்டின் தலைவராக உரையாற்றினார்.

தொடர்ந்து பல மாவட்டங்களிலும் பார்ப்பணரல்லாதார், மாநாடு களை நீதிக்கட்சியினர் நடத்தி வந்தனர். முதல் சென்னை மாகாண ஜஸ்டிஸ் கட்சி மாநாடு 1917 டிசம்பர் 28, 29 தேதிகளில் சென்னையில் வெலிங்டன் திரையரங்கில் கூடியது.

இந்த காலகட்டத்தில் இந்தியாவில் பல பகுதிகளில் பிரிட்டிஷாருக்கு எதிரான கிளர்ச்சிகள் நடைபெற்றன. இதன் விளைவாக பிரிட்டிஷ் இந்தியாவின் நிர்வாகத்தில் சங்கடங்கள் அதிகரித்து வந்தன. இதனைப் பிரிட்டிஷ் அரசு புதிய கண்ணோட்டத்தில் எதிர்கொள்ள முன்வந்தது.

அதன் விளைவாக இந்திய மந்திரி எட்வின் மாண்டேகு 1917 ஆம் ஆண்டு ஆகஸ்டு 20 ஆம் நாள் ஒரு அறிக்கையை வெளியிட்டார். இங்கிலாந்து நாடாளுமன்றத்தில் நிர்வாகத்தில் பெருமளவில் இந்தியர்களை இணைத்துக் கொண்டு சுய ஆட்சி அமைப்புகளை வலுப்படுத்தி இந்திய மக்களைப் பொறுப்பாட்சிக்கு தயார்படுத்துவதே மேன்மை தங்கிய மன்னர் பிரான் ஆட்சியின் நோக்கம். அவ்வாறு பொறுப்பாட்சி பெற்ற இந்தியர்கள் ஆங்கில சாம்ராஜ்யத்தின் ஒரு பகுதியாகவே இயங்கும். இந்த அறிக்கையைக் குறித்து, மக்களின் எண்ணங்களை அறிய இந்தியத் துணைக்கண்டம் முழுவதும் சுற்றிய மாண்டேகுவும் செம்ஸ்போர்டும் சென்னை வந்தனர்.

1917 டிசம்பர் 14 அன்று அரசமைப்பு சட்டத் சீர்திருத்தங்கள் குறித்த தங்கள் கருத்துக்களைத் தெரிவிக்கப் பல குழுக்கள் அவர்களைச் சந்திக்க காத்திருந்தனர். அவர்களைச் சந்தித்த குழுக்களில் 4 குழுக்கள் பார்ப்பண ரல்லாதார் குழுக்களாகும்.

பார்ப்பணரல்லாத சமூகத்தினர் பெரும்பான்மையினர் பொருளீட்டி, அரசுக்கு வரி செலுத்துபவர்களாக இருந்தும், அவர்கள் அரசின் நிர்வாகக் கொள்கைகளை வடிவமைப்பதில் தங்களுக்குரிய பங்கினைப் பெற்றிருக்க வில்லை.

அரசு அளித்த கல்வி கற்கும் வாய்ப்புகள் அவர்களுக்கு கிட்டவில்லை. பார்ப்பணரல்லாதார் கல்வி கற்பதற்கு உள்ள தடைகள், பல பள்ளிகளில் பார்ப்பணரல்லாத சமூகத்தினரின் பிள்ளைகளை அனுமதிப்பதில்லை. மேலும் பள்ளிகளிலும், கல்லூரிகளிலும் நியமிக்கப்படும் இந்திய ஆசிரியர்கள் பல்வேறுபட்ட சமூகங்களைச் சேர்ந்தவர்களாகவும், ஒரே சமூகத்தை சேராதவர்களாகவும் இருக்க வேண்டும்.

இங்கிலாந்து சென்ற பொதுக்குழு 1919ல் பிராமணரல்லாதாருக்கு வகுப்புவாரிப் பிரதிநிதித்துவம் கோரி பிரிட்டிஷ் நாடாளுமன்றத்தில் வாதாட இங்கிலாந்து சென்ற நீதிக்கட்சி குழுவில் பி.இராமராய நிங்கார்

என்ற பனகல் அரசர் அங்கம் வகித்தார். மாண்டேகு செம்ஸ்போர்டு அறிக்கையின் அடிப்படையில் உருவாக்கப்பட்ட அரசியல் சீர்திருத்தம் மாண்டேகு செம்ஸ்போர்டு சீர்திருத்தம் என அழைக்கப்பட்டது. அச் சீர்த்திருத்தத்தின் மூலம் இந்திய மாகாணங்களில் 1920ல் இரட்டையாட்சி முறை நடைமுறைக்கு கொண்டு வரப்பட்டது.

புதிய அரசமைப்பு முறை பனகல் அரசருக்கும், நீதிக்கட்சியினருக்கும் முழுமையான மனநிறைவு ஏற்படவில்லை. இருந்த போதிலும் கிடைத்த வாய்ப்பினைப் பயன்படுத்திக் கொள்வது சாலச் சிறந்தது என்ற எண்ணத்துடன் தேர்தல் களத்தில் முழுமனதுடன் முனைந்து ஈடுபடுவது என்று நீதிக்கட்சியினர் முடிவு செய்தனர்.

நீதிக்கட்சியினர் மிகுந்த உணர்ச்சியோடும், ஊக்கத்தோடும் தேர்தல் பணிகளில் ஈடுபட்டனர். அதன் விளைவாக மொத்தமிருந்த 98 தொகுதிகளில் 63 தொகுதிகளைக் கைப்பற்றினர். ஆளுநரால் நியமிக்கப்பட்ட 18 உறுப்பினர்கள் நீதிக்கட்சியின் ஆதரவாளர்களாக இருந்தனர். ஆக 127 உறுப்பினர்களைக் கொண்டிருந்த சட்டமன்றத்தில் 81 பேர் நீதிக்கட்சியினராக அமர்ந்திருந்தனர்.

வெற்றி பெற்ற நீதிக்கட்சியின் தலைவர் திரு. பிட்டி தியாகராயரை ஆளுநர் வெல்லிங்டன் பிரபு அமைச்சரவை அமைக்க அழைப்பு விடுத்தார். ஆளுநரின் அழைப்பை ஏற்றுக் கொள்ள மறுத்த தலைவர் தியாகராயர், தனக்குப் பதிலாக கடலூர் வழக்கறிஞர் ஏ.சுப்பராயலு ரெட்டியாரை முதலமைச்சராக அறிவித்தார்.

1920 ஆம் ஆண்டு டிசம்பர் 17 ஆம் தேதி ஏ.சுப்பராயலு ரெட்டியார் முதல் அமைச்சராகவும், பனகல் அரசர் இரண்டாவது அமைச்சராகவும் பதவியேற்றனர்.

மாகாண சட்டமன்றத் தலைவராக பி. ராஜகோபாலச்சாரியை ஆளுநர் வெல்லிங்டன் பிரபு நியமித்தார். சென்னை மாகாணத்தில் 17.12.1920 முதல் இரட்டை ஆட்சிமுறை தொடங்கி வைக்கப்பட்டது. இந்நிலையில் முதலமைச்சர் சுப்பராயலு உடல்நிலை பெரிதும் பாதிக்கப்பட்டதால் 1921 ஜூலை 11ல் பதவியிலிருந்து விலகினார். டிசம்பர் இறுதியில் அவர் இயற்கை எய்தினார். உடல்நிலை பாதிப்பு காரணமாக முதல்வர் சுப்பராயலு பதவி விலகிய பின்னர் பனகல் அரசர் இராமராய நிங்கார் முதல்வர் பொறுப்பை ஏற்றுக் கொண்டார்.

நீதிக்கட்சியின் உயிர்நாடிக் கொள்கை பிராமணர் அல்லாத மக்களுக்கு கல்வித் துறையிலும், வேலை வாய்ப்புகளிலும், ஆட்சி அதிகாரத்திலும் வகுப்புவாரி பிரதிநிதித்துவம் வழங்கப்பட வேண்டும் என்பதே. ஆதலால் 1921 ஆகஸ்டு 16 ஆம் தேதி எல்லாச் சமூகத்தினருக்கும் அரசுப் பணிகளில் வாய்ப்பு அளிக்க வேண்டும் எனும் ஆணையைப் பிறப்பித்தார் முதல்வர் பனகல் அரசர். இதற்கு ஒரு மசோதாவையும் ஆகஸ்டு 5, 1921ல் ஓ.தணிகாசலம் செட்டியார் நீதிக்கட்சி சார்பில் சட்டமன்றத்தில் தாக்கல் செய்தார். உத்தியோகத் துறையில் குறிப்பிட்ட வகுப்பினர் ஆதிக்கம் செலுத்தும் நிலையாருக்குமானால் அது நாட்டுக்குப் பெரும் தீங்கை விளைவிக்கும். எல்லா சமூகத்தினரும் ஏற்றம் பெறும் வகையில் மக்கள் தொகையை அடிப்படையாகக் கொண்டு உத்தியோகங் களை வழங்க வேண்டும் என்று அம்மசோதாவில் குறிப்பிட்டு இருந்தார்.

வேலை வாய்ப்பில் இட ஒதுக்கீடு, பிராமணரல்லாத மக்களுக்கு என்றதும், பிராமண உறுப்பினர்கள் உடனடி எதிர்ப்பை பதிவு செய்தனர். மசோதாவை நிறைவேற்றக் கூடாதென்று கூச்சலும் குழப்பமும் ஏற்படுத்தினர். எதிர்ப்புகளைத் துச்சமென தூக்கி மூலையில் ஒதுக்கிவிட்டு பனகல் அரசர் சமூகநீதி ஆணையை ஆகஸ்டு 16, 1921ல் பிறப்பித்தார். ஆனால் அந்தச் சட்டம் செயலற்று இருந்தது. அதிகார நந்திவானின் ஒத்துழைப்பு இன்மையால். 1920 தேர்தலில் பெண்களுக்கு வாக்குரிமை இல்லை. பெண்களுக்கு வாக்குரிமை வேண்டுமா, வேண்டாமா என்பதைத் தேர்ந்தெடுக்கப்பட்ட அரசுகள் சமாளித்துக் கொள்ளட்டும் என்று பிரிட்டிஷ் அரசு கூறியது.

அதனை கருத்தில் கொண்டு 1921 ஆம் ஆண்டு ஏப்ரலில் பெண்களுக்கு வாக்குரிமை வழங்கல்பட வேண்டும் என்ற மசோதா கொண்டு வரப் பட்டு வாக்கெடுப்புக்கு விடப்பட்டபோது ஆதரவாக 44 வாக்குகளும், எதிராக 13 வாக்குகளும் கிடைக்கப் பெற்று மசோதா நிறைவேறியது. அதன்படி ஆணையும் பிறப்பிக்கப்பட்டு நடைமுறைப்படுத்தப்பட்டது. 1921ல் சென்னை மாகாணத்தில் மக்கள் தொகை கணக்கெடுக்கப்பட்டது. தாழ்த்தப்பட்டோரை பஞ்சமர், பறையார் என்ற சொற்களில் அழைப்ப தற்குப் பதிலாக நீதிக்கட்சியின் வேண்டுகோளுக்கிணங்க 'ஆதித் திராவிடர்' என்றே அழைக்கவும், ஆவணங்களை பதிவு செய்யவும் அறிவுறுத்தப்பட்டது.

இதையொட்டி ஆதித்திராவிடர் என்னும் பெயரைப் பயன்படுத்த வேண்டும் என்று சென்னை மாகாண சட்டமன்றத்தில் தீர்மானம் கொண்டு வரப்பட்டு நிறைவேற்றப்பட்டது. 1922 ஆம் ஆண்டு மார்ச் 25 ஆம் நாள் ஆதித் திராவிடர் எனப் பெயர் மாற்றத்திற்கான ஆணையை பனகல் அரசர் வெளியிட்டார். தாழ்த்தப்பட்ட மக்களின் வளர்ச்சியை கருத்தில் கொண்டு அவர்களுக்கென்று தனி அலுவலர்கள் பணியில் அமர்த்தப் பட்டனர். தனி அலுவலரின் ஆலோசனைப்படி பனகல் அரசர் அரசு, தாழ்த்தப்பட்ட மக்களுக்கு வீட்டுமனை வழங்கல், கடனுதவி செய்தல், குடியிருப்புகளுக்கு சாலைகள் அமைத்தல், குடிநீர் வசதிகள் ஏற்படுத்துதல், பள்ளிகள் நிர்மானித்தல், நிலவரி நீர்வரி ரத்து, உள்ளாட்சி மன்றங்களில் பிரதிநிதித்துவம் வழங்கல் என தாழ்த்தப்பட்ட மக்களின் வாழ்வு மேம்பட அக்கறையோடு செயலாற்றியது. இந்து கோயில்களும், மடங்களும் பிராமணர்களின் வேட்டைக்காடாக இருந்ததைத் தடுத் திடவும், இந்நிறுவனங்களின் இருந்த செலவு போக மிஞ்சிய நிதியை மக்கள் நல்வாழ்வு கருதி பொதுநலக் காரியங்களுக்கு செலவிட வகை செய்யும் நோக்கத்துடனும் இந்து அறநிலை பாதுகாப்பு சட்ட வரைவினை 1922 டிசம்பர் 6ல் பனகல் அரசரின் அரசு கொண்டு வந்தது.

இம்மசோதாவை நிறைவேற்ற பலத்த எதிர்ப்பு ஏற்பட்டது. எனவே இதனை சட்டமாக்குவதற்கு வைசிராயின் ரீடிங் ஒப்புதல் கிடைக்க வில்லை. காலம் கடத்தினார். சென்னை மாகாண ஆளுநர் வெல்லிங்டன் பிரபு வைசிராயிடம் இந்த மசோதாவின் நியாயங்களை விளக்கி இதற்கு அனுமதி அளிக்க வலியுறுத்தினார். எனினும் மிகப்பெரிய முயற்சியை மேற்கொண்டு 1924 ஏப்ரலில் உரிய அனுமதியுடன், சட்ட மன்றத்தில் இரண்டாம் முறையாக நிறைவேற்றப்பட்டு சட்டமாகியது. 1925 சனவரியிலிருந்து வைசிராய் ஒப்புதல் பெற்று நடைமுறைக்கு வந்தது. இத்தகையசாதனைகளோடு நீதிக்கட்சியின் பனகல் அரசரின் முதல் அமைச்சரவையின் (1920 - 1923) செயல்பாடுகள் அமைந்து இருந்தன.

சென்னை மாகாண சட்டமன்றத்திற்கான இரண்டாவது பொதுத் தேர்தல் 1923 செப்டம்பர் 11 அன்று நடைபெற்றது. நீதிக் கட்சியின் உட்கட்சி பூசலினால் முதல் பொதுத் தேர்தலைக் காட்டிலும் குறைவான இடங்களே நீதிக்கட்சிக்கு கிடைத்தன. எனினும் ஆட்சி அமைக்க தேவையான பெரும்பான்மை நீதிக்கட்சிக்கு அமைந்திருந்தது. நீதிக்கட்சியின் இரண்டாவது அமைச்சரவை 1923 ஆம் ஆண்டு நவம்பர் 19 ஆம் நாள்

பதவி யேற்றது. முதல் அமைச்சராக பனகல் அரசர் பொறுப்பேற்றார். 1923 நவம்பர் 23ல் அரசுக்கு எதிராக நம்பிக்கையில்லாத் தீர்மானம் கொண்டு வந்தவர்கள். அதனை அஞ்சாமையுடன் முதல்வர் பனகல் அரசர் எதிர் கொண்டு நம்பிக்கையில்லாத் தீர்மானத்தை தோற்கடித்து வெற்றி பெற்றார்.

முதன் முதலாக சென்னையில் இந்திய மருத்துவக் கல்லூரியை ஏற்படுத்தி, அதற்காக கீழ்பாக்கத்தில் இருந்த தனது சொந்த நிலமான ஹைட்பார்க் தோட்டத்தை இலவசமாக தந்தார் பனகல் அரசர். இன்று நாம் காணும் கீழ்ப்பாக்கம் மருத்துவக் கல்லூரி அமைந்துள்ள வளாகம் முழுவதும் பனகல் அரசர் இலவசமாக தந்ததுதான். சென்னை மாகாண மருத்துவத்துறை ஆங்கிலேயர் ஆளுமையின் கீழ் இருந்தது. இந்தியர்கள் எவரும் நுழைந்திட வாய்ப்பில்லை என்ற நிலையில் பனகல் அரசர் ஒரு சட்டத்தை இயற்றி ஆங்கிலேயர் ஆதிக்கத்தை அகற்றி இந்தியர்களை மருத்துவத் துறையில் பங்குபெறச் செய்தார். இதற்கான மசோதாவைச் சட்டமன்றத்தில் தாக்கல் செய்தார். அப்போது ஐரோப்பியர்களும் மற்ற எதிர்க்கட்சியினரும் எதிர்ப்புகளை வெளிப்படுத்தினர்.

‘எதிர்ப்பு எங்கிருந்து வந்தாலும் அது இந்த நாட்டிற்கு நன்மை பயக்கு மானால் எதிர்ப்பை வரவேற்கத் தயாராயுள்ளேன். தீமை விளைவிக்கு மானால் அந்த எதிர்ப்பினை எதிர்த்து முறியடிப்பேன்’ என்று பனகல் அரசர் மசோதாவின் மீது பேசினார். மருத்துவத் துறைக்கான மறுமலர்ச்சி மசோதா சட்டமாகியது. சென்னைப் பல்கலைக் கழகத்தின் ஆட்சிக்கு தமிழ் மொழிப்பாடத்தை கட்டாயப்பாடமாக வைக்க எதிர்ப்பு தெரிவித்தது. இதனை எதிர்த்து தீர்மானம் நிறைவேற்றி கண்டனம் தெரிவித்தது பனகல் அரசர் அரசு. சென்னைப் பல்கலைக்கழகச் சட்டம் 1923 ஆம் ஆண்டு நிறைவேற்றப்பட்டது.

1924 ஆம் ஆண்டில் அந்த பல்கலைக்கழக சட்டம் நிறைவேற்றப்பட்டது. பனகல் அரசர் ஆட்சிக் காலத்தில் உருவாக்கப்பட்ட குழுவின் பரிந்துரைப் படி அண்ணாமலைப் பல்கலைக்கழகம் உருவாயிற்று. பனகல் அரசர் மிகத்துணிவுடன் செய்த செயல் அறநிலைப் பாதுகாப்புச் சட்டத்தை இயற்றியது ஆகும். கோயில் சொத்துக்கள் விரயமாவதை தடுத்திட பனகல் அரசர், அறநிலையப் பாதுகாப்பு சட்ட வரைவு 1922 டிசம்பரில் வெளியிடப்பட்டு 1923 ஏப்ரலில் சட்டமன்றத்தில் முன்மொழியப்பட்டு

நிறைவேற்றப்பட்டது. இதற்கு பார்ப்பன சமூகத்தினரிடமிருந்து கடும் எதிர்ப்பு ஏற்பட்டது.

'நீதிக்கட்சியினர் பிராமணர்களை மட்டும் எதிர்க்கவில்லை. கடவுளை யும் எதிர்க்க கிளம்பி விட்டார்கள். மதத்தை அழிக்க முனைந்து விட்டார்கள். மதத்தின் புனிதத் தன்மையை கெடுக்கும் இம்மசோதாவை சாதி, மத வித்தியாசமின்றி கட்சிப் பாகுபாடின்றி ஒரு மனதாக அனை வரும் எதிர்க்க வேண்டும் என்று சட்டமன்றத்தில் சத்தியமூர்த்தி அய்யர் ஆவேசத்துடன் குரல் எழுப்பினார். பனகல் அசரர் எதிர்ப்புகளைப் பற்றிக் கவலைப்படவில்லை. 1925 சனவரி 27ல் வைஸ்ராய் ஒப்புதல் பெற்று சட்டம் செயலுருப் பெற்றது. அறநிலைப் பாதுகாப்புச் சட்டம் இந்து மதவாதிகளின் கடும் எதிர்ப்புகளுடன் நிறைவேறிய பின்னர் 1926 நவம்பர் 8 ஆம் நாள் மூன்றாவது தேர்தலை சந்தித்தார் பனகல் அரசர்.

இத்தேர்தலில் 41 இடங்களைப் பெற்றது சுயராஜ்யக் கட்சி. சுயேட்சைகள் 36 இடங்களையும், நீதிக்கட்சியினர் 21 இடங்களையும் பெற்றனர். அரசு அலுவலர்களும் நியமன உறுப்பினர்களுமாக 30 பேர்கள் அவையை அலங்கரித்தனர். தனிப்பெரும்பான்மை எவருக்கும் கிடைக்கவில்லை. ஆளுநர் சுயராஜ்ய கட்சியை ஆட்சி அமைக்க அழைத்தார். ஆனால் அவர்கள் மறுத்து விட்டனர். பின்னர் பனகல் அரசரை அழைத்தார் ஆளுநர். பெரும்பான்மையில்லாமல் ஆட்சியமைக்க தாம் தயாரில்லை என்று அவரும் மறுத்து விட்டார். அதன்பின் சுயராஜ்ய கட்சியினர், நீதிக் கட்சியிலிருந்து பி.சுப்பராயனை விலகச் செய்து, அவர் தலைமையில் சுயேச்சைகள் அமைச்சரவை அமைத்தனர்.

இந்த அமைச்சரவை சுயராஜ்ய கட்சியனரின் எதிர்பார்ப்புக்கு எதிராக நீதிக்கட்சி சார்பாக பனகல் அரசரின் ஆலோசனைகளை பெற்று இயங்கியது. ஒடுக்கப்பட்டோர், தாழ்த்தப்பட்டோர், பிற்படுத்தப் பட்டோர் நலனையே கருத்தில் கொண்டு எந்நாளும் உழைத்து வந்த பெருமகன் பண்பாளர் பனகல் அரசர் 1928 ஆம் ஆண்டு டிசம்பர் 16 ஆம் நாள் மண்ணுலக வாழ்வை நீத்தார்.

❖

11
டாக்டர் நடேசன்

ஆதிதிராவிடர் நலனில் டாக்டர் நடேசரைப் போல பாடுபட்டவர்கள் மிகவும் குறைவு. மகாத்மா காந்தியின் 'ஹரிஜன் இயக்கம்' தொடங்குவதற்கு முன்பே டாக்டர் நடேசன் முதலியார் ஆதித் திராவிடர் நலனில் மிகமிக அக்கறை கொண்டிருந்தார். டாக்டர் நடேசன் முதலியார் நீதிக்கட்சியின் முக்கிய தலைவர்களுள் ஒருவராவார்.

சென்னை நகரத்தில் திருவல்லிக்கேணியில் பிறந்த இவர் சென்னை மாநிலக் கல்லூரியிலும் சென்னை மருத்துவக் கல்லூரியிலும் படித்து டாக்டர் பட்டம் பெற்றார். பிராமணரல்லாதவர்களின் நலனுக்காக குரல் கொடுக்க 1912ல் ஐக்கிய சென்னை இயக்கம் என்ற அமைப்பை உருவாக்கினார் நடேசனார். இவ்வியக்கம்

சென்னை திராவிடர் சங்கம் என்று பெயர் மாற்றம் செய்யப்பட்டது. அரசியலில் பங்கேற்காமல் சென்னையில் பிராமணரல்லாத மாணவர்களுக்காக ஒரு விடுதியை இச்சங்கம் நடத்தி வந்தது.

சென்னை மாகாணத்தின் அப்போதைய அரசியல் நிலைகளால் உயர் சாதியினரால் அரசுப் பணிகளிலுள்ள இதர வகுப்பார் பாதிக்கப்படுவதும், உயர் சாதியினர் வெள்ளையர்களோடு சேர்ந்து கொண்டு சலுகைகள் பெறுவதும் தவிர்க்க முடியாததாய்த் தொடர்ந்தன. இந்நிகழ்வுகள் தான் நடேசனாரை ஆரம்பத்தில் பொது வாழ்வில் ஈடுபடத் தூண்டியது. அந்த எண்ணத்தில் உருவாக்கப்பட்ட இயக்கம் தான் சென்னை திராவிடர் சங்கம். இச்சங்கம் துவக்கியதின் விளைவாக தான் நடேசனாருக்கு திரு.வி.க.வின் நட்பு கிடைத்தது.

சிந்தனையாளர் சிங்க வேளாளர், பேராசிரியர் லட்சுமி நரசு, எல்.டி. சாமிக்கண்ணு போன்ற அறிஞர்களின் சொற்பொழிவுகள் திராவிடர் சங்கத்தில் அடிக்கடி நடைபெறும்.

இப்படித் தொடங்கிய திராவிடர் சங்கத்தின் பணிகள்தான் பின்னர் நீதிக்கட்சி, தோன்றுவதற்கு அடிப்படையாக அமைந்தன. 1919ல் இங்கிலாந்து நாடாளுமன்ற கூட்டு ஆய்வுக் குழுவினர் திராவிடர்களின் நிலையைப் பற்றி எடுத்துக் கூறுவதற்கென ஒரு பிரதி நிதியை அனுப்பி வைக்குமாறு இச்சங்கத்தினரைக் கேட்டுக் கொண்டதன் பேரில் சர்.கே.வி. ரெட்டி நாயுடு அனுப்பி வைக்கப்பட்டார்.

தான் தோற்றுவித்த அமைப்பின் மூலம் பிராமணரல்லாதாருக்கு உழைத்து வந்தார். இந்நிலையில் பிராமணரல்லாதார் இயக்கத்துக்கு அரசியல் வடிவம் கொடுத்து வந்த பி.டி. தியாகராயரையும், டாக்டர் எம்.டி. நாயரையும் சந்தித்தார்.

தாங்கள் பணிபுரிந்த காங்கிரஸ் மீதான நம்பிக்கை தகர்ந்து போன நிலையிலிருந்த அவர்களை வெளியே கொண்டு வந்து ஓர் அரசியல் கட்சி உருவெடுக்க காரணமானார் நடேசனார். நடேசனார் முயற்சி இல்லை யெனில் நீதிக்கட்சி என்ற பிராமணரல்லாதார் இயக்கம் ஏற்பட்டிருக்க முடியாது. நடேசனார் கூட்டிய மாநாடுகள் ஏராளமானவை. டி.எம். நாயரும், தியாகராயரும் காலமான பிறகு, தனியாக இருந்த நீதிக்கட்சியை நடத்திய பெருமை மிக்கவர் நடேசனார்.

1920ல் நடைபெற்ற சட்டமன்றத் தேர்தலில் பெருவாரியான வாக்குகளைப் பெற்றார் நடேசனார். 1920 முதல், இடையில் ஒரு தடவை மட்டும் தோல்வியடைந்தாலும் 1937 வரை நடேசனாரின் சட்டமன்றப் பணி தொடர்ந்தது. அவர் இறக்கும் வரையிலும் சட்டமன்ற உறுப்பினராகவே இருந்தார்.

சட்டமன்றத்தில் நீதிக்கட்சியின் சீரிய குறிக்கோள்களுக்கும், கொள்கைகளுக்கும் அவர் வாதாடினார். அரசுப் பணிகளில் இருப்போருக்கு வகுப்புரிமைக்காக அடிக்கடி கேள்விகள் கேட்டும் வகுப்புரிமை கையாளப்படாததை சுட்டிக்காட்டியும் பிராமணரல்லாதார் நலம் பெறப் பெரிதும் உழைத்தார்.

இவர் கொண்டு வந்த நிறைவேற்றிய தீர்மானங்களிலேயே மிக முக்கியமானது 'பார்ப்பனர் அல்லாதார் யார்?' என்பதைப் பற்றிய வரைவுதான். நீதிக்கட்சியின் போராட்டத்தின் விளைவாக 1919ல் மாண்டேகு செம்ஸ்போர்டு சீர்திருத்தத்தில் சட்டமன்றங்களில் பிராமணரல்லாதார் வகுப்பு வாரி முறையில் இடம் பெற வகை செய்யப்பட்டிருந்தது.

இந்தச் சமூக பாதுகாப்புகளால் ஊக்கம் பெற்ற நீதிக்கட்சி, அரசு சார்ந்த பொது வாரியங்களிலும், நிர்வாகக் கழகங்களிலும் சென்னைப் பல்கலைக் கழக ஆட்சிக் குழு போன்ற அமைப்புகளிலும் வகுப்புவாரி பிரதிநிதித்துவ முறையை நடைமுறைக்கு கொண்டு வர வேண்டும் என்று கோரியது. நடசேனார் கொண்டு வந்த தீர்மானம் தான் சென்னைப் பல்கலைக் கழகத்தில் தாய்மொழிப் படிப்பை அறிமுகப்படுத்துவதற்குக் காரணமாக இருந்தது.

முதல் சட்டமன்ற தேர்தலிலேயே (1920) சென்னை மாநகரத்தில் அதிக வாக்குகள் பெற்று வெற்றி பெற்றும் நடேசனாரை நீதிக்கட்சி அமைச்சராக்கவில்லை. அவர் இறப்பதற்கு ஒரு ஆண்டுக்கு முன்புதான் சட்டசபையின் துணைத் தலைவர் ஆக்கப்பட்டார். அவர் சட்டமன்றத்தில் நிகழ்த்திய உரைகள் எல்லாம் திராவிட இயக்கக் கொள்கைகளை எதிரொலிப்பனவாக இருந்தன.

நடேசனாருக்கு நீதிக்கட்சி பெரும் பொறுப்பு எதையும் தந்து சிறப்பிக்கவில்லை. நடேச முதலியார் பிராமண எதிர்ப்பு இயக்கம் பற்றிய நீண்ட தந்திகளை லண்டன் செய்தித்தாள்களுக்கு பெரும் செலவில் அனுப்பி

னார். டைம்ஸ் லண்டன், லெட்டர் ஸ்டுதி எடிட்டரில் வெளியிட்டது. பிரிட்டனிலும் இந்தியாவிலும் பெரும் பரபரப்பை ஏற்படுத்தியது.

1920 ஆம் ஆண்டில் டாக்டர் மெட்ராஸ் கார்ப்பரேஷன் கவுன்சிலில், தாழ்த்தப்பட்ட வகுப்பினர் என்றும், பொதுவாக பஞ்சமர்கள் என்றும் அழைக்கப்படுபவர்களை ஆதிதிராவிடர்கள் என்றும் அழைக்க வேண்டும் என்று தீர்மானம் கொண்டு வந்தார்.

1923 சட்டமன்றத் தேர்தலில் நடேசன் மெட்ராஸ் லெஜிஸ்லேட்டிவ் கவுன்சிலுக்கு தேர்ந்தெடுக்கப்பட்டார். *1923-26* மற்றும் *1933-37* ஆம் ஆண்டுகளில் நடேசனார் மெட்ராஸ் லெஜிஸ்லேட்டிவ் கவுன்சிலுக்கு தேர்ந்தெடுக்கப்பட்டார்.

*1927*ல் கோயம்புத்தூரில் நடந்த பிராமணரல்லாதார் கூட்டமைப்பில், நீதிக்கட்சியை அமைச்சர்கள் மற்றும் அரசியலமைப்புவாதிகள் என இரு பிரிவுகளாகப் பிளவுபடுத்தினர். இரு குழுக்களும் இணையும் வரை அவர் அரசியலமைப்புவாதிகளின் தலைவராக செயல்பட்டார்.

*1929*ல் நடேசன் தலைமையில் நீதிக்கட்சி மாநாட்டில் பிராமணர்களை கட்சியில் சேர்க்கும் தீர்மானம் நிறைவேற்றப்பட்டது. நடேசனார் *1937*ஆம் ஆண்டு சென்னை சட்டமன்றத் தேர்தலில் போட்டியிடுவார் என்று எதிர்பார்க்கப்பட்ட நிலையில் அவர் தனது *62* வது வயதில் பிப்ரவரி *1937*ல் திடீரென காலமானார்.

❖

12
சிங்கார வேலர்

'வெட்டுக்கிளிகளும் பச்சோந்தி களும் புகழப்படும் ஒரு நேரத்தில் ஒரு புரட்சிப் புலியை மக்கள் மறந்தனர்' என்று பேரறிஞர் அண்ணாவால் குறிப்பிடப் பட்ட சமூக நீதிப் போராளி ம. சிங்கார வேலர் ஆவார். ஆங்கிலேய இந்தியாவில் நடந்த மிகப்பெரிய போராட்டங்கள் 10 என்றால் நான்கில் சிங்கார வேலரின் பங்கு மிக அதிகம்.

சென்னையில் நடந்த வேல்ஸ் இளவரசர் வருகை புறக்கணிப்பு, சைமன் குழு புறக்கணிப்பு, தொழிலாளர்கள் போராட்டம், பின்னிகர் நாடிக்க ஆலைப் போராட்டம், நாகை தொடர் வண்டித் தொழிலாளர்கள் போராட்டம் முதலியன இவர் தலைமையிலேயே நடந்தது. மே 1ல் தொழிலாளர் தினம் ஆசியாவில் முதல்

முதலில் சென்னையில்தான் இவரால் கொண்டாடப்பட்டது.

பொதுவுடைமைச் சிந்தனைகளைத் தமிழ்நாட்டில் பரப்ப ஆற்றிய பணிகளுக்காக 'சிந்தனைச் சிற்பி' எனப் போற்றப்படுகிறார். சிங்கார வேலர் 1806 ஆம் ஆண்டு பிப்ரவரி 18 ஆம் தேதி சென்னையில் உள்ள அயோத்தி குப்பத்தில் பிறந்தார். இவரது குடும்பம் பிற்படுத்தப்பட்ட மீனவர் பரதவர் சமூகத்தைச் சேர்ந்தது.

தனது பள்ளிக்கல்வியை முடித்த பின் மாநிலக் கல்லூரியில் பட்டப் படிப்பை முடித்தார். அதன் பின் சென்னை சட்டக் கல்லூரியில் சட்டம் பயின்று வழக்குரைகள் ஆனார். ஆங்கிலம், தமிழ்மொழிகளைத் தவிர இந்தி, உருது, பிரஞ்சு, ஜெர்மன் ஆகிய மொழிகளிலும் இவருக்கு புலமை இருந்தது. வெலிங்டன் சீமாட்டி கல்வி வளாகத்தில் தான் இவரது வீடு இருந்தது.

சுமார் 20,000 நூல்களுக்கும் மேல் தமது வீட்டில் அவர் சேகரித்து வைத்திருந்தார். வசதியான குடும்பத்திலிருந்து வந்து அவர் வழக்கறிஞர் தொழில் செய்தபோதும் வறியவர்கள் பற்றியே இவரது மனம் சதா சிந்தித்துக் கொண்டிருந்தது. இவர் இருந்த குடியிருப்பு வளாகத்தை இவரது கைதுக்கு பிறகு, அன்றைய ஆளுநர் வெலிங்டன் பிரபு கைப்பற்றி, இந்த இடத்தில் கல்வி நிலையத்தை நிறுவி, தனது மனைவியின் பெயரை வைத்துக் கொண்டார். சென்னை உயர்நீதிமன்ற வழக்கறிஞர் சபையில் சிங்கார வேலர் 1907 ஆம் ஆண்டு தம்மை வழக்கறிஞராக பதிவு செய்து கொண்டார்.

வழக்கறிஞர் தொழில் இறங்கிய சிங்கார வேலரோ அடக்குமுறை யாளர்கள், பேராசைக்காரர்கள் ஆகியோரின் சார்பாக எந்தவொரு சூழ்நிலையிலும் வழக்காடியது இல்லை என்பது குறிப்பிடத்தக்கது.

1921 ஆம் ஆண்டில் ஒத்துழையாமை இயக்கத்தினால் தனது வழக்கறிஞர் தொழிலைப் புறக்கணித்தார். இந்தியாவில் முதன் முதலாக மே தினத்தை கொண்டாடியவர் சிங்கார வேலர். ருஷ்யாவின் கம்யூனிசப் புரட்சியால் கவரப்பட்டு இந்தியாவின் முதல் தொழிற்சங்கமான சென்னை தொழி லாளர் சங்கத்தை 1918ல் தொடங்கினார்.

சென்னை பக்கிங்காம் கர்னாடிக் ஆலையில் தொடங்கப்பட்ட சங்கத்தின் முதல் தலைவராகவும் பணியாற்றினார். 1925ல் இந்திய பொதுவுடைமைக்

கட்சியை தொடங்கிய தலைவர்களுள் இவரும் ஒருவர்.

பெரியார் ஈ.வெ.ராமசாமியின் சுயமரியாதை இயக்கம் 1930களின் ஆரம்பத்தில் பொதுவுடைமைக் கொள்கையின் பக்கம் சாய சிங்கார வேலரின் தூண்டுதல் காரணமாக இருந்தது. 1918ஆம் ஆண்டு சிங்கார வேலர் மகாத்மா காந்தியை தன் தலைவராக ஏற்றார். இவர் ஆங்கிலேய ஆட்சியின் ரவுலத் சட்டத்தினை எதிர்த்தார்.

மேலும் 1919 ஆம் ஆண்டு நடைபெற்ற ஜாலியன் வாலாபாக் படுகொலை நிகழ்வைத் தொடர்ந்து காந்தி ஒத்துழையாமை இயக்கப் போராட்டத் துக்கு அனைத்து வழக்குரைஞர்களுக்கும் அழைப்பு வகுத்தார்.

அதன் காரணமாக இவர் தனது வழக்குரைஞர் ஆடையை எரித்தும், 'இனி எப்போதும் வக்கீல் தொழில் பார்க்க மாட்டேன் என் மக்களுக்காக பாடு படுவேன்' என்று கூறியும் ஆங்கில அரசுக்கு தனது எதிர்ப்பையும், காந்திக்கு தனது ஆதரவையும் காட்டினார்.

ஜாலியன் வாலாபாக் படுகொலை நிகழ்வைத் தொடர்ந்து ஏற்பட்ட பதற்ற நிலையைச் சமாளிக்கும் விதமாக இங்கிலாந்தின் வேல்ஸ் இளவரசர் இந்தியாவுக்கு வந்தார். அவரது வருகையை எதிர்க்கும் விதமாக சிங்கார வேலர் சென்னையில் பெரிய போராட்டம் ஒன்றை முன்னின்று நடத்தினார். இப்போராட்டம் ஆங்கிலேய அரசையே உலுக்கியது என்று அறிஞர் அண்ணா கூறியுள்ளார். தமிழ் மொழிக்காக பெரிதும் பாடுபட்டார். தமிழை ஆட்சி மொழியாக்கும் கோரிக்கையை வலியுறுத்தினார்.

இவர் சென்னை மாநகராட்சி உறுப்பினராக இருந்தபோது பள்ளிகளில் மதிய உணவுத் திட்டத்த வெற்றிகரமாக நடத்திக் காட்டினார். அதன் பின்னர் இத்திட்டம் இடையிலேயே கைவிடப்பட்டது. இவரே காமராஜர் தமிழகம் முழுவதும் தொடங்கிய மதிய உணவுத் திட்டத்தின் முன்னோடி ஆவார். இவர் பல நூல்களை எழுதியுள்ளார்.

மேலும் பல நூல்களை வேறு மொழியிலிருந்து தமிழுக்கு மொழி பெயர்த்துள்ளார். இவர் எழுதிய சிந்தனை நூல்கள் மாஸ்கோ நகர் லெனின் நூலகத்தில் இடம் பெற்றுள்ளன. இவருடைய நூல்கள் தமிழக அரசால் நாட்டுடமையாக்கப்பட்டுள்ளன.

1931 ஆம் ஆண்டு பெரியார் ஓராண்டு உலகப் பயணம் மேற்கொண்ட பொழுது, தான் வரும் வரை தனது குடியரசு இதழுக்கு சிங்கார வேலர் கட்டுரைகள் எழுதி வழிகாட்ட வேண்டுமென கேட்டுக் கொண்டார். அதன்படியே சிங்கார வேலர் மிகச் சிறந்த பல்வேறு கட்டுரைகளை எழுதி வந்தார்.

ம. சிங்கார வேலர் பரதவர் சமூகத்தச் சேர்ந்தவராதலால் தமிழக அரசு மீனவர் வீட்டு வசதித் திட்டத்திற்கு இவரது பெயரைச் சூட்டியுள்ளது. மேலும் சென்னை மாவட்ட ஆட்சியர் அலுவகத்திற்கு ம.சிங்கார வேலர் மாளிகை என்று பெயர் சூட்டியது.

கடைசியாக 1945 ஆம் ஆண்டு ஜுன் மாதம் 24 ஆம் தேதியன்று சென்னை அச்சுத் தொழிலாளர் மாநாட்டில் சிறப்புரை ஆற்றினார் சிங்கார வேலர். அவர் 1946 ஆம் ஆண்டு பிப்ரவரி 11 ஆம் தேதி சென்னை யில் காலமானார்.

தான் மரணமடைவதற்கு முன்பு தன் வாழ்நாள் முழுவதும் சிரமப்பட்டு சேர்த்து வைத்திருந்த 10,000 அரிய புத்தகங்கள் கொண்ட நூலகத்தை கம்யூனிஸ்ட் கட்சிக்கு அவர் தமது அன்பளிப்பாகக் கொடுத்தார்.

❖

13
அம்பேத்கர்

'ஆடுகளைத்தான் கோயில்களுக்கு முன் பலியிடுவார்கள். சிங்கங்களை அல்ல. நீங்கள் சிங்கங்களாக இருங்கள்.' எத்தனை தலைமுறைகள் கடந்தாலும் இந்த நாட்டு மக்கள் மனதில் இருத்த வேண்டிய அண்ணலின் வார்த்தைகள் இவை. இந்த தேசம் நன்றியோடு நினைவு கூற வேண்டிய மாமனிதர் அம்பேத்கர். இந்தியா மட்டுமல்ல உலகெங்கும் ஒரு கல்வியிட்டவனாய் தன்னை உணரும் ஒவ்வொருவருக்கும் அம்பேத்கர்தான் ஒளிவிளக்கு. அவருடைய வாழ்க்கை என்பது உலகுக்கான ஒரு நம்பிக்கை செய்தி!

அம்பேத்கர் தலித் மக்களுக்கு மட்டுமே எழுதினார், சட்டம் இயற்றினார் போராடினார் என்கிறார்கள். அப்படி ஒரு

வட்டத்துக்குள் அவரை அடைக்க முயல்வது அறியாமை. சுதந்திர இந்தியாவின் முதல் சட்ட அமைச்சர் என்ற பெருமையும் அதிகாரமும் மிக்க பதவியை ஒன்றரை ஆண்டுக்குள் ராஜினாமா செய்தான். ஏன்..? யாருக்காக? பட்டியல் பிரிவினருக்காக ஒதுக்கீடு செய்தது போல பிற்படுத்தப்பட்ட மக்களுக்காகவும் ஒரு சட்டம் இயற்றினார் அம்பேத்கர். அதுதான் அரசியல் சாசன சட்டம் பிரிவு 340. அதாவது பட்டியல் பிரிவு மக்களுக்கான சட்டங்கள் 341, 342க்கு முன்பாகவே பிற்படுத்தப்பட்ட மக்களுக்காக அவர் எழுதிய சட்டம் இது.

இதன்படி கல்வி, பொருளாதாரத்தில் பின் தங்கியுள்ள இதர மக்கள் குறித்து ஆய்ந்து சலுகைகள் வழங்க ஒரு கமிஷன் அமைக்க வேண்டும் என்பதுதான் சட்டத்தின் சாராம்சம். ஆனால் அப்படி ஒரு ஆணையத்தை அன்றைய நேரு அரசு அமைக்கவே இல்லை. அதற்கு தன் எதிர்ப்பை காட்டும் விதமாக தனது அமைச்சர் பதவியையே ராஜினாமா செய்தார் அம்பேத்கர்.

ஒரு நாளில் நான்கு மணி நேரங்களைக் கூட தனது தூக்கத்திற்கென்று ஒதுக்காத மனிதர் அண்ணல் அம்பேத்கர். எப்போதும் எழுத்து, படிப்பு, ஒடுக்கப்பட்ட மக்களின் விடிவுக்கான சிந்தனையிலேயே அவர் காலம் கழிந்தது. இந்த தூக்கமற்ற உழைப்பே அவருக்கு நீரிழிவு நோயைப் பரிசாகத் தந்தது. அப்படியும் கூட அவர் தன்னை மாற்றிக் கொள்ளவே இல்லை.

'என் இறுதிக்காலம் நெருங்குகிறது. ஆனால் என் மக்களின் துயரங்களுக் கான இறுதிக்காலம் ரொம்ப தூரத்திலிருக்கிறதே.. என்னால் எப்படி வேளைக்கு உண்டு உறங்கி காலம் தள்ள முடியும்' என்று தன்னுடைய மருத்துவரை நோக்கி கேள்வி எழுப்பினார்.

1954ல் அவர் கண் பார்வையைப் பறித்தது நீரிழிவு. பார்வை போய் விட்டதெனக் கூறி பரிதாபம் தேடவில்லை அம்பேத்கர். மனிதகுல விடியலுக்கான சமூக அரசியல் போரை அவர் இறக்கும் வரை தொடர்ந்து கொண்டேதானிருந்தார். சட்டமேதை அம்பேத்கர் 1891 ஏப்ரல் 14 ஆம் நாள் ராணுவ வீரராய் இருந்த ராம்ஜிக்கும், பீமா பாய்க்கும் மகனாகப் பிறந்தார். தந்தையின் பணிக்காலம் சில வருடங்களிலேயே முடிந்துவிட இளமை வறுமையை அம்பேத்கர் கைகளில் திணித்தது. சிறுவயதில் ஆனந்தமாய் விளையாடிய தன்னுடைய பள்ளிக்கூடத்தில்தான் தானும்

தன்னுடைய குடும்பமும் மற்றவர்களை விட வித்தியாசமாக நடத்தப்படு வதை அறிந்தார் அம்பேத்கர்.

தாழ்த்தப்பட்ட சமூகத்தில்தான் பிறந்திருக்கிறோம் என்பதும், இந்தியாவின் சாதீய அமைப்பு தன்னை இழிவாக நடத்துகிறது என்பதும் சிறுவனாக இருந்த அம்பேத்கருக்குத் தெரியவில்லை. பீமராவ் என்பது தான் இவரது இயற்பெயர். இவரது ஆசிரியர் அம்பேத்கர் எனும் பிராமணர். பீமராவின் கல்வி தாகத்தை அறிந்து அவர் மீது மிகுந்த அக்கறை கொண்டார் ஆசிரியர் அம்பேத்கர். தனது ஆசிரியர் மீது கொண்ட பக்தியின் காரணமாக தனது பெயரான பீமராவுடன் அம்பேத்கர் எனும் பெயரையும் இவர் இணைத்துக் கொண்டார். அம்பேத்கர் உயர்கல்விகளை முடித்த கையோடு வெளிநாடுகளில் மிகப் பெரிய பதவிகளில் அமரும் வாய்ப்புகள் அவருக்கு கிடைத்தன. அவற்றை வைத்து அவர் வசதியாக வாழ்ந்திருக்க முடியும். ஆனால் அம்பேத்கர் சொந்த தாய்நாட்டில் வசிக்கும் தன் இனமக்களின் உரிமைக்காகவே அவர் வாழத் தீர்மானித்தார். அதனால் பட்டப்படிப்பு முடிந்தவுடன் அவர் இந்தியா திரும்பினார்.

இந்தியாவிலும் அம்பேத்கருக்கு பல்வேறு வாய்ப்புகள் கிடைத்தன. ஆனால் அவற்றை அவர் ஏற்றுக்கொள்ளவில்லை. அம்பேத்கர் இந்தியா திரும்பியதும் 1924ல் பம்பாய் வழக்கறிஞர் சங்கத்தில் இணைந்தார். பம்பாய் உயர்நீதிமன்றத்தில் வழக்கறிஞராகவும் பணியாற்றினார். ஆனால் அங்கும் தீண்டாமை கொடுமை நிலவவே செய்தது. அதனால் வெறுப்படைந்த அம்பேத்கர் தன்னுடைய அழுத்தமான சமுதாயப் பொதுத் தொண்டையும் ஆரம்பித்தார். 1924 மார்ச் 9 ஆம் நாள் தாமோதர் கூடத்தில் ஒடுக்கப்பட்ட இன மக்களின் நிலையின் மீதான கவனத்தை ஈர்க்க ஓர் பொதுக் கூட்டத்தை ஏற்பாடு செய்து 'ஒடுக்கப்பட்டோர் நலக்கழகம்' என்ற அமைப்பை உருவாக்கினார்.

இவ்வமைப்பு ஒடுக்கப்பட்ட மக்களின் கல்வி - பொருளாதார நிலையை உயர்த்தலும் இவ்வகுப்பினரின் பெருந்துன்பங்களையும் வெளிப்படுத்து வதுமே உடனடி வேலையாக அமைந்தது. இக்கால கட்டத்தில் அவருக்கு வழங்கப்பட்ட ஓர் கல்லூரிப் பேராசிரியர் பதவியையும் கோலாபூர் அரசின் அமைச்சர் பதவியையும், சமூகத் தொண்டினை தொடர வேண்டு மென்பதற்காக ஏற்க மறுத்துவிட்டார். அம்பேத்கர் 1927 ஏப்ரலில்

'பகிஸ்கரிக் பாரத்' என்ற இதழைத் தொடங்கினார். இவ்விதழ் ஒடுக்கப்பட்ட மக்களின் நலன்களுக்காகவும் குறைகளுக்காக குரல் கொடுக்கவும் குறிப்பாக நடக்க விருக்கும் அரசியல் சட்டச் சீர்திருத்தங் களின் கண்ணோட்டத்திலும் ஆரம்பிக்கப்பட்டது.

ஒடுக்கப்பட்ட தாழ்த்தப்பட்ட மக்களின் ஒட்டு மொத்த நிலையை உயர்த்த கல்வி போல சிறந்த கருவியென அம்பேத்கர் கருதினார். கல்வியை குறிப்பாக மேல்நிலைக் கல்வியை பெறுவதன் வாயிலாகவே சமூக பொருளாதாரச் சமத்துவம் கைகூடும் என்று அவர் கருதினார். டாக்டர் பீமாராவ் அம்பேத்கர் 1930ல் லண்டனில் நடைபெற்ற வட்டமேசை மாநாட்டில் கலந்து கொள்வதற்காகப் புறப்படுகையில், 'என் மக்களுக்கு என்ன நியாயமாகக் கிடைக்க வேண்டுமோ அதற்காகப் போராடுவேன். அதே சமயத்தில் சுயராஜ்யக் கோரிக்கையை முழு மனதுடன் ஆதரிப்பேன்' என்று கூறிச் சென்றார்.

இரண்டாவது வட்டமேசை மாநாட்டில் வகுப்பு வாரி பிரதி நிதித்துவம் குறித்த பிரச்சனை முக்கியமாக விவாதிக்கப்பட்டது. தாழ்த்தப்பட்டோர் களுக்கு தனி வாக்குரிமையையும் விகிதாசாரப் பிரதிநிதித்துவமும் வழங்கப்பட வேண்டுமென டாக்டர் அம்பேத்கர் வலியுறுத்தினார். இதன் விளைவாக ஒரு தொகுதியில் பொது வேட்பாளரைத் தேர்ந்தெடுக்க ஒரு வாக்கும், அதே தொகுதியில் தாழ்த்தப்பட்ட சமூக வேட்பாளரை தேர்ந் தெடுக்க ஒருவாக்கும் அளிக்கும், இரட்டை வாக்குரிமை தாழ்த்தப்பட்ட மக்களுக்கு வழங்கப்பட்டது. காந்திஜி இதனை எதிர்த்தார்.

தாழ்த்தப்பட்ட மக்களுக்கு தனித்தொகுதிகள் ஒதுக்கப்பட வேண்டு மென வலியுறுத்தி காந்திஜி உண்ணாவிரதப் போராட்டத்தை தொடங்கி னார். இதன் விளைவாக 24.9.1931ல் காந்திஜிக்கும் டாக்டர் அம்பேத்கருக்கும் இடையே புனா ஒப்பந்தம் ஏற்பட்டது. காந்திஜியை மதித்த அதே நேரத்தில் அவரது கருத்துக்களில் முரண்படவும் அம்பேத்கர் தயங்கவில்லை. தாழ்த்தப்பட்ட இனத்தவர்களை ஹரிஜன் என்று காந்திஜி அழைத்தார். ஆனால் அந்தப் பெயரை அம்பேத்கர் வெறுத்தார். 'தாழ்த்தப் பட்டவர்கள் கடவுளின் குழந்தைகள் என்றால் மற்றவர்கள் சாத்தானின் குழந்தைகளா?' என்று அவர் கேள்வி எழுப்பினார்.

வாழ்க்கையில் பல்வேறு வெறுப்பூட்டும் சம்பங்கள் நடந்த போதும் யாரையும் தனிப்பட்ட முறையில் எதிரியாக அம்பேத்கர் ஒருபோதும்

கருதியதில்லை. வெறும் போராட்டங்கள் மூலம் தனது சமுதாயத்தை முன்னேற்றுவதில் அவருக்கு உடன்பாடில்லை. தாழ்த்தப்பட்டவர்கள் படிப்பின் மூலமே உச்சநிலையை எட்ட முடியும் என்று அவர் உறுதியாக நம்பினார். அதற்கு தானே முன்னுதாரணமாக இருந்தார். அதனால்தான் அப்போது இருந்த பிற தலித் இனத்தலைவர்களை விடவும் அம்பேத்கர் பிரபலமாக திகழ்ந்தார். அவரைக் கொள்கை ரீதியாக எதிர்த்தவர்கள் கூட அவருக்கு நண்பர்களாகத் திகழ்ந்தார்கள்.

சோதனைகளையும் சாதனைகளாக மாற்றியவர் அம்பேத்கர். அம்பேத்கர் தாழ்த்தப்பட்ட மக்களின் தலைவராக மட்டும் திகழவில்லை. அவர் ஒரு சிறந்த பேச்சாளராகவும், கல்வியாளராகவும் சட்ட மேதை யாகவும் திகழ்ந்தார். சுதந்திர இந்தியாவின் அரசியல் நிர்ணய சபையின் தலைவராக சட்டமியற்ற அரும்பாடுபட்டவர் அம்பேத்கர். சட்டம் இயற்றும் நேரத்தில் தனது தீர்க்கமான சிந்தனையாலும், தொலைநோக்கு பார்வையாலும் பல முக்கிய சட்டங்களை உருவாக்கினார். நம் நாட்டின் முதல் சட்ட அமைச்சராக விளங்கினார். 1951ல் இந்து சட்டத் தொகுப்பு மசோதா அறிமுகப்படுத்தப்பட்ட போது அதை எதிர்த்து பதவி விலகினார். இந்திய குடியரசு கட்சியை நிறுவிய அம்பேத்கர் தனது இறுதிக் காலத்தில் புத்தமதத்தை பிரச்சாரம் செய்வதில் கழித்தார். 1956 ஆம் ஆண்டு டிசம்பர் 6 ஆம் தேதி அண்ணல் அம்பேத்கர் காலமானார்.

●

டாக்டர் அம்பேத்கர் ஒப்பற்ற ஒரு தேசியத் தலைவர். 'தர்மம் தான் எல்லா பலத்துக்கும் ஆதாராமானது. இது நம் நாட்டின் சரித்திரம் வெளிப் படுத்திய உண்மை' என்று அரசியல் நிர்ணய சாலையில் ஒருமுறை பேசுகையில் குறிப்பிட்டார். இந்நாட்டில் எத்தனையோ நல்லவர்கள் நீதிமான்கள் ஆட்சி செய்திருக்கிறார்கள். ஆனாலும் கூட தீண்டாமைக் கொடுமை தொடரத்தான் செய்கிறது. இதற்குக் காரணம் என்ன என்று அம்பேத்கர் யோசித்தார். ஆட்சிமாற்றத்தால் எவ்விதப்பயனும் விளைந்து விடப்போவதில்லை என்ற முடிவுக்கு அவர் வந்தார். அடிப்படையிலேயே மாறுதல் தேவை என்று அவர் கருதினார்.

அவருடைய வாழ்வும் இந்த சமூகம் சிறுவயதிலேயிருந்தே பழுத்த அனுபவங்களை ஏற்படுத்தியுள்ளது என்பது உண்மை. அம்பேத்கர் பிறந்தது மஹார் எனப்படும் குலத்தில். ஒருபுறம் வீட்டில் இருந்த வறுமை,

மறுபுறம் அவனது குலத்தின் காரணமாக நடைபெற்ற ஒரு சில விரும்பத் தகாத சம்பவங்கள், சமுதாய ஏற்றத்தாழ்வுகளை எதிர்த்துப் போராட வேண்டிய உணர்வு பீம் மனதில் சிறுவயதிலேயே முளைவிட்டது. அவர்கள் தங்கியிருந்தது குடிசைப் பகுதியில் ஒரு வீட்டில். அதை வீடு என்று சொல்வதை விட ஒரு சிறிய அறை என்று சொல்வதே பொருத்த மாகும். சமையல் படுக்கை அனைத்தும் அந்த அறையில்தான், படிப்பு மண்ணெண்ணெய் விளக்கில் தான்.

பள்ளியிலோ நிலைமை இன்னும் மோசமாக இருந்தது. தீண்டத்தகா தவர்கள் என்று சொல்லப்பட்ட மாணவர்களை வகுப்பறையின் வெளியே அமரச் செய்வது அந்நாளைய வழக்கம். வகுப்பறை வாசலில் கோணியை விரித்து அமர்ந்து பாடங்களைக் கவனிக்க வேண்டும். அம்பேத்கர் மனதில் இயற்கையாகவே நாணல் பசி இருந்தது. எனவே இந்தக் கொடுமையான சூழ்நிலையிலும் அவர் நல்ல முறையில் கல்வி கற்றுத் தேர்ந்தார். கல்வியே ஒருவருக்கு மதிப்பையும் வாழ்க்கையும் அளிக்கும் என்று உறுதியாக அம்பேத்கர் கொண்ட எண்ணமே, ஒன்பது பத்து, பனிரெண்டு இந்தியப் பட்டங்களை அவர் பெறக் காரணமாக இருந்தது. மற்ற மனிதர்களிட மிருந்து மாறுபட்டு உயர்ந்த மனிதராக அம்பேத்கர் புகழ்பெறக் காரணம் இவரின் ஆக்க பூர்வமான அணுகுமுறைதான். தன் பிரிவைச் சார்ந்த மக்கள் பிறப்பு அடிப்படையில் துன்புறுவதைக் கண்ட இவர் அதற்காக இன்னொரு பிரிவினரை எதிர்ப்பதைக் காட்டிலும் தன்பிரிவு மக்கள் சமுதாய முன்னேற்றம் பெறு வதே தேவையான ஒன்று, அதற்கு கல்வியே அடிப்படை என்று கல்விச் சேவை செய்ய விளைந்ததே இவரின் ஆக்க பூர்வமான சிந்தனைக்கு உதாரணம்.

பாரதத்தின் ஆன்மா, உயிர்நாடி என்பது ஆன்மீகம் அல்லது தர்மம். இந்தக் கருத்தையே அம்பேத்கர் தன்னிடம் கேட்கப்பட்ட ஒரு கேள்விக்கு விடையளிக்கும்போது உறுதியாகத் தெளிவுபடுத்துகிறார். ஓயாத செயல் துடிப்பு, சமுதாய நலன்களுக்குத் தணியாத ஆர்வம், துன்பங்களைக் கண்டு துவளாமல் எதிர்நீச்சல் போடும் மனதைரியம் இவையே டாக்டர் அம்பேத்கரின் பண்பு நலன்கள். நாட்டின் சுதந்திரத் துக்குப் பின்னர் புத்த மதம் சம்பந்தப்பட்ட விசயங்களில் மிகுந்த ஆர்வம் காட்டினார். நாகபுரியில் 1956 ஆம் ஆண்டு அக்டோபர் 14 ஆம் தேதி அவர் புத்த மதத்தை தழுவினார். அவருடன் ஆயிரக்கணக்கானோர் புத்த மதத்தில் இணைந்தனர்.

தாழ்த்தப்பட்டவன் தீண்டத்தகாதவன் என்றெல்லாம் சொல்லி அவருக்கு இழைக்கப்பட்ட கொடுமைகள் கணக்கற்றவை. எனினும் அவர் தீண்டாமைப் பிரச்சனையை தேசியக் கண்ணோட்டத்துடன் அணுகினார். புத்த மதத்தில் இணைவதற்கு அவர் கூறிய காரணங்கள் இதைத் தெளிவாக்குகின்றன. 'மதம் மாறுவதால் நாட்டுக்கு ஒட்டு மொத்தமாக ஏற்படும் விளைவுகள் குறித்து எண்ணி பார்ப்பது அவசியம். இஸ்லாம் மதத்திற்கோ, கிறிஸ்தவ மதத்துக்கோ மாறினால், ஒடுக்கப் பட்ட மக்கள் தேசிய நீரோட்டத்திலிருந்து விலகி விடுவர்.'

அவர்கள் இஸ்லாம் மதத்துக்கு மாறினால் முஸ்லீம்களின் எண்ணிக்கை இரு மடங்காகி விடும். அவர்கள் கிறிஸ்தவர்களாகினால் நமது நட்டில் கிறிஸ்தவர்களின் எண்ணிக்கை கூடிவிடும். அது இந்தியாவின் மீதான பிரிட்டனின் ஆதிக்கத்துக்கு வலுசேர்ப்பதாகி விடும். அதே சமயம் அவர்கள் சீக்கிய புத்த, ஜைன, ஹிந்து மதத்துக்கு மாறினால் அவர்கள் இந்த நாட்டின் தலைவிதிக்குப் பங்கம் விளைவிக்காதது மட்டுமல்ல, அதன் தலை விதியையே நிர்ணயிக்க உதவுபவர்களாக ஆகி விடுவர். அவர்கள் தேசிய நீரோட்டத்தில் இருந்து விலகிச் செல்ல மாட்டார்கள். நாட்டின் அரசியல் முன்னேற்றத்துக்கும் பங்களிப்பவர்களாக இருப்பார்கள்.

1936 ஜூலை 24ல் 'டைம்ஸ் ஆஃப் இந்தியா' பத்திரிகையில் எழுதியுள்ள கட்டுரையில் அம்பேத்கர் மேற்கண்டவாறு குறிப்பிட்டுள்ளார். அம்பேத்கர் ஏற்படுத்திய இந்திய அரசியல் சட்டத்தின் பிரிவு 25ல் இதே கருத்தை தெளிவாக்கியுள்ளார். அதில் புத்த மதம், ஜைன மதம், சீக்கிய மதம், ஆகிய உட்பிரிவுகளை கொண்டதுதான் ஹிந்து மதம் என்று தெளி வாகக் கூறப்பட்டுள்ளது.

●

நமக்கு அடிப்படை உரிமைகள் பல இருக்கலாம். அவற்றை எப்படி பாதுகாப்பது? அரசுக்கோ அரசு சார்ந்த நிறுவனங்களுக்கோ அவை செய்ய வேண்டிய காரியங்களை எழுத்து மூலம் செய்யச் சொல்லி உத்தரவு பிறப்பிக்கும் உரிமை நீதிமன்றங்களுக்கு இருக்கிறது. நமக்கு நன்றாகத் தெரிந்த ரிட் மனுக்களின் மீது நீதிமன்றங்கள் நாள்தோறும் ஆணை பிறப்பிக்கும் உரிமையை நமது அரசியல் அமைப்புச் சட்டத்துக்குள் கொண்டு வர வேண்டும் என்று வாதிட்டவர்களில் முதன்மையானவர் அம்பேத்கர்! நீதிமன்றங்களுக்கு தரப்பட்ட இந்த உரிமையே, இந்தியர்கள்

இன்று சுதந்திரமாக இயங்கிக் கொண்டிருப்பதற்கு அடிப்படைக் காரணம் என்று பல அரசியல் சட்ட வல்லுநர்கள் கருதுகிறார்கள்.

ஆனால் அம்பேத்கர் அடிப்படை உரிமைகளுக்கு வரையறை இருக்கக் கூடாது என்று கருதவில்லை. அரசு நெருக்கடிக் காலங்களில் இந்த உரிமை களைத் தற்காலிகமாகத் திரும்பப் பெறலாம் என்ற சட்டத்தையும் அவர் தான் முன்னின்று கொண்டு வந்தார். இதே போன்று நாடு நலனுக்காக மக்களைக் கட்டாயப் பணி செய்யுமாறு ஆணை பிறப்பிக்கும் உரிமையை அரசுக்கு அளிக்கவும் அவர் முன் வந்தார். ஆயுதம் வைத்திருப்பது குறித்து அம்பேத்கர் கூறினார்.

"ஒரு மாநிலம் மறு மாநிலத்துக்கு எதிராக மக்களை ஆயுதம் திரட்டச் செய்தால் என்ன செய்வது? நாடு முழுவதும் இதுபற்றி ஒரே சட்டம் இருக்க வேண்டும்" அமெரிக்காவில் சில மாநிலங்களில் இருப்பதைப் போன்று இந்தியாவிலும் ஆயுதம் வைத்துக் கொள்ளும் சட்டம் இருந்திருந்தால் வன்முறை எந்த அளவுக்கு வளர்ந்திருக்கும் என்பதை விளக்க வேண்டியதில்லை. இந்தியா ஒரு வலுவான நாடாக உருப்பெற வேண்டு மானால் அதிலிருந்து பிரிந்து போகும் உரிமையை மாநிலங்களுக்கு அளிக்கக் கூடாது என்பதில் அம்பேத்கர் உறுதியாக இருந்தார்.

இந்த கூட்டமைப்பு மாநிலங்களெல்லாம் சேர்ந்து கூட்டமைப்பு அமைக்க வேண்டும் என்று ஒப்புதல் அளித்ததால் ஏற்பட்டதல்ல. எனவே மாநிலங் களுக்கு பிரிந்து போகும் உரிமை கிடையாது என்று தனது உரையில் அவர் தெளிவாகக் குறிப்பிட்டார். ஒருமைப்பாட்டின் மீது அவருக்கு இருந்த அசைக்க முடியாத நம்பிக்கையை, மற்றொரு சமயத்தில் 'தேவைப் பட்டால் இந்தியா ஒற்றையாட்சி அரசாகக் கூட மாறலாம்' என்று அவர் குறிப்பிட்டதிலிருந்து அறியலாம்.

மற்றொரு தருணத்தில் முஸ்லீம் உறுப்பினர் ஒருவர் விகிதாச்சார முறைப்படி பிரதிநிதித்துவம் வேண்டும். இல்லையென்றால் நடைபெறப் போவது பெரும்பான்மையரின் அடக்குமுறை என்று வாதிட்ட போது அம்பேத்கர் அது அரசை பலவீனப்படுத்திடும் என்றார். இந்தியாவுக்குத் தேவை சட்டம் ஒழுங்கை அமல்படுத்தும் ஒரு நிலையான அரசு என்று அவர் சொன்ன போது உறுப்பினர்கள் ஆரவாரத்துடன் உடன்பட்டனர். ஆனால் சிறுபான்மையினரின் உரிமையைக் காப்பதில் அவர் உறுதியாக இருந்தார்.

சிறுபான்மையினரின் உரிமையைப் பறிப்பது என்பது ஜனநாயகத்தி லிருந்து சர்வாதிகாரத்தை நோக்கிச் செல்லும் அழிவுப்பாதை என்று கருதிய அம்பேத்கர், அரசியல் சட்டத்தில் சிறுபான்மையினரின் உரிமை களைச் சொல்லும் உறுப்புகளுக்கு முழு ஆதரவு அளித்தார். வலுவான மத்திய ஆட்சியை நம்பியதால் அவர் மாநிலங்களின் அதிகாரங்களைக் குறைக்க நினைத்தார் என்று பொருள் கொள்ளக் கூடாது. மத்திய அரசு மாநில அரசு விவகாரங்களில் தலையிடுவது, 'மோசமான ஆக்கிரமிப்பு' என்று அம்பேத்கர் குறிப்பிடவும் தயங்கவில்லை.

நாடாளுமன்றம் துவங்குவதற்கு முன் குடியரசுத் தலைவர் உரை நிகழ்த்த வேண்டும் என்று பரிந்துரை செய்ததே அம்பேத்கர்தான். அதுவே பின்னால் அரசியல் சட்டமாக மலர்ந்தது.

குடியரசுத் தலைவருக்கு அளவற்ற அதிகாரங்களைத் தர அம்பேத்கர் விரும்பவில்லை. பிரதமர் மற்றும் அமைச்சர்களின் அறிவுரைகளை குடியரசுத் தலைவர் ஏற்றுக்கொள்ள மறுத்தால் அவரைப் பதவியிலிருந்து நீக்கும் அதிகாரம் நாடாளுமன்றத்துக்கு இருக்கிறது என்பதில் ஐயம் இல்லை என்று சொல்லியிருக்கிறார் அம்பேத்கர். எனவே மக்களில் தேர்ந்தெடுக்கப்பட்டவர்கள்தான் இந்த நாட்டை உண்மையாக ஆள்பவர்கள் என்ற கொள்கையில் உறுதியாக இருந்தார் அம்பேத்கர். இந்திய அரசியல் சட்டம் மிகவும் இறுக்கமானது. விரிவாக எழுதப்பட்ட தால் மாற்றங்கள் செய்யக் கூடிய சாத்தியங்களை வெகுவாக குறைத்து விடுகிறது என்ற குற்றச்சாட்டை ஜென்னிங்ஸ் போன்ற அரசியல் சட்ட வல்லுநர்கள் முன் வைத்திருக்கிறார்கள். 'ஆனால் விரிவாக எழுதபடா விட்டால் அதை மிக எளிதாக அரசினால் உள்ளறுப்பு செய்ய முடியும்' என்று அம்பேத்கர் கூறினார். அரசியல் சட்டத்தை திருத்துவதையும் எளிதாக்க அவர் விரும்பவில்லை.

●

1950 ஆம் ஆண்டு ஜனவரி 26 ஆம் தேதி இந்தியா உண்மையான சுதந்திரம் பெறும் என்று அம்பேத்கர் அரசியலமைப்பு சபையில் கூறினார். வளர்ந்து வரும் இந்தியக் குடியரசின் நேரு உள்ளடக்கிய மற்றும் முற்போக்கான உள்ளடக்கங்களை வழங்கிய போது, அம்பேத்கர் சமகால முக்கியத்துவம் வாய்ந்த மிகவும் கூர்மையான மற்றும் பொருத்தமான தீர்மானங்களைக் கூறினார். பேரவையில் முஸ்லீம்களின் பிரதிநிதித்துவம் போதுமானதாக

இல்லையென்றும், எனவே முஸ்லீம்களின் பிரதிநிதித்துவம் போதுமான தாக இல்லை என்றால் மக்களிடம் இருந்து பெறப்படும் இறையாண் மைக்கு எந்த அர்த்தமும் இருக்காது என்றும் அவர் சுட்டிக் காட்டினார்.

இந்தியா அரசியல் ரீதியாகவும், சமூக ரீதியாகவும், பொருளாதார ரீதியாகவும் பிளவுப்பட்டுள்ளது என்பதை வெளிப்படையாக ஒப்புக் கொண்டாலும், அரசியல் நிர்ணய சபையின் உறுப்பினர்கள் பலர் போரிடும் முகாம்களின் குழுவைச் சேர்ந்தவர்கள் என்றும், அத்தகைய முகாமின் தலைவர்களில் ஒருவர் யாரை ஏற்றுக்கொண்டாலும் நேரம் கொடுக்கப்பட்டதை அவர் நம்பினார். 'நம்முடைய எல்லா சாதிகளும் சமயங்களோடு, ஏதோ ஒரு வகையில் நாம் ஒன்றுபட்ட மக்களாக இருப்போம் என்பதில் எனக்கு சிறிதும் தயக்கம் இல்லை' என்று அவர் கூறினார் அம்பேத்கர்.

"...இந்தியப் பிரிவினைக்கு முஸ்லீம் லீக்கின் போராட்டம் இருந்த போதிலும் என்றாவது ஒருநாள் போதுமான வெளிச்சம் முஸ்லீம்களிடமே உதயமாகும். அவர்களும் ஐக்கிய இந்தியாதான் தங்களுக்கு நல்லது என்று நினைக்கத் தொடங்குவார்கள் என்றும் அவர் கூறினார். உண்மையில் அம்பேத்கர் பெரும்பான்மைக் கட்சிக்கு முன் மொழிந்தது என்னவென் றால் குடியரசைக் காட்டியெழுப்புவதில் முன் மாதிரியான அரசாட்சியைக் காட்ட வேண்டும். அங்கு அனைவருக்கும் இடம் இருக்கும். இதன் மூலம் அதிகாரத்தை மக்களிடமிருந்து சட்டபூர்வமாக பெற முடியும். அம்பேத்கரின் இத்தகைய தொலைநோக்குப் பார்வை காந்தியின் குடியரசுக் கண்ணோட்டத்துடன் நெருக்கமாக ஒத்துப்போகிறது.

மகாத்மாகாந்தி 1930ல் கராச்சி அமர்வில் இந்திய தேசிய காங்கிரஸிற் கான அடிப்படை உரிமைகள் பற்றிய தீர்மானத்தை நிறைவேற்றியபோது மாநிலத்தின் மதத்திற்கு நடுநிலைமையை வலியுறுத்தினார். அம்பேத்கர் இந்திய ஐக்கிய நாடுகளுக்கான அரசியலமைப்புக்கான தனது முன்மொழி வில் மதத்திற்கு மாநிலத்தின் நடுநிலைமையை வலியுறுத்தினார். ஒன்பது நீதிபதிகள் கொண்ட பெஞ்ச் வரலாற்றுச் சிறப்புமிக்க பொம்மை தீர்ப்பில் மதச்சார்பின்மை என்பது அரசியலமைப்பின் அடிப்படைக் கட்டமைப் பாக உச்சநீதிமன்றத்தால் கருதப்படுகிறது.

சமத்துவமின்மை அதிகரித்து மக்களை ஓரங்காட்டி சுரண்டலுக்கு பலியாக்குவதுதான் மிகவும் ஆபத்தானது. 1949 ஆம் ஆண்டு நவம்பர் 26

ஆம் தேதி அரசியலமைப்புச் சட்டம் ஏற்றுக் கொள்ளப்பட்டபோது டாக்டர் அம்பேத்கர் மிகவும் சரியாகச் சொன்னார். 'ஜனவரி 26, 1950ல் நலம் முரண்பாடான வாழ்க்கையில் நுழையப் போகிறோம். நமது சமூக மற்றும் பொருளாதார வாழ்வில் சமத்துவமின்மை இருக்கும். மறுப்பது எவ்வளவு காலம் தொடரும்?' நமது அரசியல் ஜனநாயகத்தை அழைத்துவதன் மூலம் நாம் அவ்வாறு செய்வோம்..." என்று சுட்டிக் காட்டினார் அம்பேத்கர்.

குடியரசு தினத்தின் சிறப்பம்சம் என்னவென்றால் நமக்காக நாமே உருவாக்கிய அரசியலமைப்புச் சட்டம் நடைமுறைக்கு வந்தது இதே நாளில்தான். 1950 ஆம் ஆண்டு ஜனவரி 26ல் நடைமுறைக்கு வந்தது. இதுதான் இதுவரை உலக நாடுகளின் இடையே எழுதப்பட்டதில் மிக நீண்ட அரசியலமைப்பாகும். இதில் மொத்தம் 22 பிரிவுகள், 12 அட்டவணைகள், 465 உட்பிரிவுகள் மற்றும் 117369 சொற்கள் உள்ளன என்பவை அவற்றுள் அடிப்படையானவை. அதேபோல் இந்திய அரசியலமைப்பை உருவாக்கும் பணி 1947 ஆம் ஆண்டு ஆகஸ்ட் 26ல் அரசியல் நிர்ணய சபையால் அரசியலமைப்பு வரைவுக்குழு உருவாக்கு வதில் தொடங்கியது. இக்குழு அளித்த அறிக்கை, 1949 நவம்பர் 26ல் அரசியல் நிர்ணய சபையின் தலைவர் இராஜேந்திர பிரசாத்தின் கையொப்பம் பெற்றதுடன் பணிகள் நிறைவுபெற்றது.

அரசியலமைப்புக் குழுவில் இடம் பெற்றவர்கள் யார் யார்?

அம்பேத்கர் தலைமையிலான அரசியலமைப்பு வரைவுக்குழுவில் மொத்தம் எட்டு பேர் இடம் பெற்றிருந்தனர். இதில் இடம் பெற்ற ஒவ்வொருவரும் சட்ட ரீதியான பின்புலம் கொண்டவர்கள். மும்பை நீதி மன்றத்தில் சட்டம் பயில்வதற்காக 500 கிடைக்காமல் சிரமப்பட்டு பின்னர் சிலரின் உதவியால் படிப்பை முடித்தவர் அம்பேத்கர். அவர்தான் அரசியலமைப்பு வரைவுக் குழுவின் தலைவர்.

1. டாக்டர் அம்பேத்கர்
2. அல்லாடி கிருஷ்ண சாமி ஐயர்
3. கே.எம். முன்ஷி
4. கோவிந்த் பல்லாப் பண்ட்
5. தேவி பிரசாத் கேத்தான்

6. சர் சையது முகமது சாதுல்லா

7. கோபாலசுவாமி அய்யங்கார்

8. பி.எல். மிட்டர்

அரசியலமைப்பு சட்டபுத்தகம் குறித்து சில சுவாரஸ்யமான தகவல்கள் உள்ளன. நம்முடைய அரசியலமைப்பு சட்டத்தை பிரேம் பெகாரி ரெய் ஜாடா என்பவர் எழுதினார். இதற்கு அவர் சுமார் 6 மாதங்கள் எடுத்துக் கொண்டார். இதற்கு அவர் சுமார் 254 வகையான விதவிதமான பேனா நிப்புகளை அவர் பயன்படுத்தினார். அரசியலமைப்பின் எழுத்துப் பூர்வ மான பிரதி இந்திய ஆய்வுக் கூடத்திற்கு அனுப்பி வைக்கப்பட்டது. அங்கு அது பல்வேறு பிரதிகள் எடுக்கப்பட்டது. இன்றும் சில கையெழுத்துப் பிரதிகள் சந்தையில் கிடைக்கின்றன.

நம்முடைய அரசியலமைப்பு சட்ட புத்தகம் மிகவும் அழகான ஆவணம். அதோடு மிகவும் அழகாக வடிவமைக்கப்பட்ட ஒன்று. அதில் மொஹஞ்சதாரோ முதல் வேத காலம் வரையிலான வரலாற்றை பிரதிபலிக்கும் சித்திரங்கள் வரையப்பட்டிருந்தன. மௌரியா மற்றும் குப்தர்கால சித்திரங்களும் இடம் பெற்றுள்ளன. முன்பக்கங்கள் ஒன்றில் நடராஜரின் சிற்ப வடிவ ஓவியமும் இடம் பெற்றிருந்தது. அதே போல் காந்தி தண்டி யாத்திரை சென்றதை குறிக்கும் படமும் இருந்தது.

முஸ்லீம் காலம் முதல் பிரிட்டிஷ் ஆட்சிவரையில் திப்பு சுல்தான், ராணி லக்ஷ்மி பாய் மற்றும் அக்பர் படங்கள் இடம் பெற்றிருந்தன. இறுதியாக சுதந்திரத்திற்காக படை அமைத்து போராடிய நேதாஜி சுபாஷ் சந்திர போஸும் இடம் பெற்றுள்ளார். அரசியலமைப்புச் சட்டப் புத்தகத்தின் முகப்பில் முதல் குடியரசுத் தலைவர் ராஜேந்திர பிரசாத் மற்றும் முதல் பிரதமர் ஜவஹர்லால் நேருவின் கையெழுத்தும் இடம் பெற்றிருந்தது.

●

தான் பேசப் போகும் பேச்சு அகில இந்தியாவையே ஒரு உலுக்கு உலுக்கும் என்று அம்பேத்கருக்கு அப்போது தெரிந்தே இருந்தது. எதிரே பார்த்தார். கட்டுகடங்காத கூட்டம். 1935 அக்டோபர் 13 இயோலாவில் அந்த மாபெரும் மாநாடு நடைபெற்றுக் கொண்டிருந்தது. அம்பேத்கர் தங்களுக்கு என்ன சொல்லப் போகிறார் என்று அந்த கூட்டமே உன்னிப்பாக கவனித்துக் கொண்டிருந்தது. தீண்டாமை அடிமை விலங்கி

லிருந்து தம்மை நம்பியிருக்கும் இந்த மக்களை கண்டிப்பாக விடுவித்தே தீர வேண்டும். அதற்குச் செய்ய வேண்டியது என்ன?

இது குறித்து பல நாள் ஆழ்ந்து யோசித்து வைத்திருந்த முடிவை தம் மக்களின் மனங்களில் விதைத்திட தீர்மானித்து விட்டார் அம்பேத்கர்.

எழுந்து பேச ஆரம்பித்தார்.

“நான் ஏதோ தீயவாய்ப்பால் ஒரு இந்துவாகப் பிறந்து விட்டேன். அதைத் தடுத்தல் என் கையில் இல்லை. அதனால் பல இன்னல்களையும், இழிவு களையும் எதிர்கொள்ள நேர்ந்தது. ஆனால் நான் ஓர் இந்துவாக இறக்க மாட்டேன் என்பது மிக உறுதி..’’ அம்பேத்கரின் இந்த அறிவிப்பு தாழ்த்தப்பட்டவர்களின் உள்ளக்குமுறலை வெளிப்படுத்தும் அறிவிப்பு, கூடியிருந்த பல்லாயிரக்கணக்கான மக்கள் விண்ணதிர கரவொலி எழுப்பி தங்களின் சம்மதத்தை தெரிவித்தார்கள். இந்த அறிவிப்பு நிச்சயமாக பார்ப்பனர் மற்றும் உயர்த்தப்பட்ட சாதி இந்துக்களின் மனங்களை உலுக்கும் என்று அம்பேத்கர் எதிர்பார்த்தார்.

ஆனால் அம்பேத்கரின் இந்த அறிவிப்பால் உயர்த்தப்பட்ட சாதி இந்துக்கள் மனம் மாறவில்லை. மாறாக பார்ப்பனர் பலர் மகிழ்ச்சி யடையவே செய்தனர். சீர்திருத்த எண்ணம் கொண்ட சில இந்துக்கள் மட்டுமே கவலைப்பட்டனர். அம்பேத்கரின் இந்த அறிவிப்பை குறித்து அக்டோபர் 15 ஆம் தேதி காந்தி தனது கருத்தை வெளியிட்டார். அதை மறுத்து அம்பேத்கர் ‘நாங்கள் எந்த சமயத்தில் (வேறு மதத்தில்) இணையப் போகிறோம் என்பது குறித்து முடிவு ஏதும் எடுக்கவில்லை. எந்தந்த வழிமுறைகளை கடைப்பிடிக்கப் போகிறோம் என்பதையும் முடிவு செய்யவில்லை. ஆனால் தீர்க்கமாக ஆலோசித்து உறுதியாக முடிவு செய் திருப்பது ஒன்றுதான். அதாவது இந்து சமயத்தினால் எங்களுக்கு நலன் ஏதும் கிடையாது என்பதே’ என்று பதில் அளித்தார்.

இப்படி அம்பேத்கர் தீர்க்கமாக முடிவடுத்ததற்கு காரணம் அவரது சிறு பருவத்தில் நிகழ்ந்த சம்பவங்களே.

ஒரு முறை ஆசிரியர் அம்பேத்கரை வடிவியல் கணிதத்தில் ஒரு விதியை கரும்பலகையில் நிரூபித்து எழுதிக் காட்டுமாறு அழைத்தார். உடனே மற்ற எல்லா மாணவர்களும் கூச்சல் போட்டு கரும்பலகை அருகே வைக்கப்பட்டிருந்த தங்கள் உணவுப் பாத்திரங்களை அகற்றி விட்டனர்.

அப்பொழுதுதான் அவை தீட்டாகாமல் இருக்கும் என்று அவர்கள் நம்பினார்கள். அதன் பிறகே அம்பேத்கர் கரும்பலகை அருகே சென்று அந்த விதிமுறையை நிரூபித்து காட்ட முடிந்தது. ஒரு நாள் பொதுக் குடிநீர் நிலையில் எவருக்கும் தெரியாமல் நீர் அருந்தினார் அம்பேத்கர். இவர் தண்ணீர் குடித்ததைக் கண்டுபிடித்து விட்டனர். நாங்கள் குடிநீர் எடுக்கும் இடத்தில் தீண்டத்தகாதவனாகிய நீ எப்படி நீர் அருந்தலாம் என்று கேட்டு அவரை நையப் புடைத்து விட்டனர்.

அதேபோல அவர் படித்த பள்ளியின் ஆசிரியர் ஒருவர் தீண்டத்தகாத வனாகிய நீ படிப்பது வீண் என்று அடிக்கடி சொல்லிக் கொண்டே இருப்பார். இது அம்பேத்கரை எரிச்சலூட்டியது. ஒருநாள் வழக்கம் போல் அந்த ஆசிரியர் 'நீ படிப்பது பயனற்றது' என்று சொன்னபோது அம்பேத்கர் சினத்துடன் 'உங்கள் வேலையை நீங்கள் பார்த்துக் கொண்டு போங்கள்' என்று கூறினார். சைடன் ஹாம் கல்லூரியில் பேராசிரியராக பணிபுரிந்த போது பேராசிரியர்களுக்கென வைக்கப்பட்டிருந்த குடிநீர்ப் பானையி லிருந்து அம்பேத்கர் தண்ணீர் குடிப்பதற்கு சராத்தி பேராசிரியர்கள் சிலர் எதிர்ப்பு தெரிவித்தனர்.

அம்பேத்கர் வழக்கறிஞராக செயல்பட்டபோது மூத்த வழக்கறிஞர்கள் தம் நிலையிலிருந்து கீழறங்கி வந்து தொழில் முறையில் இவரோடு தொடர்பு கொண்டு உதவிட முன்வரவில்லை.

●

அம்பேத்கர் முதன் முதலாக தலைமையேற்ற போராட்டக்களம் மகாராஷ்டிரா கொங்கன் மாகாணத்தில் உள்ள மஹத்! பம்பாயிலிருந்து 170 கி.மீ தூரத்தில் உள்ள இந்த ஊரில் ஆர்.வி. மோரே எனும் இளைஞரின் முயற்சியால் கொங்கன் இலாகா மகர் கருத்தரங்கு நடைபெற்றது. இக்கருத்தரங்கு நிறைவுற்ற பின் பிரதிநிதிகள் அனைவரும் அம்பேத்கர் தலைமையில் அங்குள்ள 'சௌதார்' பொதுக்கிணற்றில் நீர் அருந்த ஊர்வலமாகச் சென்றனர். மகர்கள் இங்கு நீர் அருந்த ஏற்கனவே பம்பாய் சட்ட மேலவையும் மஹத் நகராட்சி மன்றமும் அனுமதித்திருந்த நிலையில் இந்து மத அடிப்படை வாதிகள் அம்பேத்கர் தலைமையிலான ஊர்வலத்தை தடுத்தனர். அவர்கள் நடத்திய வன்முறையில் நிறைய பேர் படுகாயம் அடைந்தனர்.

ஊர்வலத்தில் வந்த மகர்கள் நிறையப் பேர் முதல் உலகப்போரில் ஈடுபட்ட வீரர்கள். அவர்கள் எல்லாம் தாங்கள் திருப்பி தாக்க அனுமதிக்க வேண்டுமென அம்பேத்கரிடம் கேட்க, அவர் அமைதியாக இருக்குமாறு கேட்டுக் கொண்டார். அதன்பின் டிசம்பர் 25, 27 தேதிகளில் சத்தியா கிரகப் போராட்டத்தை அறிவித்தார் அம்பேத்கர். சௌதார் கிணற்றை மீட்கும் போராட்டத்தில் மகர்கள் உள்ளிட்ட தலித்துகள் ஈடுபடுவர் என்று அம்பேத்கர் அறிவித்ததும் மராத்தி பேசும் பகுதிகளின் தலித்துகள் 10000க்கும் மேற்பட்டோர் அங்கு திரண்டனர். ஆனால் அன்றும் மகர்கள் அந்தக் கிணற்றுத் தண்ணீரை அருந்த முடியாமல் போனது. காரணம்? அந்தக் கிணறு பொதுக் கிணறு இல்லை. தனியாருக்கு சொந்தமானது என்று உயர்சாதி இந்து மத அடிப்படை வாதிகள் ஆதாரம் கோர்ட்டில் இடைக்கால தடை உத்தரவைப் பெற்று விட்டனர்.

கோர்ட்டின் தடை உத்தரவை மீறுவதற்கும், சத்தியாகிரக நடவடிக்கை யில் ஈடுபடுவதற்கும் மக்கள் முன் வந்தபோதும் அம்பேத்கர் அவர் களைத் தடுத்து விட்டார். இந்துமத அடிப்படை வாதிகளின் வன்முறையை வன்முறையால் தடுப்பதில்லை, அரசோடு முரண்படுவ தில்லை, சாதிப் பிரச்சனையை எதிர்த்து சமூகக் கலாச்சார அடிப்படையில் போராடுவது என்னும் மூன்று வழிகளைக் கடைபிடிக்குமாறு அம்பேத்கர் வலியுறுத்தினார். எதிர்கால தலித் இயக்கங்களின் மூன்று அடிப்படை களாக இம்மூன்று நெறிகளை மட்டுமே கடைப்பிடிப்பதென உறுதி ஏற்கப்பட்டது. இந்த மாநாட்டில்தான் சாதிக்கு அடிப்படை வகுத்த ‘மனுஸ் மிருதி’ தீயிட்டுக் கொளுத்தப்பட்டது. இந்து மதத்தின் நீதியற்ற சட்ட திட்டங்கள் அன்று பிரிந்த தன் சாம்பலில் தான் அடுத்த 10 ஆண்டு களுக்குப் பின் தலித்துகளின் உரிமை சட்டவடிவம் பெற்றது.

மஹத் சம்பவத்திற்கு முன் தலித்துகளின் போராட்டங்கள் இந்து சமூகத்தில் உள்ள முற்போக்காளர்களிடையே விழிப்புணர்வு ஏற்படுத்தும் என்று அம்பேத்கர் நம்பினார். அந்த நம்பிக்கையை மஹத்தில் கிடைத்த கசப்பான அனுபவங்கள் முடிவுக்கு கொண்டு வந்தன. எனவே அம்பேத்கர் அரசியலின் பக்கம் கவனத்தைத் திருப்பினார். மகர்கள் இந்து மதத்தைப் புறக்கணித்து இஸ்லாம் மதத்தில் கூடச் சேரலாம் என்று வலியுறுத்தினார். அதற்குச் செவி மடுத்து அப்போதே 20 குடும்பங்கள் இஸ்லத்துக்கு மாறின என்று கூறப்பட்டது.

●

துறவிகளைப் போராளிகள் என அழைத்த போதகர் புத்தரைத் தவிர வேறு யாரும் இல்லை! வருணாசிரமத்துக்கு எதிராகக் காவி உடையில் கலகக்காரர்களை உருவாக்குதே அவரது நோக்கமாக இருந்தது. இதைப் புரிந்து கொண்டுதான் பவுத்த பிக்குகளுக்குச் சமூக சேவையைப் புத்தர் வலியுறுத்தினார் என்று அம்பேத்கர் சரியாகக் கூறினார். இல்லறத்தாருக்கு தொண்டு புரியவே ஒரு பிக்கு இல்லறத்தைத் துறக்கிறார் என்று அழகாகச் சொன்னார். இது சுய விடுதலையில் அந்தச் சுயநலத்தில் மூழ்கிப் போயிருந்த பிக்கு ஜீவகா போன்றோருக்கு பிடிக்காமல் போனதில் ஆச்சரியம் இல்லை.

ஓ பிக்குகளே நான் உலகத்துடன் சச்சரவிடுபவன் அல்ல. ஆனால் உலகம் என்னுடன் சச்சர விடுகிறது. உயர்ந்த நன்னெறிகளுக்காக, உன்னத நன்முயற்சிகளுக்காக தெரிந்த நல்லறிவிற்காக நலம் போர் தொடுக் கிறோம். ஆகவேதான் நாம் போராளிகள் எனப்படுகிறோம். எங்கெல்லாம் நன்னெறி அபாயத்தில் உள்ளதோ அங்கெல்லாம், போராடுங்கள் வாயடைத்து நிற்காதீர்கள் என்று தன் சீடர் கோடிகளைப் பார்த்து போராாளி என்பதற்கான விளக்கத்தைக் கொடுத்தார் புத்தர்.

புத்தர் கூறிய அஹிம்சா தத்துவத்தை கொள்ளாமையாகவும், புலால் உண்ணாமையாலும் மிகவும் சுருக்கி விட்டார்கள் பிற்காலத்திய பவுத்தர்கள்.

ஆனால் புத்தரே மாமிச உணவு உண்டு வந்தார். அவர் கடைசியாகச் சாப்பிட்டது சூகரமத்துவம். இதன் அர்த்தம் இளம் பன்றிக்கறி என்று கூறப்படுகிறது. இந்த உண்மையை சொல்வதில் பிற்காலத்திய பௌத்தர்கள் மிகவும் கூச்சப்பட்டார்கள். மாமிச உணவு விசயத்தில் புத்தர் நீக்கு போக்காக இருந்த காரணத்தினால் தான் தனது மார்க்கத்தில் சூத்திரர்களையும், பஞ்ச மாசனையும் அவரால் ஈர்க்க முடிந்தது. புத்தருடைய அடிப்படைக் கூற்று : எதையும் நீங்கள் சொல்ல விரும்பா வண்ணம் அனைத்தையும் நேசியுங்கள். அஹிம்சை கொள்கையை விவரிக்கின்ற உறுதியான உடன்பாட்டு வழி இது. இதிலிருந்து அஹிம்சைக் கொள்கை ‘கொல்லாதே’ எனக் கூறாமல், அனைத்தையும் நேசி எனக் கூறுவதாக தோன்றுகிறது. கொல்ல விரும்புதலுக்கும் கொல்லு தலின் தேவைக்கும் இடையிலான வேறுபாட்டையே புத்தர் குறித்தார் என்பது மிகவும் தெளிவாகிறது. புத்தரின் அஹிம்சா கோட்பாட்டின்

அறத்தை அம்பேத்கர் நன்றாக உள்வாங்கி இருந்தார். பிராமணியம் தன்னில் சொல்லுதலில் விருப்பத்தைக் கொண்டுள்ளது. சமணம் தன்னில் எப்போதும் கொல்லாமையில் விருப்பத்தை கொண்டுள்ளது. புத்தரின் அஹிம்சை முற்றிலும் நடுநிலைப் பாதையை கொண்டதாய் உள்ளது என்பதாக அம்பேத்கர் இத்தத்துவத்தை உள்வாங்கி இருந்தார்.

இந்திய துணைக் கண்டத்தில் ஆன்மா மறுப்பை மிக வலுவாக எடுத்துச் சொன்னவர் புத்தர். அவர் ஆன்மா என்று ஒன்று இல்லை என்று மிகவும் உறுதியான வார்த்தைகளை கூறியிருக்கிறார். எனவேதான் ஆன்மா பற்றிய அவருடைய கோட்பாடு அநாத்மா? அதாவது ஆத்மா அற்றது என அழைக்கப்படுகிறது என மிகச் சரியாக கூறியிருக்கிறார் அம்பேத்கர். மரணத்திற்குப் பிறகும் உணர்வு இருக்குமேயானால் அது மரணமாகாது எனும் எளிய உண்மையை மிக வலிமையாகச் சொன்னார் புத்தர். அதே நேரத்தில் தொடரும் கர்மா மறுபிறப்பு எனும் கொல்லிடல் களும் அவரிடம் காணப்பட்டன.

விடுதலை, முக்தி எனும் சொல்லாடல்களை ஆன்ம விடுதலை, தனிமனித முக்தி எனும் அர்த்தத்திலேயே பயன்படுத்தியது பிராமணியம். மதத்தின் நோக்கம் அதுவாகவே இருக்க முடியும் என்று சிறிதும் சந்தேக மின்றி சொல்லி வந்தது. பாபா சாகேப் அம்பேத்கர் இரவு எப்போதும் நீண்ட நேரம் படிப்பது மற்றும் எழுதுவதை வழக்கமாக கொண்டிருப்பார். பெரும்பாலும் அவர் சோர்வாக உணர்ந்தால் இரவு முழுவதுமே படிப்பதிலும் எழுதுவதிலும் நேரம் செலவழிப்பார். டிசம்பர் 5 ஆம் தேதி இரவு நானக் சந்த்ரட்டு, கிளம்பிச் சென்ற பின்னர் புத்தர் மற்றும் அவரது தம்மம் என்ற புத்தகத்தின் முன்னுறையை அம்பேத்கார் திருத்தினார்.

பின்னர் எஸ்.எம். ஜோஷி மற்றும் ஆச்சார்யா அத்ரேவுக்கும், பிராமி சர்க்காருக்கும் எழுதிய கடிதங்களில் கடைசித் திருத்தங்கள் செய்து வைத்து விட்டு, அன்று வழக்கத்தை விட முன்னதாக பதினொன்றரை மணிக்கே தூங்கச் சென்றார். அம்பேத்காரின் மனைவி சவிதா அம்பேத்கர் எழுதியுள்ள நூலில் டிசம்பர் 5 ஆம் தேதி இரவுதான் அவரது வாழ்க்கை யின் கடைசி இரவாக இருந்தது என்று உணர்வு பூர்வமாக எழுதியுள்ளார். சூரிய அஸ்தமனத்துடன் டிசம்பர் 6 ஆம் தேதி விடிந்தது. சவிதா அம்பேத்கர் எப்போதும் போல 1956 ஆம் ஆண்டு டிசம்பர் 6 ஆம் தேதி எழுந்தார். வழக்கம்போல் தேநீர் தயாரித்து ஒரு டிரேயில் எடுத்துக்

கொண்டு பாபா சாகேப் அம்பேத்கர் அறைக்கு அவரை தூக்கத்தில் இருந்து எழுப்புவதற்காக சென்றார். அப்போது மணி காலை 7.30 ஆகியிருந்தது.

''அறைக்குள் நுழைந்தவுடன், அம்பேத்கரின் பாதம் ஒன்று தலையணையில் இருந்ததை நான் பார்த்தேன். இரண்டு அல்லது மூன்று முறை அவரை எழுப்புவதற்காகச் சத்தமிட்டேன். எந்த ஒரு அசைவும் அவரிடம் இருந்து வெளிப்படவில்லை. அவர் ஆழ்ந்த உறக்கத்திலும் இருக்கலாம் என்று நினைத்தேன். எனவே அவரது உடலைத் தொட்டு அசைத்து எழுப்ப முயற்சித்தேன்'' என்று சவிதா அம்பேத்கர் எழுதி யுள்ளார். பாபா சாகேப் அம்பேத்கர் தூக்கத்திலேயே மரணம் அடைந் திருக்கிறார். சவிதா அம்பேத்கர் அதிர்ச்சியடைந்து கதறி அழ ஆரம்பித் தார். அவரது உதவியாளர் சுதலிமா ஆகியோர் மட்டுமே இருந்தனர்.

சவிதா அம்பேத்கர் டாக்டர் மல்வங்கரை அழைத்து என்ன செய்வது என்று கேட்டார். அதற்கு டாக்டர் மல்வங்கர் 'கோராமைன்' என்ற ஊசி மருந்தை அம்பேத்கருக்கு செலுத்தும்படி கூறினார். அம்பேத்கர் மரணம் அடைந்து பல மணிநேரம் ஆனதால் ஊசி மருந்து சாத்தியப்படவில்லை. பின்னர் சுதாமாவிடம், நானக்சந்த்ரட்டுவை அழைத்து வந்தார். சிலர் அம்பேத்கர் உடலில் உயிர் வரவழைக்க முடியுமா என்று அவரது மார்பில் மசாஜ் செய்தனர். செயற்கை சுவாசம் அளிக்கவும் முயற்சி செய்தனர். ஆனால் பலன் அளிக்கவில்லை. பாபா சாகேப் அம்பேத்கர் உயிரிழந்து விட்டார். பின்னர் சவிதா அம்பேத்கர் மூவரிடமும் அம்பேத்கர் மரணச் செய்தியை ஒளிபரப்புவதற்கான ஏற்பாடு செய்யும்படி கூறினார். அம்பேத்கரின் மரணச் செய்தி காட்டுத்தீ போல் பரவியது.

ஆயிரக்கணக்கானோர் டெல்லியில் உள்ள அம்பேத்கர் இல்லம் அமைந்துள்ள நவம்பர் 26, அலிப்பூர் ரோடு நோக்கி வரத் தொடங்கினார். அம்பேத்கரின் இறுதிச் சடங்குகளை மும்பையில் நடத்துவது என்று தீர்மானிக்கப்பட்டது. பல்வேறு அமைச்சர்கள், நாடாளுமன்ற உறுப்பினர் கள், அம்பேத்கரின் ஆதரவாளர்கள் அங்கு வர ஆரம்பித்து விட்டனர். பாபா சாகேப் அம்பேத்கரின் உடலை மும்பை எடுத்துச் செல்வதற்காக விமானம் ஒன்றை ஜெக ஜுவன்ராம் ஏற்பாடு செய்தார். நாக்பூர் வழியாக அவரது உடல் மும்பைக்கு எடுத்துச் செல்லப்பட்டது. அம்பேத்கரின்

மரணத்தின்போதுதான் மும்பையில் வரலாறு காணாத இறுதி ஊர்வலத்தை நாடு கண்டது.

●

சுரண்டப்படுவோருக்கு, பின்தங்கிய சமூகத்தினருக்கு ஆதரவாக இருந்து வந்த டாக்டர் பாபா சாகேப் அம்பேத்கர் அன்றுதான், 1956, டிசம்பர் 6 ஆம் தேதி மரணமடைந்தார். இந்தியாவின் ஒடுக்கப்பட்ட சமூகம் அன்றைய தினத்தை சூரிய அஸ்தமன தினமாகவே கருதினர். தன்னுடைய கல்வி, வாழ்வாதாரத்திற்கான போராட்டங்களை சந்தித்தது தொடங்கி, தலித்துகளின் முன்னேற்றம், சுதந்திர இந்தியாவின் அரசமைப்பை எழுதியது வரை டாக்டர் பாபா சாகேப் அம்பேத்கரின் பயணம் என்பது கடினமான சூழல்களைக் கொண்டதாகும்.

தனது வாழ்க்கைப் பயணம் முழுவதும் பல்வேறு நோய்களால் பாபா சாகேப் பாதிக்கப்பட்டார். நீரிழிவு நோய், உயர்ரத்த அழுத்தம், நரம்பு சுழற்சி, மூட்டுவலி போன்ற குணப்படுத்த முடியாத நோய்களால் அவர் பாதிக்கப்பட்டார். நீரிழிவு நோய் காரணமாக அவர் உடல் சோர்வடைந்தது. முடக்குவாதம் காரணமாக பல இரவுகளில் அவர் படுத்த படுக்கையாக இருந்தார். இந்த நிலையிலும் அம்பேத்கரின் கடைசி மாத பயண நிகழ்வுகள் ஆச்சர்யத்தைத் தருகிறது. இந்திய நாடாளுமன்றத்தில் மேலவை என்று அழைக்கப்படும் ராஜ்ய சபாவில் டாக்டர் பாபா சாகேப் அம்பேத்கர் கடைசியாக பொது வெளியில் காணப்பட்டார்.

1956 ஆம் ஆண்டின் கடைசி மூன்று வாரங்களில் டெல்லிக்கு வெளியே பயணம் சென்றார். நவம்பர் 12 ஆம் தேதி அவர் பாட்னா வழியாக காட்மண்டு சென்றார். அங்கு நவம்பர் 14 ஆம் தேதியன்று உலக தர்மம் கருத்தரங்கு தொடங்கியது. இந்தக் கருத்தரங்கு நேபாளின் அரசர் ராஜ மகேந்திரனால் தொடங்கப்பட்டது. இந்த நிகழ்வின்போது நேபாள அரசர் பாபா சாகேப் அம்பேத்கரிடம் மேடையில் தனது அருகில் வந்து அமருமாறு கேட்டுக் கொண்டார். இதற்கு முன்பு இதுபோல நேர்ந்த தில்லை. இதன் மூலம் பௌத்த உலகில் பாபா சாகேப் அம்பேத்கருக்கு அளிக்கப்பட்ட முன்னுரிமை தெரிய வருகிறது.

காட்மண்டுவின் பல்வேறு பகுதிகளில் மக்களை சந்தித்து பேசியதில் பாபாசாகேப் சோர்வடைந்தார். இந்தியா திரும்பும் வழியில் பௌத்த

புனிதத் தலங்களுக்கு சென்று வந்தார். காத்மண்டுவின் வரலாற்று சிறப்பு மிக்க அசோகா பில்லரில் உள்ள கௌதம புத்தரின் பிறந்த இடமான லூம்பினிக்குச் சென்றார். இதன் பின்னர் இந்தியா திரும்பும் வழியில் பாட்னாவுக்கு புத்த கயாவுக்கு சென்றார். இந்த சிறப்பான பயணத்திற்குப் பின்னர் டெல்லிக்கு நவம்பர் 30 ஆம் தேதி திரும்பி வந்தபோது அவர் சோர்வடைந்து காணப்பட்டார். டெல்லியில் ராஜ்யசபா குளிர்கால கூட்டம் தொடங்கி இருந்தது. எனினும் அவருக்கு உடல்நலக் குறைவாக இருந்தது. அவரால் அதில் பங்கேற்க முடியவில்லை. ஆனால் டிசம்பர் 4 ஆம் தேதி வரை தான் ராஜ்யசபா கூட்டத்துக்கு செல்ல வேண்டும் என்ற வலியுறுத்திக் கொண்டே இருந்தார்.

பாபா சாகேப் உடன் இருந்த டாக்டர் மல்வங்கர் அவர் உடல் நலத்தை பரிசோதிப்பதை பொருட்படுத்தவில்லை என்று கூறினார். பாபா சாகேப் ராஜ்ய சபாவுக்குச் சென்றார். மதியம் வீட்டுக்குத் திரும்பி வந்தார். மதிய உணவுக்குப் பின்னர் அவர் ஓய்வு எடுத்தார். பிற்பகலில் அவரது மனைவி சவிதா அம்பேத்கருக்கு காபி வழங்கினார். இதற்கிடையே நானக்சந்த் ரட்டு அங்கு வந்தார். மும்பையில் 1956ம் ஆண்டு டிசம்பர் 16ம் தேதி மதமாற்ற விழா ஒன்று நடத்த திட்டமிடப்பட்டிருந்தது.

நாக்பூரில் நடந்தது போல மும்பையிலும் மதமற்ற விழாவை பாபா சாகேப் நடத்த வேண்டும் என்று தலைவர்கள் விரும்பினர். அதில் அம்பேத்கர் மற்றும் அவரது மனைவி சவிதாவும் பங்கேற்க வேண்டும் என்று விரும்பினர்.

எனவே மும்பையில் மதமாற்ற விழாவில், பங்கேற்பதற்காக டிசம்பர் 14 ஆம் தேதி பயணத்துக்கு பயணச்சீட்டு முன்பதிவு செய்வது குறித்து நானக்சந்த் ரட்டுவிடம் அம்பேத்கர் கேட்டார். அப்போது அம்பேத்கர் மனைவி, உடல் நலத்தை கருத்தில் கொண்டு பாபா சாகேப் விமானத்தில் செல்ல வேண்டும் என்று கூறினார். எனவே அதன்படி விமான பயணத் துக்கு பயணச்சீட்டு ஏற்பாடு செய்யும்படி ரட்டுவிடம் பாபா சாகேப் கூறினார். நீண்ட நேரம் பாபா சாகேப் சொல்ல சொல்ல ரட்டு தட்டச்சு செய்தார். பின்னர் 11.30 மணிக்கு பாபாசாகேப் படுக்கையறைக்கு சென்றார். வீட்டக்கு செல்வதற்கு ரட்டுவுக்கும் தாமதம் ஆகிவிட்டதால் அங்கேயே தூங்கினார்.

அம்பேத்கர் மரணம் அடைவதற்கு முதல் நாள் அதாவது டிசம்பர் 5 ஆம் தேதி காலை 8.30 மணிக்கு படுக்கையை விட்டு எழுந்தார். அவரது மனைவி சவிதா அம்பேத்கர் தேநீர் கொண்டு வந்து அவரை எழுப்பி விட்டார். அதன் பின்னர் இருவரும் தேநீர் அருந்தினர். இதன்கிடையே அலுவலகத்துக்கு கிளம்பியிருந்த நானக் சந்த் ரட்டு அங்கு வந்தார். அவர்கள் தேநீர் அருந்தியவுடன் கிளம்பினர். அம்பேத்கர் முழுவதுமாக காலைக்கடன்களை முடிப்பதற்காக சவிதா அம்பேத்கர் உதவினார். பின்னர் அவரை காலை உணவு உண்பதற்காக அழைத்துச் சென்றார். காலை உணவுக்குப் பின் பங்களாவின் வராந்தாவில் அமர்ந்து மூவரும் உரையாடினர். பாபா சாகேப் அன்றைய நாளிதழ்களை படித்தார்.

மதிவு உணவுக்கு 12.30 மணிக்கு மனைவி அழைத்தபோது அம்பேத்கர் புத்தரும் தர்மமும் என்ற புத்தகத்தின் முன்னுரையை முழுவதுமாக எழுதி முடித்தார். உணவு உண்டபின் அம்பேத்கர் ஓய்வு எடுத்தார். டெல்லி வீட்டில் சவிதா அம்பேத்கர் தானே நேரடியாக மார்க்கெட் சென்று புத்தகங்கள், உணவு பானங்கள் வாங்கி வருவது வழக்கம். பாபா சாகேப் அம்பேத்கர் உறங்கும்போதோ அல்லது நாடாளுமன்றத்துக்கு சென் றிருக்கும்போதோ அவர் இவ்வாறு செல்வது வழக்கம். பாபா சாகேப் அம்பேத்கர் டிசம்பர் 5 ஆம் தேதி மதியம் உறங்கி ஓய்வு எடுத்துக் கொண்டிருந்தபோது பொருட்கள் வாங்குவதற்காக சவிதா அம்பேத்கர் மார்க்கெட் சென்றிருந்தார்.

டிசம்பர் 5 ஆம் தேதி இரவு டாக்டர் மல்வங்கன் விமானம் மூலம் மும்பை செல்ல திட்டமிட்டிருந்தார். எனவே அவர் மும்பைக்கு கொண்டு செல் வதற்காக சிலவற்றை வாங்குவதற்காக சவிதா அம்பேத்கருடன் மார்க்கெட் சென்றார். அம்பேத்கரின் தூக்கம் கெட்டுவிடும் என்பதால் அவரிடம் ஏதும் சொல்லாமலே டாக்டர் மல்வங்கர் வெளியே சென்று விட்டார். மல்வங்கள் மாலை 5.30 மணிக்குத் திரும்பி வந்தபோது அம்பேத்கர் கோபமாக இருந்தார். டாக்டர் அம்பேத்கரின் வாழ்க்கை வரலாற்று நூலில் இது பற்றி கூறியுள்ள சவிதா அம்பேத்கர் 'சாகேப் கோபமாக இருப்பது ஒரு புதிய விசயமல்ல. வைத்த இடத்தில் புத்தகம் இல்லை என்றாளோ, உரிய இடத்தில் பேனா கிடைக்கவில்லை என்றாலோ, பங்களாவில் உள்ள அனைவர் மீதும் அவர் கோபப்படுவார். அவரின் விருப்பத்திற்கு மாறாக நடந்தாலோ அல்லது எதிர்பார்த்தபடி நடக்காத சிறிய விஷயத்துக்காகவோ அவரின் கோபம் தலைக்கு ஏறும்.

அவரின் கோபம் இடிபோல இருக்கும். விருப்பமான புத்தகம் நோட்டு புத்தகம் கிடைத்து விட்டால் அடுத்த நிமிடமே அவரது கோபம் மறைந்து விடும்' என்று கூறியிருக்கிறார்.

மார்க்கெட்டில் இருந்து வந்த பின்னர் அம்பேத்கர் அறைக்கு சவிதா சென்றார். அப்போது வருத்தத்துடன் அம்பேத்கர் பார்த்துக் கொண்டிருந்தார். பின்னர் அவரிடம் எங்கே சென்று வந்தேன் என்பதை விவரித்த பின்னர் அம்பேத்கருக்கு காபி தயாரிக்க சவிதா சமையலறைக்கு சென்று விட்டார். ஜெயின் மதத் தலைவர்கள் மற்றும் அவர்களது பிரதிநிதிகளைக் கொண்ட குழுவினர் முன்பே பெற்ற அனுமதியுடன் இரவு 8 மணிக்கு அம்பேத்கரைச் சந்தித்தனர். பௌத்தம் - சமணம் குறித்து குழுவினரும் பாபா சாகேப் அம்பேத்கரும் பேசிக் கொண்டிருந்தனர்.

டிசம்பர் 6 ஆம் தேதி ஜெயின் கூட்டம் ஒன்று நடக்கப் போகிறது எனக் கூறிய அவர்கள் சமணம் - பௌத்தம் இடையே ஒற்றுமை கொண்டு வருவது குறித்து சமண துறவிகளுடன் அம்பேத்கர் ஆலோசனை நடத்த வேண்டும் எனக் கேட்டுக் கொண்டனர். இதற்கிடையே டாக்டர் மல்வங்கர் மும்பைக்கு விடைபெற்றுச் சென்றார்.

அடுத்த நாள் (6 ஆம் தேதி) என்னுடைய செயலாளரிடம் இருந்து என்னுடைய நேரத்தை அறிந்து கொண்டு மாலையில் செல்கின்றேன் நாம் ஆலோசிக்கலாம் என்று பாபா சாகேப் அம்பேத்கர், ஜெயின் குழுவினரிடம் சொன்னார். பின்னர் அந்தக் குழுவினர் கிளம்பிச் சென்றார்.

அதன் பிறகு புத்தம் சரணம் கச்சாமி என்ற வரிகளை பாபா சாகேப் அம்பேத்கர் மெதுவான குரலில் பாடியபடி இருந்தார். பாபா சாகேப் மகிழ்ச்சியான தருணங்களில் இருக்கும்போது புத்த வந்தனம் மற்றும் கபீர் வரிகளை வாசிப்பது வழக்கம் என சவிதா அம்பேத்கர் கூறியுள்ளார். சிறிது நேரம் கழித்து கலம் பவுண்டுக்குள் சவிதா அம்பேத்கர் எட்டிப் பார்த்தார். ரட்டுவிடம் அம்பேத்கர் புத்த வந்தனம் இசை தட்டை ரேடியோகிராமில் போடும்படி கேட்டுக் கொண்டார். டைனிங் டேபிளில் அமர்ந்து இரவு உணவை எடுத்துக் கொண்ட அம்பேத்கர், சிறிதளவு மட்டுமே சாப்பிட்டார். இதன் பின்னர் சவிதா இரவு உணவை முடித்தார்.

பின்னர் ஊன்றுகோலின் உதவியுடன் அம்பேத்கரை சவிதா படுக்கைக்கு அழைத்துச் சென்றார். அப்போது அம்பேத்கர் சில புத்தகங்களை உடன்

எடுத்துச் சென்றார். டாக்டர் அம்பேத்கர் இந்தியாவின் பல்வேறு பகுதி களுக்கும், உலகின் பல பகுதிகளுக்கும் சமூக விடுதலையை நோக்கமாகக் கொண்டு பயணம் செய்துள்ளார். அவர்கள் ஹைதராபாத் மற்றும் உஸ்மானியா பல்கலைக்கழகம் மற்றும் நிஜாம் பேரரசர் மாளிகை என பல இடங்களுக்கும் 1932, 1938, 1944, 1950, 1953களில் என்று பல தடவை பயணம் செய்துள்ளார்.

1938 டிசம்பர் மாதத்தின் கடைசி வாரத்தில் அவுரங்காபாத்தில் அவுரங்காபாத் மாவட்ட ஒடுக்கப்பட்டோர் வகுப்பு மாநாட்டிற்கு அம்பேத்கர் தலைமை ஏற்றார். ஐதராபாத் சமஸ்தானத்தில் நடைபெற்ற தீண்டப்படாத வகுப்பாரின் முதலாவது மாநாடு இதுவேயாகும். வரவேற்புக் குழுவின் தலைவர் தீண்டப்படாத வகுப்பாரின் இன்னல் களை நிரல்படுத்தி கூறினார். ஹைதராபாத் தீண்டப்படாத மக்களிடம் சுயமரியாதை இயக்கத்தின் இன்றியமையாமையை வலியுறுத்தி டாக்டர் அம்பேத்கர் உரையாற்றினார்.

20.9.1944ல் வைஸ்ரலில் நிர்வாக கவுன்சில் உறுப்பினரான டாக்டர் அம்பேத்கர் ஹைதராபாத்துக்கு வருகை தந்தார். டாக்டர் அம்பேத்கர் தென்னிந்தியாவில் சுற்றுப்பயணம் செய்தபோது நிஜாம் ஆட்சிக்கு உட்பட்ட ஹைதராபாத் மாகாணத்திற்கு 20.9.1944 அன்று முதல் முறையாக வந்தார். வீகம் பெட்ரோல் நிலையத்தில் ஹைதராபாத் அட்டவனைச் சாதியினர் கூட்டமைப்பு தலைவர் ஜே. சுப்பையா, திருமதி சுப்பையா, திருமதி ராஜ்மணிதேவி. திருமதி மத்ரே ஆகியோர் அவரை வரவேற்றனர்.

ஹைதராபாத் மாநில பட்டியல் இனத்தைச் சேர்ந்த பெண்களும், ஆண்களும் அவருக்கு உற்சாகமாக வரவேற்பு அளித்தது என்றும் நினைவில் நிற்கும். டாக்டர் அம்பேத்கருக்கு அளித்த மரியாதை அணி வகுப்பு மிகச் சிறப்பாக இருந்தது. அம்பேத்கர் வாழ்க என்ற முழக்கம் வானில் இறங்கும்போது எதிரொலித்துக் கொண்டிருந்தது. நிகழ்ச்சி நடைபெறும் இடத்துக்கு அழைத்துச் செல்லப்பட்டார். இந்த நிகழ்ச்சி யின் வரவேற்பு குழு தலைவரான பிரேம்குமார் டாக்டர் அம்பேத்கரை வரவேற்று பேசினார்.

பெருத்த கரவொலிகளுக்கிடையே டாக்டர் அம்பேத்கர் பேச எழுந்தார். சுமார் 45 நிமிடம் இந்தியில் பேசினார். அவரது கருத்தாழமிக்க

இதயத்தை தொடும் அழகான பேச்சினால் வந்திருந்தோர் அனைவரும் கட்டுண்டனர். அனைவரும் சமம் என்ற இடத்தின் கீழ் ஒன்றுவிட்டு நிற்குமாறு கேட்டுக் கொண்டார்.

புரட்சியாளர் டாக்டர் அம்பேத்கரை எந்த ஒரு வரையறைக்குள்ளும் கொண்டு அடக்கிவிட முடியாது. அவர் பட்டியல் இன மக்களுக்காகப் போராடினார். அரசியல் வரைவுக்குழு தலைவராக இருந்து இந்திய அரசியல் அமைப்புச் சட்டப் புத்தகத்தை வகுத்தளித்தார். பெண்களின் உரிமைகளைக் கருத்தில் கொண்டு அவர்களுக்கு சம நீதி கடைக்க இந்தச் சட்டத்திருத்தத்தை கொண்டு வந்தார்.

ஒன்றுபட்ட இந்த தேசத்தை சாதியையும், மதத்தையும் காரணம் காட்டி மக்களை பிளவுபடுத்தியது இந்து மதம். அதன் ஆணிவேர் வர்ணாசிரம கோட்பாடு மனுஸ்மிருதியில் அடங்கி உள்ளது என்பதை அறிந்து அதை எதிர்த்தார். இந்து மதம் என்பது மற்ற மதங்களைப் போன்ற வரலாறைக் கொண்டதல்ல. மாறாக அது திட்டமிட்டு உருவாக்கப்பட்டது. அது இந்த மண்ணின் மைந்தர்களின் மதமாக இருக்க முடியாது என்று கருதி தன் வாழ்நாளின் பெரும்பங்கை இந்து மதத்தினை வேரறுக்கவே போராடினார்.

காலனியாதிக்க பொருளாதார நிலையை கருத்தில் கொண்டு இங்கிலாந்தில் படிக்கும்பொழுது ரூபாயின் மதிப்பை ஆராய்ச்சி செய்தார். இந்தியா வெள்ளையரிடமிருந்து விடுதலை பெறும் நாளில் அது எல்லோருக்குமான இந்திய தேசமாக இருக்க வேண்டுமென கருதினார். இந்தியர்கள் அனைவரும் சுதந்திரம் சமத்துவம், சகோதரத்துவத்துடன் இருக்கவே அவர் விரும்பினார். பட்டியல் இன மக்களை இந்து மதம் அடிமைப்படுத்தியபோது அவர்களின் முழு விடுதலைக்கான தீர்வை குறித்து சிந்தித்தார்.

அதனடிப்படையில் 1956 அக்டோபர் மாதம் 14 ஆம் நாள் மக்களுடன் பௌத்தம் ஏற்று பண்பாட்டு புரட்சி செய்தார். கண்ட வர்கள் எல்லாம் சொல்வதை கண்மூடித்தனமாக நம்பாமல் அவற்றுக்கு அறிவியல் ஆதாரத்தை தேடினார்.

சுதந்திர இந்தியாவின் தொழில்துறை அமைச்சராகவும், சட்ட அமைச்சராகவும் இருந்து அந்த பதவியை அலங்கரித்தார். நவீன

இந்தியாவின் தந்தையாகவும் விளங்கினார். இன்றைக்கு இந்தியாவில் ரிசர்வ் வங்கி தோன்றுவதற்கு அம்பேத்கரது முனைவர் பட்ட ஆய்வே துணை நின்றது.

கல்வி விரும்பிக் கற்கப்பட்ட போதும் பார்ப்பனர்கள் மட்டும்தான் கற்க வேண்டும். மாறாக சூத்திரர்கள் கற்கக் கூடாது. தப்பித்தவறி கூட அவர்களின் காதுகளில் கல்வி கற்கும்போது விழுந்து விட்டால் அவர் களின் காதுகளில் ஈயத்தை காய்ச்சி ஊற்ற வேண்டும் என்று கூறியவர் களுக்கு மத்தியில் இதுவரை தன்னுடைய வாழ்நாளில் லட்சக்கணக்கான நூல்களை படித்த பெருமைக்குரிய தலைசிறந்த மகனாக அம்பேத்கர் திகழ்கிறார்.

பிற்போக்குத்தனமான கருத்துக்களையும், வஞ்சகத்தையும், வன்மத்தை யும் வெளிக்கொணர்ந்து வந்து இந்து மதப் பற்றாளர்களையும், பக்தர்களையும் மோகன்தாஸ் கரம்சந்த் காந்தியின் முகத்திரையை கிழித்து தொங்க விட்டார். இந்தியா வெள்ளையர்களில் அடிமைப்பட்டுக் கிடந்தபோது அவர்களை எதிர்த்துப் போராடிய காந்தி, நேரு, வல்லபாய் படேல் உள்ளிட்ட முன்னணித் தலைவர்களைச் சிறையில் அடைத்தனர் ஆங்கிலேயர். ஆனால் சினம் கொண்ட சிங்கத்தையும் பிடரி மயிரையும் பிடித்து தொங்கியும் சினத்தை சீண்டிப் பார்த்த பெருமை பாபா சாகேப் அம்பேத்கருக்கு உண்டு.

குறிப்பாக 1930, 1931, 1932 ஆகிய ஆண்டுகளில் நடைபெற்ற மூன்று வட்டமேஜை மாநாடுகளில் லண்டனிலேயே கலந்து கொண்டு அங்கே அவர்களுடைய தாய் நாட்டில் ஆங்கிலேயர்களை இந்தியாவை அடிமைப் படுத்தியது தவறு என்றும் குற்றம் என்றும் கண்டித்த போதும் அவரை ஒருநாள் கூட சிறையில் அடைக்க முடியாத அளவிற்கு அவருடைய புகழ் ஓங்கி இருந்தது. இவை எல்லாவற்றுக்கும் காரணம் பாபா சாகேப் அம்பேத்கர் வாழ்ந்த காலத்தில் உலகம் ஒப்புக் கொண்ட ஏழு அறிவாளி களில் அம்பேத்கரும் ஒருவராக இருந்தார் என்பதுதான். தலைசிறந்த வழக்கறிஞராக இருந்தும், பாராட்டத் தகுந்த பேராசிரியராகவும் இருந்தும் தன் சொந்த சம்பாதியத்தில் கிடைத்த வருமானத்தைக் கொண்டு கல்வி கற்க முடியாத ஏழை எளியோருக்கும் கல்வி மறுக்கப் பட்ட மக்களுக்காகவும் சித்தார்த்த கல்லூரியை நிறுவி கல்விப் பணியை யும் செய்த பெருமைக்குரிய மனிதர் இவர்.

இந்த உலகமே போற்றுகின்ற அளவிற்கு உயர்ந்த தகைசாப் பெருமைக்கு இந்திய அரசாங்கம் 1990 ஆம் ஆண்டு இந்தியாவின் உயரிய விருதான பாரத ரத்னா விருதைக் கொடுத்து இந்தியா பெருமை தேடிக் கொண்டது.

யாரை பிடிக்கக் கூடாது, யாரைப் பார்க்கக் கூடாது, யார் தொட்டால் தீட்டு, பார்த்தால் தீட்டு, என்று ஊரை விட்டு ஒதுக்கி வைத்து சேரியில் வாழ்ந்த ஒரு சாதாரண மனிதர்தான் இன்று உலகமே வியக்கும் அளவிற்கு தன்னுடைய அறிவாலும், தன்னுடைய உழைப்பாலும், தன்னுடைய கடுமையான போராட்டத்தாலும் வியந்து பார்க்கப்படுகிறது. எங்கோ கடல் தாண்டி வாழும் மக்களும் அறிவு ஜீவிகளும் பாபா சாகேப் அம்பேத்கரின் புகழை அறிந்திருக்கிறார்கள். ஆனால் சொந்த ஊரில் சொந்த நாட்டில் அவரை தினம் தினம் இருட்டடிப்பு செய்யப்பட்டு வருகிறது.

இந்தியா 247 ஆண்டுகள் ஆங்கிலேயரிடமும், பிரஞ்சுக்காரர்களிடமும், டச்சுக்காரர்களிடமும், போர்த்துக்கீசியர்களிடமும் அடிமைப்பட்டுக் கிடந்தது. அதன் பின்னர் தான் 1947 ஆம் ஆண்டு ஆகஸ்ட் மாதம் 15 ஆம் நாள் இந்தியா விடுதலை பெற்றது. இந்தியா என்கிற நாடு மட்டும்தான் விடுதலை பெற்றதே ஒழிய இந்தியர்களில் பெரும்பான்மையான மக்கள் இன்று மூவரை பழைய அடிமைத்தனத்திலிருந்து விடுபடவில்லை என்பதே உண்மை. ஒரு குறிப்பிட்ட இனமக்களை இன்றுவரை ஊருக்கு ஒதுக்குப்புறமாக ஓரங்கட்டி அவர்கள் வாழும் பகுதி சேரி எனப் பெயரிட்டு ஒதுக்கி வைத்துள்ளனர்.

தொட்டால் தீட்டு, பார்த்தால் தீட்டு என்று எண்ணி தீண்டாமை சுவர் எழுப்பி அவர்களை விலக்கி வைப்பது கண் கூடாக காணமுடிகிறது. இந்த நூற்றாண்டிலேயே இப்படியென்றால் ஆண்டுகளை பின்னோக்கிப் பயணப்பட்டால் பட்டியலினத்தவர் அனுபவித்த கொடுமைகளை உலகில் வேறு எங்கும் யாரும் அனுபவிக்கவில்லை. இந்தியாவில் நடை பெற்ற பட்டியல் இன மக்களுக்கு எதிராக சாதி இந்துக்கள் செய்த கொடும் செயல்களால் இந்த உயர்சாதி இந்துக்கள் மீதும் ஒரு மிகப் பெரிய கோபம் ஏற்படும் சூழல் ஏற்பட்டது. இங்கு தங்களை முற்போக்கு வாதிகள் என்று பிதற்றிக் கொண்டு இருந்தவர்கள் கூட பட்டியலின மக்களின் விடுதலைக்காக உண்மையாக இல்லை.

இதில் ஜோதிராவ் புலே, சாகுமஹாராஜ் உள்ளிட்ட ஒரு சிலர்தான் சாதி இந்துக்களின் வெறுப்புக்கு ஆனாலும் பரவாயில்லை என்று பட்டியலிட மக்களுக்காக சில நன்மைகளை செய்து வந்தனர்.

வெள்ளையர்களை எதிர்த்து சாதி இந்துக்கள் விடுதலைக்காக போராடு வதில் எந்த ஒரு அருகதையும் இல்லை. சொந்த நாட்டில் சொந்த ஊரில் பிறந்த மக்களை மதத்தையும், சாதியையும் காரணம் காட்டி ஆடு, மாடு, நாய்கள் உள்ளிட்ட விலங்குகளுக்குக் கூட கிடைக்கும் மரியாதையில் கொஞ்சமேனும் இந்து மதத்தில் இணைத்துக் கொண்டு பட்டியலின மக்களுக்கு கொடுக்கவில்லை என்பது வியப்பினும் வியப்பு. இந்தச் சூழலில்தான் பாபா சாகேப் அம்பேத்கர் மேலை நாடுகளில் தன்னுடைய படிப்பை முடித்துவிட்டு தாய்நாடு திரும்பினார்.

டாக்டர் பாபா சாகேப் அம்பேத்கர் குழந்தையாக இருந்தபொழுது அனுபவித்த கொடுமைகள் சொல்ல முடியாத துயரங்களைக் கொண்டவை. அவர் குழந்தையாக இருக்கும்போது அனுபவித்த கொடுமைகளில் எவ்வித மாறுதலும் இல்லாமல், கூடுதலாக சாதியின் கோரமுகம் பட்டியல் இன மக்களை இன்னும் தனிமைப்படுத்தி அவர்கள் மீது வெறுப்பையும், பகை உணர்வையும், அருவருப்பையும் வாரி இறைக்கப்பட்டது. அவர் பெரும் கனவுகளோடு இந்தியா திரும்பிய போது எந்தவித மாற்றமும இல்லாததைக் கண்டு அவருக்கு ஏற்பட்ட கோபம் மிகப்பெரியது.

அதன்பிறகுதான் அவர் முதலில் இந்த நாட்டில் வேண்டிய முதல் பணி, சாதி சாதிக்கத்தை ஒழித்தாக வேண்டும் என்ற கொள்கையில் உறுதியாக இருந்தார். அந்த வகையில் அவர் வருகைக்குப் பிறகுதான் பட்டியலின மக்களின் வரலாறு மட்டுமல்ல ஒட்டு மொத்த இந்தியாவின் தலை யெழுத்தும் மாறியது.

ஆனால் இன்றைய சாதி இந்துக்கள் அவரை ஒரு சிமிழுக்குள் அடைக்க முயற்சிக்கின்றனர். குறிப்பாக அவர் இதுவரை யாரை எதிர்த்து களமாடினாரோ அவர்களே அதை வைத்து டாக்டர் அம்பேத்கரை தன் வசப்படுத்த முயல்கின்றனர். அது மட்டுமல்ல சாதி கலவரத்தைத் தூண்டுவதற்கு அவரின் சிலையே ஆயுதமாக மாற்றுகின்றனர். தன் சிலையை உடைக்கும் அந்த மக்களுக்காகவும் தான் அம்பேத்கர் போராடினார் என்பதை மறந்து விட்டனர்.

வரலாறு எல்லா காலத்திலும் எல்லோரையும் நினைவில் வைத்துக் கொண்டு இருக்காது. மாறாக முக்கியத்துவம் வாய்ந்த நிகழ்வுகளையும் முக்கியத்துவம் வாய்ந்த ஆளுமைகளையும் மட்டும்தான் வரலாறு அறிந்து வைத்திருக்கும். அப்படிப்பட்ட வரலாற்று சிறப்புமிக்க மாமனிதர்தான் பாபாசாகேப் டாக்டர் அம்பேத்கர். அவருடைய அறிவைக் கண்டு வியந்து தான் அமெரிக்காவில் ஹார்வர்டு பல்கலைக்கழகத்தில் அவர் படித்த அந்த இடத்திற்கு "Dr.Ambedkar Study circle" என்று அறிவித்தது.

லண்டனில் படிக்கும்போது அவர் தங்கியிருந்த வாடகை வீட்டை லண்டன் அரசாங்கம் அதை ஒரு சுற்றுலாத்தலமாக மாற்றும் முயற்சியில் அதை அருங்காட்சியகமாக அறிவித்திருக்கிறது. அது மட்டுமல்ல அந்த லண்டன் மாநகரில் உள்ள மியூசியத்தில் பாபா சாகேப் அம்பேத்கர் சிலை திறக்கப்பட்டுள்ளது என்பது பெருமைக்குரிய நிகழ்வு. உலகில் வேறு யாருக்கும் கிடைக்காத பெரும் பேறாகும் இது. ஆனால் இந்தியாவில் இன்றைக்கு வெறுத்து ஒதுக்கக்கூடிய ஒரு மனிதராக சாதி இந்துக்களால் அம்பேத்கர் காணப்பட்டுள்ளார் என்பது வேதனைக்குரிய ஒன்றாகும். அம்பேத்கரின் சிலைகளைச் சேதப்படுத்துபவர்கள் ஒன்றைப் புரிந்து கொள்ள வேண்டும்.

வருணாசிரம் கோட்பாட்டில் பிராமணர்களின் இடத்தை கேள்விக்கு உட்படுத்தியது மட்டுமல்ல இந்த வருணாசிரம் கோட்பாடே தவறாகும். அதைப் போதிக்கும் மனுவும் தவறாகும். உழைக்கக் கூடிய மக்களுக்கு தான் முதலிடம் கிடைக்க வேண்டும். இந்த நாட்டை காப்பாற்றக்கூடிய மக்களுக்குத்தான் முக்கியத்துவம் கிடைக்க வேண்டும். உடல் உழைப்பைக் கொண்டு செயல்படக் கூடிய தொழிலாளிகளை மதிக்க வேண்டும்.

●

'உனக்கு வயதானதும் இந்தச் சந்தேகங்களை எல்லாம் நீயே தீர்த்துக் கொண்டு விடுவாய். இந்த வயதில் இப்படிப்பட்ட சந்தேகங்கள் உனக்கு தோன்றலாகாது' என்று பதில் சொல்லி என்னை அவர் அனுப்பி விட்டார். என் வாய் அடைபட்டுப் போயிற்று. ஆயினும் மனம் திருப்தியடைய வில்லை. மனுஸ்மிருதியில் உணவு பற்றியும் அது போன்றவை குறித்தும் கூறப்பட்டிருந்தவை, தினசரி வழக்கத்திற்கு மாறுபட்டவை என எனக்கு தோன்றின. இதில் எனக்கு உண்டான சந்தேகத்திற்கும் அதே பதில் தான்

கிடைத்தது. அறிவு வளர வளர அதிகமாகப் படிக்க படிக்க அதை நான் நன்றாகப் புரிந்து கொள்வேன் என்று எனக்கு நானே சொல்லிக் கொண்டேன்.

மனுஸ்மிருதி அக்காலத்தில் அகிம்சா தர்மத்தை எனக்குப் போதிக்க வில்லை என்பது மாத்திரம் உண்மை. நான் புலால் உண்ட கையை கூறி யிருக்கிறேன். அதை மனுஸ்மிருதி ஆதரிப்பதாகத் தோன்றியது.

பாம்புகள், மூட்டைப்பூச்சி முதலியவைகளைக் கொல்லுவது முற்றும் நியாயமானதே என்று கருதினேன். மூட்டைப் பூச்சிகளை போன்ற ஜந்துக் களை கொல்லுவது ஒரு கடமை எனக் கருதி அந்த வயதில் அவற்றை நான் கொன்றது எனக்கு நினைவிருக்கிறது. ஆனால் ஒன்று மாத்திரம் என்னுள் ஆழமாக வேரூன்றியது. ஒழுக்கமே எல்லாவற்றுக்கும் அடிப்படை சத்தியமே ஒழுக்கமெல்லாவற்றின் சாரமும் என்று நான் கொண்ட உறுதியே அது.

சத்தியம் என் ஒரே லட்சியமாயிற்று ஒவ்வொரு நாளும் அதன் மகிமை வளரலாயிற்று. அதற்கு நான் கொண்ட பொருளும் விரிவாகக் கொண்டே வந்தது. அதேபோல நன்னெறியைப் போதிக்கும் ஒரு குஜராத்தில் பாடலும் என் அறிவையும், உள்ளத்தையும் கொள்ளை கொண்டது. 'தீமை செய்தோருக்கும் நன்மையே செய்' என்ற அப்பாடலின் போதனை என் வாழ்க்கையில் வழிகாட்டும் தருமமாயிற்று. அதில் எனக்கு அதிக பிரேமை உண்டாகிவிட்டதால் அதை மேற்கோளாகிக் கொண்டு பற்பல சோதனைகளையும் செய்யத் தொடங்கினேன்.

மகராஷ்டிராவின் கடலோரப் பகுதியான கொங்கனில் உள்ள ஒரு சிறிய கிராமம் மஹாத். 1927 டிசம்பர் 25 அன்று இந்தியாவில் மிகப் பெரிய வரலாறு படைத்தது. 'மனுஸ்மிருதி சிதஹான் பூமி' - அதாவது மனுஸ்மிருதிக்கான தகனம். இந்த வாக்கியத்தை தாங்கிய பதாகை கம்பங்கள் உயர்ந்து காணப்பட்டன. டாக்டர் அம்பேத்கர், ஆன்மாவை உலுக்கக் கூடிய உரை நிகழ்த்திய பந்தலின் முன்னால் மனுஸ்மிருதியை பிரிப்பதற்காக வேள்வி ஒன்று உருவாக்கப்பட்டது. அதை ஆறு பேர் இரண்டு நாட்களாக உருவாக்கினர். ஆறு அங்குல ஆழமும் ஒன்றரை அடி சதுரமும் குழி தோண்டப்பட்டு சந்தன மரக்கட்டைத் துண்டுகளால் நிரப்பப்பட்டது.

அதன் நான்கு மூலையிலும், மூன்று பக்கங்களிலும் கீழ்க்கண்ட சொற்களைத் தாங்கிய பதாகைகளைத் தாங்கி கம்பங்கள் அழைக்கப்பட்டன.

1. 'மனுஸ்மிருதி சிதஹான் பூமி'
2. தீண்டாமையை அழியுங்கள்
3. பார்ப்பனீயத்தை அடக்கம் செய்யுங்கள்
4. 'மனுஸ்மிருதி தஹான் தின்'

டாக்டர் அம்பேத்கர் மற்றும் ஆயிரக்கணக்கான தன்னார்வலர்கள் தங்களது எதிர்ப்பினை தெரிவிக்க நடத்தப்பட்ட இறுதிச் சடங்கில் சாதி இந்துக்களின் மேலாதிக்கத்தையும் தலித்துகள் மற்றும் மிலேச்சர்களுக்கு எதிரான வெறுப்பு மற்றும் கொடுமை ஆகியவற்றின் எழுத்து மூலங்கள் (மனுஸ்மிருதி) பகிரங்கமாக கொளுத்தப்பட்டது. மகாத் பொதுக் குளத்தில் தலித்துகள் (தீண்டத்தகாதவர்கள்) நீர் அருந்தும் உரிமைக்காக மகாத் சத்தியாங்கிரகம் (அமைதியான கிளர்ச்சி மற்றும் எதிர்ப்பு) ஏற்பாடு செய்யப்பட்டிருந்தது.

அனைவரும் பொது குளத்தின் நீரை பயன்படுத்துவதை முந்தைய ஆட்சியரது ஆணை அங்கிகரித்தது. இருப்பினும் இந்த வசதியை ஒடுக்கப் பட்டவர்கள் அடைவதற்கான நிலைமைகளை சாதி மேலாதிக்கமும் ஒடுக்குமுறையும் தடுத்தது. ஆர்ப்பாட்டத்திற்கு முன்னதாக தீண்டத் தகாதவர்கள் பொதுக் குளத்திலிருந்து தண்ணீரை எடுப்பதை எதிர்த்து சாதி பார்ப்பனர்கள் உள்ளூர் நீதிமன்றத்தில் தடையாணையைப் பெற்றிருந்தனர்.

எதிர்ப்பை எப்படியாவது நிறுத்த வேண்டும் என்பதற்காக சாதி இந்துக்களால் கற்பனைக்கு எட்டாத ஒரு வகையான அழுத்தம் கொடுக்கப்பட்டது. திட்டமிட்ட அந்த கூட்டத்தை நடத்த ஒரு பொது இடத்தை பெறுவதும் தடுப்பதும் இதில் அடங்கும்.

சமூகத்தின் பிற பிரிவுகளிலிருந்து அனைத்து வகையான நாசவேலை களையும் ஆர்ப்பார்ட்டம் நடந்து வந்த இடத்தில் டாக்டர் அம்பேத்கர் எதிர்கொள்ள நேர்ந்தது. அவர் பம்பாயிலிருந்து சாலைப் பயணத்திற்கு பதிலாக 'பத்மாவதி' படகில் தஸ்கான் துறைமுகம் வழியாக வந்தார். இது நன்கு திட்டமிடப்பட்ட யுக்தி. ஏனென்றால் பேருந்து உரிமையாளர்கள் ஒரு வேளை புறக்கணித்தால் மகாத்திற்கு வெறுமனே ஐந்து மைல் தூரம்

தலைவர்கள் நடந்து தான் செல்ல முடியும்.

டிசம்பர் 25, 1927 அன்று மாலை மாநாட்டில் அம்பேத்கரின் பார்ப்பன நண்பரா கங்காதர் நீல்காந்த் சஹஸ்த்ரபுதே முதலாவதாகவும், பின்னர் தீண்டத்தகாதவர்களின் தலைவரான பி.என். ராஜபோஜன் இரண்டாவ தாகவும் மனுஸ்மிருதியை எரிப்பதற்கான தீர்மானத்தை முன்னெடுத்தனர். அதன்பிறகு மனுஸ்மிருதி என்ற நூல் வேள்வியில் பிரிக்கப்பட்டது. கங்காதர் மற்றும் ஐந்து ஆறு தலித் சாதுக்கள் இதைச் செய்து முடித்தனர். பந்தலில் வைக்கப்பட்ட ஒரே புகைப்படம் மோகன்தாஸ் கரம்சந்த் காந்தியுடையது மட்டுமே.

குடிநீர் அல்லது கோயில் நுழைவுக்கான உரிமை பெறுவதோ அல்லது சமபந்திக்கான தடைகளை அகற்றுவதோ மட்டுமல்ல சமூகத்தில் சமத்துவமின்மையை ஆதரிக்கும் வர்ணாசிரம் முறையை நொறுக்குவதே இயக்கத்தின் நோக்கம் என்று அம்பேத்கர் தன்னுடைய தலைமை உரையில் கூறினார். பின்னர் பிரஞ்சு புரட்சி பற்றியும் பிரஞ்சு புரட்சிகர கவுன்சில் விவரித்த மனித உரிமைகள் சாசனத்தின் முதன்மையான அம்சங்களையும் கூட்டத்தாரிடம் அம்பேத்கர் விளக்கினார். சாதிகளுக்கு இடையிலான திருமணங்களைத் தடை செய்வதில்தான் தீண்டாமையின் வேர் உள்ளது. எனவே அதை முறிக்க வேண்டும் என்று அந்த வரலாற்று உரையில் அம்பேத்கர் கூறினார்.

இந்த சமூகப் புரட்சி அமைதியாக நடைபெறவும், சாஸ்திரங்களை நிராகரிக்கவும், நீதிக் கொள்கையை ஏற்றுக் கொள்ளவும், உயர் வருணப் பிரிவினருக்கும் வேண்டுகோள் விடுத்தார். மேலும் அவரது தரப்பிலிருந்து சிக்கல் எதுவும் வராது என்றும் உறுதியளித்தார். நான்கு தீர்மானங்கள் நிறைவேற்றப்பட்டு சமத்துவ பிரகடனம் செய்யப்பட்டது. இதன் பின்னர் மனுஸ்மிருதியின் நகல் பிரிக்கப்பட்டது. டாக்டர் அண்ணல் அம்பேத்கர் உரையாற்றும் போது.....

"....வருண அமைப்பு இருக்கும் வரை பார்ப்பனர்களின் ஆதிக்கம் உறுதி செய்யப்படுகிறது. ஜப்பானின் சாமுராய்கள் தங்கள் நாட்டின் மீது கொண்டிருந்த அதே பற்று பிராமணர்களுக்கு இல்லை. எனவே சமூக சமத்துவம் மற்றும் தேசிய ஒற்றுமை ஆகியவற்றின் நலனுக்காக ஜப்பானின் சாமுராய்கள் செய்ததைப் போல அவர்கள் தங்கள் சிறப்பு சமூக சலுகைகளை விட்டுக் கொடுப்பார்கள் என்று ஒருவர் எதிர்பார்க்க

முடியாது. பிராமணரல்லாத வர்க்கத்தினரிடமும் இதை எதிர்பார்க்க முடியாது. பிராமணரல்லாத மராட்டியர்கள் மற்றும் பிற வகுப்பினர் அதிகார பீடத்திலிருப்பவர்களுக்கும் அதிகார மற்றவர்களுக்கும் இடையில் உள்ளனர்.

அதிகாரத்திலுள்ளவர்கள் எப்போதாவது தாராள மற்றும் தியாக சிந்தனை கொண்டவர்களாக இருக்கக் கூடும். அதே சமயத்தில் இலட்சிய வாதமாகவும், கொள்கை ரீதியானவர்களாகவும் ஒடுக்கப்பட்டவர்கள் இருக்கிறார்கள். ஏனென்றால் தங்கள் சொந்த நலனுக்காவது அவர்கள் ஒரு சமூகப் புரட்சியை நோக்கமாக கொள்ள வேண்டும். இடையில் உள்ள வர்க்கம் எந்த கொள்கைகளுக்கும் தாராளமாகவோ அல்லது உறுதியாகவோ இருக்க முடியாது. எனவே அவர்கள் பார்ப்பனர்களுடன் சமத்துவத்தை அடைவதற்குப் பதிலாக தீண்டத்தகாதவர்களிடமிருந்து தங்களை விலக்கிக் கொள்வதில் ஆர்வம் காட்டுகிறார்கள். இந்த வர்க்கம் ஒரு சமூகப் புரட்சிக்கான அதன் விருப்பத்தில் பலவீனமாக உள்ளது.

உயர்சாதி நலன்களால் ஆதிக்கம் செலுத்தப்படும் ஊடகத்தின் ஒரு பிரிவில் கடுமையான எதிர்வினை இருந்தது. டாக்டர் அம்பேத்கரை ஒரு செய்தித்தாள், 'பீமாசுரா' என்று அழைத்தது. சத்தியாக்கிரகத்துக்கு பிறகு டாக்டர் அம்பேத்கர் எழுதிய பல்வேறு கட்டுரைகளில் மனுஸ்மிருதியைப் படித்ததன் மூலம் சமூக சமத்துவம் என்ற கருத்தை தொலைதூரத்தில் கூட அது ஆதரிக்கவில்லை என்பது எனக்கு உறுதியானது என்று பிப்ரவரி 3, 1928 பஹிஷ்கிருத் பாரதத்தின் இதழில் விளக்கினார். ஒன்றை எரிப்பது என்பது அது குறிப்பிடுகின்ற கருத்தை எதிர்த்து பதிவு செய்வதாகும். இதன் மூலம் தன்னுடைய நடத்தையை மாற்றிக் கொள்ளாத நபர் வெட்கப்படுவார் என்று ஒருவர் எதிர்பார்ப்பார்.

மனுஸ்மிருதியை மதிக்கும் எவரும் தீண்டத்தகாதவர்களின் நலனில் உண்மையான அக்கறை காட்ட முடியும் என்று எதிர்பார்ப்பது பயனற்றது என்று அம்பேத்கர் மேலும் கூறினார். மனுஸ்மிருதியை எரிப்பதை காந்தி முன்மொழிந்த அந்நிய நாட்டுத்துணி எரிப்பு போராட்டத்துடன் ஒப்பிட்டார்.

உலகெங்கிலும் உள்ள ஆர்ப்பாட்டங்கள் ஒரு கட்டுரையை எரித்தே ஒடுக்கப்பட்டவர்களுக்கான போராட்டத்தை உணர்த்தின. மனுஸ்மிருதி தகனம் என்பது இதுதான். இதற்கிடையில் பொதுக் குளத்திலிருந்து

குடிநீர் பெறுவதற்காக நடத்தப்பட்ட சத்தியாகிரகத்தை நிறுத்த வேண்டும் என நீதிமன்றம் கண்டிக்க, ஒருபுறம் அரசாங்கம் பிரிட்டிஷ் கலெக்டர் மறுபுறம் உயர்சாதி நலன்களை எதிர்கொள்ளும் சங்கடத்தை டாக்டர் அம்பேத்கர் விளக்கினார்.

சத்தியாகிரகம் பாதியில் ஏன் நின்றது என்ற தலைப்பில் 1928 பிப்ரவரி 3 ஆம் தேதி பஹிஷ்கிருத் பாரத் இதழில் அம்பேத்கர் எழுதினார். சாதி இந்துக்களுக்கும் அரசாங்கத்திற்கும் இடையில் தீண்டத்தகாதவர்கள் சிக்கிக் கொள்கிறார்கள். இரண்டில் ஒருவரை மட்டுமே அவர்கள் தாக்க முடியும். இருவரையும் ஒரே நேரத்தில் தாக்கும் வலிமை இன்று அவர்களுக்கு இல்லை என்பதை ஒப்புக் கொள்வதில் வெட்கப்பட ஒன்று மில்லை.

தீண்டத்தகாதவர்கள் மனிதர்கள் என்ற நியாயமான உரிமைகளை ஒப்புக் கொள்ள சாதி இந்துக்கள் மறுத்தபோது தங்கள் சொந்த முயற்சியால் அரசாங்கத்துடன் ஒரு உடன்படிக்கைக்கு வருவது புத்திசாலித்தனம் என்று நாங்கள் நினைத்தோம் என்றும் அம்பேத்கர் தெரிவித்தார்.

14

பெரியார்

சமூக சீர்திருத்தப் பணிகளிளாலும், பகுத்தறிவுச் சிந்தனைகளாலும் இருப தாம் நூற்றாண்டின் தமிழ் அறிவுலகை வழி நடத்தியவர் தந்தை பெரியார். இந்திய வரலாற்றின் போக்கை மாற்றி யமைத்த முக்கியத் தலைவர்களுள் பெரி யாரும் ஒருவர். காந்தியின் தலைமையை ஏற்று காங்கிரஸில் சேர்ந்து பணியாற்றி யவர். சாதியத்துக்கு எதிரான வகுப்பு வாரிப் பிரதிநிதித்துவத்தை ஆதரிக்க வில்லை என்பதற்காக அக்கட்சியை விட்டு வெளியேறினார். தேர்தலில் போட்டியிடுவது கொள்கை சமரசத்துக்கு வழிவகுக்கிறது என்பதாலேயே தேர்தல் பாதையை பெரியார் ஒதுக்கித் தள்ளினார்.

அவர் கருத்தில் உதித்த சுயமரியாதை இயக்கம் பின்னாளில் நீதிக்கட்சியையும்

உள்வாங்கிக் கொண்ட போது திராவிடர் கழகம் என்று பெயர் மாறியது. சாதி எல்லைகளைத் தகர்த்து ஓரிடத்துக்குச் செல்லும் மாபெரும் கனவைத் தமிழ் மக்களிடம் அது வளர்த்தெடுத்தது. கல்வி நிலையங்கள் வாயிலாக அல்லாமல் தன்னுடைய வாழ்க்கை அனுபவங்கள் மூலமாக சிந்தனை யாளராக உருவெடுத்தவர் பெரியார்.

இந்தியாவில் சகல பேதங்களின் வேர்களும் சாதியத்திலேயே இருக் கின்றன என்பதை உரக்கச் சொன்னவர். பிராமணீயத்தை கட்டிக் காப்பதால் இந்து மதமும் கடவுளும் கூடப் பொய் என்று நிராகரித்தவர்.

இளம் வயதில் அவர் மேற்கொண்ட காசிப் பயணம் சமய நம்பிக்கை களையும் சாதி அடிப்படையான ஆதிக்கத்தையும் எதிர்த்து கேள்வி கேட்பவராக பெரியாரை மாற்றியது. பின்னாளில் அவர் மேற்கொண்ட ஐரோப்பிய பயணம் உலகளவில் அரசியல் சிந்ததைகளின் அறிமுகத்தை யும் அவசியத்தையும் அவருக்கு உணர்த்தியது. பெரியாரின் மேடைப் பேச்சுகளும் எழுத்துக்களும் தமிழர்களுக்கு சுயமரியாதை உணர்வை ஊட்டின. பெண்ணுரிமை, இட ஒதுக்கீடு, மொழியுரிமை, சாதி மத மறுப்பு என அவரது சுயமரியாதை போராட்டக்காலம் விரிந்து பரந்தது.

தனது கொள்கைகளை எழுத்தோடும் பேச்சோடும் நிறுத்திக் கொள்ளா மல், அதற்கு செயல் வடிவம் கொடுப்பதற்கு ஓயாமல் உழைத்தவர் பெரியார். தமிழகத்தில் குறுக்கும் நெடுக்குமாய் தொடர்ந்த அவரது பிரச்சாரப்பயணம் அவருடைய 94 ஆம் வயதில் முடிவுக்கு வந்தது. ஒரு பெரும் செல்வந்தராக இருந்த அவருடைய சொத்துக்களோடு சேர்ந்து அவருடைய வாழ்க்கையும் நினைவும் தமிழ் மக்களின் சொத்துக் களாயின.

ஈரோடு வெங்கட்ட இராமசாமி நாயகர் எனும் இயற்பெயரைக் கொண்ட இவர் செப்டம்பர் 17, 1879ல் தமிழ்நாட்டிலுள்ள ஈரோட்டில் பிறந்தார். இவரின் குடும்பத்தினர் தெலுங்குமொழியை தாய்மொழியாக உடைய வர்கள் ஆவர். இவரின் தந்தை வெங்கட்ட நாயக்கர் மிக வசதியான வணிகப் பின்னணியைக் கொண்டவர். இவரின் தாயார் முத்தம்மாள் என்ற இயற்பெயர் கொண்ட சின்னத்தாயம்மாள் ஆவார். இவரின் உடன் பிறந்தோர் கிருட்டிணசாமி, கண்ணம்மா மற்றும் பொன்னுத்தாயி ஆகியோர் ஆவர்.

1929ல் இராமசாமி சுயமரியாதையை வலியுறுத்தும் விதமாக, செங்கல்பட்டு சுயமரியாதை மாநாட்டில், தன் பெயரில் பின்வரும் சாதிப் பெயரை நீக்கி, அனைவரின் பெயருக்கும் பின்னர் வரும் சாதிப் பெயரை நீக்க முன்னுதாரணமாக விளங்கினார். இராமசாமி மூன்று திராவிட மொழிகளான தமிழ், தெலுங்கு, கன்னடம் ஆகிய மொழிகளைப் பேசும் ஆற்றல் பெற்றவராவார். அவரின் தாய் மொழி தெலுங்கு ஆகும். இவர் பள்ளியில் ஐந்தாம் வகுப்பு வரை மட்டுமே கல்வி பயின்றார். அதன் பின் கல்வியில் நாட்டமில்லாமையால் தந்தையின் விருந்தோம்பலில் திளைத்திருந்த வைணவப் பண்டிதர் ஒருவரின் அறிவுரைகளைக் கேட்கும்படி தன் தந்தையால் இராமசாமி பணிக்கப்பட்டிருந்தார்.

அதன்படி அப்பண்டிதர் அளிக்கும் அறிவுரைகளை மிக ஆர்வமுடன் கேட்டு அவரின் இந்து புராண இலக்கிய உபதேசங்களில், புராணக் கதை களில் எழுந்த சந்தேகங்களையும் துடுக்குடன் கேட்டு அவரின் இந்து புராண இலக்கிய உபதேசங்களில், புராணக்கதைகளில் எழுந்த சந்தேகங் களையும் துடுக்குடன் அந்த இளம் வயதிலேயே வினவினார். அன்று எழுந்த கருத்து வேற்றுமைகளே பின்னாளில் இந்து ஆரிய, எதிர்ப்புக் கோட்படுகளை மேற்கொள்ள வழிகோலின. இராமசாமி வளரும் பொழுதே சமயம் என்பது அப்பாவி மக்களின் மீது வஞ்சகத்துடன், அவர் களைச் சுரண்டுவதற்காக போற்றப்பட்ட போர்வையாக போர்த்தப் பட்டுள்ளதைக் களைய வேண்டுவது தனது தலையாய கடமை என்ற எண்ணத்தையும், மூடநம்பிக்கைகளிலிருந்தும், சமயகுருமார்களிட மிருந்தும், இம்மக்களைக் காப்பாற்ற வேண்டும் என்ற எண்ணத்தையும் வளர்த்துக் கொண்டார்.

●

ஈ.வெ.இராமசாமியின் 19வது வயதில் அவருக்குத் திருமணம் செய்யப் பெற்றோர்களால் நிச்சயித்த வண்ணம், சிறுவயது முதல் நேசித்த 13வயது நாகம்மையாரை மணந்து கொண்டார். நாகம்மை தன் கணவரின் புரட்சிகரமான செயல்களுக்குத் தன்னை முழுவதுமாக ஆட்படுத்திக் கொண்டார். இருவரும் இணைந்து பல போராட்டங்களிலும் ஈடுபடலா னார்கள். திருமணமான இரு வருடங்களில் பெண் மகவை ஈன்றெடுத் தார். அக்குழந்தை ஐந்து மாதங்களிலேயே இறந்தது. அதன் பிறகு அவர்களுக்குப் பிள்ளைப் பேறு இல்லை. தனது அண்ணன் மகன் ஈ.வெ.கி.

சம்பத்தை திராவிடர் கழகத்தின் எதிர்காலத் தலைவராக நியமிப்பதாக இருந்தார். ஆனால் சம்பத், அண்ணாதுரையின் சீடராக விளங்கியதால், ஈ.வெ.இராமசாமி தமது 70வது வயதில் 32 வயதுடைய காந்திமதி எனும் மணியம்மையை மணந்தார். இத்திருமணத்தால் திராவிடர் கழகத் தலைவர்களிடையே கருத்து வேறுபாடு ஏற்பட்டது. அண்ணாதுரை போன்ற தலைவர்கள் இராமசாமியை விட்டுப் பிரிந்தனர். ஈ.வெ.இராமசாமி, மணியம்மையை தனது சொத்துக்களுக்கும் திராவிடர் கழகத்திற்கும் பாதுகாவலராக நியமித்தார்.

1904ல் இராமசாமி, இந்துக்களின் புனிதத் தலமாகக் கருதப்படும் காசிக்கு புனிதப் பயணியாக காசி விசுவநாதரை தரிசிக்க சென்றார். அங்கு நடக்கும் மனிதாபிமான மற்ற செயல்கள், பிச்சை எடுத்தல், கங்கை ஆற்றில் மிதக்க விடப்படும் பிணங்கள் போன்ற அவலங்களையும், பிராமணர்களின் சுரண்டல்களையும் கண்ணுற்றவரானார். இதனிடையே காசியில் நடந்த ஒரு நிகழ்வு அவரின் எதிர்கால புரட்சிகர சிந்தனைக்கு வித்திட்டது. பிராமணரல்லாதோர் வழங்கும் நீதியில் நடத்தப்படும் ஓர் அன்னசத்திரத்தில் இராமசாமிக்கு பிராமணரல்லாதார் என்ற நிலையில் உணவு வழங்க மறுக்கப்பட்டது. இந்நிலை கண்டு மிகவும் வருத்தமுற்றவ ரானார்.

இருப்பினும் பசியின் கொடுமை தாளமாட்டாமல் பிராமணர் போல் பூணூல் அணிந்து வலிந்து தன்னை ஒரு பிராமணர் என்று கூறி உள்நுழைய முயன்றார். ஆனால் அவர் மீசை அவரைக் காட்டி கொடுத்து விட்டது. பிராமணர் யாரும் இந்து சாத்திரத்தின்படி இவ்வளவு பெரிய மீசை வைத்திருப்பதில்லை என்று கோயில் காவலாளியால் வலிந்து தள்ளப் பட்டு வீதியில் விழுந்தார். பசி தாளாமல் வீதியின் குப்பைத் தொட்டியில் விழும் எச்சில் இலைகளின் உணவுகளை வேறு வழியில்லாமல் உண்டு பசியைப் போக்கிக் கொண்டார். பிராமணரல்லாதார் கட்டிய அன்ன சத்திரத்தில் பிராமணரல்லாதாருக்கு உணவு வழங்க பிராமணர்களால் மறுக்கப்படுகின்றதே என்ற நிலைமையை எண்ணி வருந்தினார்.

இந்து சமயத்தின் வேற்றுமை காணும் (வருண ஏற்றத்தாழ்வு) உணர் வினை எதிர்க்கும் நோக்கத்தை அன்றே புனிதமான காசியில் தன் மனதில் இருத்திக் கொண்டார். இதன் விளைவாக அதுவரை இறைப்பற்றுள்ளவ ராக இருந்த இராமசாமி காசியாத்திரைக்குப் பின் தன்னை ஒரு இறை

மறுப்பாளராக மாற்றிக் கொண்டார். ஈ.வெ.இராமசாமி 1919 ஆம் ஆண்டு தனது வணிகத் தொழிலை நிறுத்தி விட்டு காங்கிரஸ் கட்சியில் தன்னை இணைத்துக் கொண்டார். இணைவதற்கு முன் தான் வகித்து வந்த அனைத்து பொதுப் பதவிகளையும் விட்டு விலகினார். அவர் வகித்து வந்த முக்கியப் பதவியான ஈரோடு நகராட்சித் தலைவர் பதவியைத் துறந்தது மட்டுமில்லாது, தன்னை முழுமனத்துடன் காங்கிரசு பேரியக்கத்துக்காக ஒப்படைத்துக் கொண்டார்.

காந்தியின் கதர் ஆடையை அவரும் உடுத்திக் கொண்டது மட்டு மில்லாமல், பிறரையும் உடுத்தும்படி செய்தார். கள்ளுக்கடைகளை மூட வலியுறுத்தி மறியல் செய்தார். வெளிநாட்டுத் துணி வகைகளை விற்பனை செய்யும் வணிகர்களுக்கு எதிராக மறியல்கள் நடத்தினார். தீண்டாமையை வேரறுக்கப் பெரும் பாடுபட்டார். 1921ல் ஈரோடு கள்ளுக்கடை மறியலில் ஈடுபட்டமைக்காக இராமசாமி சிறைத் தண்டனை பெற்றார். அம்மறியலில் அவரும் அவர் துணைவி நாகம்மையார் மற்றும் அவர் தமக்கையாரும் கலந்து கொண்டனர். இதன் பலனாக அன்றைய ஆங்கில அரசு நிர்வாகத்தினர் உடனடியாக பணிந்தனர். மீண்டும் ஒத்துழையாமை மற்றும் மிதமாக மது குடித்தல் சட்டங்களை எதிர்த்து மறியல் செய்தது ஆகியவற்றால் கைது செய்யப்பட்டார்.

1922ல் இராமசாமி சென்னை இராசதானியின் காங்கிரஸ் கட்சித் தலைவராக தமிழ்நாடு காங்கிரஸ் கட்சித் தலைவர் என்று தேர்ந் தெடுக்கப்பட்டார். அதன் பின்னர் திருப்பூரில் நடைபெற்ற கூட்டத்தில் அரசுப் பணிகளிலும், கல்வியிலும், இட ஒதுக்கீட்டை அமல்படுத்த வேண்டும் என்ற கோரிக்கையைக் காங்கிரஸ் கட்சி ஆங்கில அரசுக்கு வலியுறுத்த வேண்டும் என்பதை மிகத் தீவிரமாக முன்னிறுத்தினார். அவரின் முயற்சி அன்றைய காங்கிரஸ் கட்சியில் உள்ளவர்களின் வர்க்க பேத மற்றும் வேற்றுமை கொண்டு பிற சாதியினரை பார்க்கும் தன்மை யில் தோல்வியுற்றது. அதனால் 1925ல் காங்கிரஸ் கட்சியிலிருந்து விலகினார்.

●

பக்தி என்பது தனியுடைமை, ஒழுக்கம் என்பது பொது உடைமை, என்று கூறியவர் பெரியார். தான் பொது வாழ்வுக்கு வருவதற்கு முன்னர் பல்வேறு கோவில்களில் அறங்காவலராக இருந்து முறையாக கணக்கு

களை வைத்திருந்தவர் தந்தை பெரியார். எந்த சூழ்நிலையிலும் ஒவ்வொரு தனிமனிதர்களின் விடுதலையுணர்வைப் பெரிதும் மதித்தவர் பெரியார். குறிப்பாக அனைத்து சாதியினரும் கோவிலுக்குள் செல்ல வேண்டும் என்றும், குறிப்பாக வட மாநிலங்களில் உள்ளதைப் போல கருவறை வரை யாரும் செல்வதற்கு அனுமதிக்க வேண்டும் என்ற போர்க் குரல் கொடுத்தவர்.

தற்போது கேரளாவில் அனைத்து சாதியினரையும் அர்ச்சகராக்க சட்டம் இயற்றிட அடித்தளம் இட்டவர் பெரியாரே. ஒவ்வொரு மனிதனின் ஆன்மீக வாழ்விற்கு தொடக்கமாக ஆலயங்கள் இருக்கிறது என்கிறார்கள் சமயவாதிகள். அப்படிப்பட்ட ஆலயங்கள் தொடங்கி அங்கு ஒலிக்கப்படும் மந்திரங்கள் வரை சாமானிய மக்களிடம் கொண்டு சென்றவர் தந்தை பெரியார். தனக்கு கடவுள் நம்பிக்கை இல்லை என்றாலும் பொது வெளியில் மக்களின் நம்பிக்கைகளுக்கு மதிப்பளித்தவர். இந்து மதத்தின் ஆன்மீக வாழ்வுக்கு பெரிதும் இடையூறாக இருந்த சாதிய ஏற்றத் தாழ்வுகளை எதிர்த்தவர்.

தமிழ்நாட்டின் கோவில்களில் தமிழ்மொழியும், தமிழ் மக்களும் புறக்கணிக்கப்படுவதை கடுமையாக சாடி வந்தார் பெரியார். மக்களுக்குப் புரியாத மொழிகளில் மந்திரங்களைச் சொல்லி மக்களின் ஆன்மீக உணர்வை கேலி செய்த பார்ப்பனீயத்தை தன் வாழ்நாள் முழுவதும் எதிர்த்தவர் பெரியார். “சொல்லிய பாட்டின் பொருள் உணர்ந்து சொல்லு வார் செல்வர் சிவபுரத்து உள்ளர்” என்கிறார் மாணிக்கவாசகர். தனக்கு கடவுள் நம்பிக்கை இல்லையென்றாலும் கடவுள் நம்பிக்கை கொண்ட திரு.வி.க. தவத்திரு குன்றக்குடி அடிகளார், தனித்தமிழ் இயக்க காவலர் மறைமலை அடிகள் போன்றவர்களிடம் அன்பு பாராட்டியவர் பெரியார்.

அவர்கள் தனது இல்லத்திற்கு வரும் போதெல்லாம் கடவுள் நம்பிக்கை யோடு அன்றாட பூசைகளைத் தனது இல்லத்திலேயே செய்வதற்கு அனுமதித்தவர். மனிதநேயம் மிக்க மனிதராக தனது வாழ்நாள் முழுவதும் வாழ்ந்து காட்டியவர் பெரியார்.

ஆன்மீக வளர்ச்சியில் பெண்களின், பங்கு மிகப் பெரியது என்று கூறிக் கொண்டாலும் பெண் கல்விக்கு முட்டுக் கட்டையாக இருந்தது இந்து மதத்திற்குள் ஊடுருவிய பார்ப்பனியம். இந்தியாவிலேயே முதல் பெண் மருத்துவரை உருவாக்கிய பெருமை தமிழ்நாட்டிற்குரியது. அதை தனது

வாழ்நாளுக்குள் நடத்திக் காட்டிய பெருமை தந்தைப் பெரியாரையே சேரும்.

பெண் விடுதலைக்காக போராடியதாலேயே அவரும் தந்தை பெரியார் என்ற பட்டம் பெண்கள் மாநாட்டில் கொடுக்கப்பட்டது. ஆன்மீகம் என்பது தனிமனித வாழ்வோடு தொடர்புடையது. ஆன்மீக முயற்சிக்காக தனிமனிதர்கள் செய்யும் எந்தச் செயலையும் பெரியார் தடுக்கவில்லை. ஆன்மீகத்தின் பெயரால் பொதுவெளியில் நடக்கும் மோசடிகளையே எதிர்த்தார். தமிழ்நாட்டின் ஆன்மீக வழிகாட்டியாக இன்றும் எல்லோராலும் போற்றப்படுபவர் வள்ளலார். அவர் எழுதிய ஆறாம் திருமுறையை முதன் முதலில் பதிப்பித்தவர் பெரியார்.

இன்றைக்கும் பெரியாரின் நூல்களை பதிப்பித்து வெளியிடும் நிறுவனங்கள் யாவும் வள்ளலாரின் ஆறாம் திருமுறையையும் பதிப்பித்து வெளியிட்டு வருகின்றன. கேரளாவில் வைக்கம் பகுதியில் ஈழவ மக்கள் கோயில் தெருவில் நடக்கக் கூடாது என்ற நிலையை எதிர்த்துப் போராடிய ஆன்மீக பெரியவர் நாராயண குருவுக்குப் பின் வைக்கம் போராட்டம் நடத்தியவர் தந்தை பெரியார். அதனால்தான் அவரை வைக்கம் வீரர் என்று அழைக்கிறார்கள். பல்வேறு ஆய்வுகளின் வாயிலாக உலகிலேயே மூத்த மொழி என்று தமிழ்மொழியை அறிவித்த போதிலும் தமிழ் வழிபாட்டிற்கு எதிராக சிதம்பரம் நடராஜர் கோவிலில் ஓதுவார் ஆறுமுகசாமி திருவாசகம் பாடுவதற்கு பார்ப்பனர்கள் பல்வேறு எதிர்ப்பு களைத் தெரிவித்து போராட்டம் செய்தனர்.

பௌத்த நெறி தொடங்கி வள்ளலார் ஈராக ஒளிபொருந்திய ஆன்மீக வாழ்வுக்கு விளக்கமாகவும், பொருளாகவும் வாழ்ந்து காட்டிய சான்றாண்மை மிக்கவர் தந்தை பெரியார். கடவுள் நம்பிக்கை அடிப்படையில் பெரியாரின் கொள்கைகளை சுருக்கிவிட துடித்துக் கொண்டிருக்கிறார்கள் பாரதிய ஜனதா உள்ளிட்ட சங்க பரிபாலன அமைப்புகள். ஆனால் முற்போக்கு சிந்தனை கொண்ட தமிழ் சமூகம் என்றுமே மதவாதத்துக்கு எதிரான பூமியாகத்தான் இருந்து வருகிறது.

தீண்டாமை பெருங்குற்றம் என்று இந்திய அரசியல் அமைப்புச் சட்டம் குறிப்பிட்டாலும் மரபு என்ற பெயரில் கோவில்களில் சாதியத் தீண்டாமை கடைப்பிடிக்க வேண்டும் என்கிறது பார்ப்பணீயம். நந்தனாருக்கு கோயில் நுழைவு மறுக்கப்பட்டது வரலாறு. இந்து மநு தர்மப்படி உயர்ந்த

இடத்தில் வைத்துப் போற்றப்படக் கூடியவர்களாக பிராமணர்களே என்றென்றும் இருக்க வேண்டும் என எதிர்பார்க்கிறார்கள். மனுதர்மம் போதிக்கும் குலக்கல்வித் திட்டம் நடைமுறைப்படுத்தப்பட வேண்டும் என்று துடியாய் துடிக்கிறார்கள். காமராஜர் உள்ளிட்ட பெரும் தலைவர்கள் எதிர்த்த போதும் 6000 பள்ளிகளை மூடி விட்டு குலக்கல்வித் திட்டத்தை கொண்டு வந்தார் பார்ப்பனரான இராஜாஜி.

கழுவில் ஏற்றிக் கொன்ற காலம் தொடங்கி துப்பாக்கியால் கொலை செய்யும்காலம் வரை வேற்று சமய நம்பிக்கையாளர்களை கொலை செய்வது தொடர்கிறது. இந்தியாவில் வேரூன்றியிருந்த சித்தாந்தங்களை யெல்லாம் அழித்தொழித்த, மனித குலத்திற்கு எதிரான வேதாந்தத்தை தர்மம் என்பது அந்த தர்மத்தைக் காக்க வெறி கொண்டு எழுவதும் அதற்கு ஆன்மீகம் என்று பெயர் சூட்டிக் கொள்வதும் தமிழர்களால் என்றென்றும் ஏற்றுக் கொள்ளப்பட்டது. மனுநீதி என்பது வாழ்க்கை முறையிலிருந்து முற்றிலும் அகற்றப்பட்டே வந்திருக்கிறது. ஏனென்றால் இது பெரியாரிடம் போற்றும் சமூக நீதிக்கான மண்.

சமூக நீதிக்கு எதிரான கூட்டத்தினர் சமய சீர்திருத்தவாதிகளை, அழிப்ப தற்கு விடாமல் துரத்திக் கொண்டிருக்கிறார்கள். வள்ளலார், அய்யா வைகுண்டர், நாராயணகுரு போன்ற ஆன்மீகவாதிகளின் சமயச் சீர்திருத்தங்கள் மண்ணில் நிலைபெறா வண்ணம் மக்களைத் திசை திருப்பும் வேலைகளை தொடர்ந்து செய்து கொண்டிருக்கிறார்கள். உலகத்தின் பொதுமறையான திருக்குறளைப் பரப்புவதற்காக முதன் முதலில் திருக்குறள் மாநாடுகளை நடத்தியவர் தந்தை பெரியார். திருக்குறளில் கடவுள் வாழ்த்து என்ற அதிகாரத்தை பெரியார் மறுத்தது இல்லை.

தமிழகத்தின் ஆன்மீக விடிவெள்ளியான வள்ளலாரைப் போற்றிய, உலகத்திற்கே நீதியை வழங்கிய திருக்குறளைப் பட்டி தொட்டியெல்லாம் பரப்பிய, குன்றக்குடி அடிகளார் தொடங்கி ஆன்மீகப் பெரியவர்களோடு நட்பு பாராட்டிய தந்தை பெரியார் எந்த ஆன்மீகத்தை எதிர்த்தார்? உயர்வு தாழ்வு கற்பிக்கும் பூணூல் பண்பாடு, தமிழர்களை இழிவு படுத்தும் சமஸ்கிருத மந்திரங்கள், பெண்களை இழிவுபடுத்தும் இந்துமத நம்பிக்கைகள், சாதியின் பெயரால் ஆலயம் நுழைவதைத் தடுக்கும் மனு தர்மம், மனிதகுல இழிவைக் கொண்டாடும் மூடத்தனமான சமயச்

சடங்குகள், வள்ளலாரின் திருமுறையை கேலி பேசிய சங்கர மடத்தின் அரசியல் தந்திரங்கள், வர்ணச் சிந்தனையோடு இராஜாஜியால் கொண்டு வரப்பட்ட குலக்கல்வித் திட்டம்.

இவைகளைத் தான் தந்தை பெரியார் தொடர்ந்து எதிர்த்து வந்துள்ளார். கடவுள் நம்பிக்கையற்ற தந்தை பெரியார் தனது வாழ்நாளில் தனது இயக்க தொண்டர்களை கரசேவர்களைப் பயன்படுத்தி எந்த சமய கோயில்களையும் இடிக்கவில்லை என்பது வரலாறு ஒலிக்கும் உண்மை.

தந்தை பெரியாருக்கு இணையாக அவரது இல்லத்துப் பெண்டிரும் சமூகக் களத்தில் இறங்கி பெண்கல்வி மற்றும் பெண்ணுரிமைக்கு பரந்த அளவில் முதல் குரல் கொடுத்திருப்பது வரலாற்றுச் சிறப்பாகும். ஈ.வே.ரா நாகம்மையாராக உலகிற்கு அறிமுகமான நாகம்மை 1885 ஆம் ஆண்டு சேலம் மாவட்டம் தாதம்பட்டியில் ரெங்கசாமி - பொன்னுத்தாயிக்கு மகளாகப் பிறந்தவர். இவர் 1895 ஆண்டு தனது மைத்துனரான ஈ.வெ.ராமசாமியை மணம் புரிந்தார். இவர்களுக்குப் பிறந்த குழந்தை ஐந்து மாதத்தில் எதிர்பாராத விதமாக இறந்து விட்டது.

இதனால் மனம் உடைந்து போன நாகம்மையாருக்கு, பிற்காலத்தில் இதுவே மன உறுதி ஏற்படுவதற்கும் தீவிரமான இயக்கப் பணியில் ஈடுபடு வதற்கும் பாலமாக அமைந்தது. திருமதி நாகம்மையார் தன்னை பெரியாரின் தகுதி வாய்ந்த மனைவியாக நிகழ்த்திக் காட்டுவதற்குரிய சந்தர்ப்பமாகவே அனைத்து போராட்டங்களையும் அவர் பயன்படுத்திக் கொண்டார். தந்தை பெரியார் இந்திய தேசிய காங்கிரசில் 1919 ஆம் ஆண்டு இணைத்துக் கொண்டபோது நாகம்மையாரும் தன்னையும் காங்கிரசில் உறுப்பினராக இணைத்துக் கொண்டார்.

அந்தக் காலகட்டத்தில் மகாத்மா காந்தி தொடங்கிய கள்ளுக்கடைப் போராட்டம் நாடு முழுவதும் தீவிரமடைந்திருந்தது. அப்போது மகாத்மா காந்தி கள்ளுக்கடை போராட்டத்தில் பெண்கள் அதிகளவில் பாதிக்கப் படுவதாகக் கூறி பெண்கள் மீது அதீத அக்கறையுடன் இருந்ததை பெண்ணாக இருந்து நாகம்மையார் உணர்ந்தார். அப்போதுதான் போராட்டத்திற்கு ஆதரவாக தந்தை பெரியார் தனக்கு சொந்தமான தோட்டத்தில் நெடிதுயர்ந்து வளர்ந்திருந்த 200 தென்னை மரங்களை உடனடியாக அழித்தார்.

காந்தியின் பிரச்சாரத்தில் வெகுவாக ஈர்க்கப்பட்ட நாகம்மையார் ஈரோட்டில் தங்களது வீட்டின் அருகே தெருவொன்றில் பெண்களைத் திரட்டி மறியல் போராட்டத்தில் ஈடுபட்டு கைது செய்யப்பட்டார். நாகம்மையார் கள்ளுக்கடைக்காக நடத்திய போராட்டத்தின் காரண மாக மறியல் போராட்டம் நடைபெற்ற இடம் தற்போது கள்ளுக்கடை மேடு என்றழைக்கப்பட்டு வருகிறது.

நாடு முழுவதும் கள்ளுக்கடை போராட்டத்தில் பிரச்சனைகள் எழுந்தபோது ஏனைய காங்கிரஸ் தலைவர்கள் கள்ளுக்கடை போராட்டத்தை திரும்பிப் பெற்றுக் கொள்ள மகாத்மாவை கேட்டுக் கொண்டபோது போராட்டத்தின் முடிவு எனது கைகளில் இல்லை, அது ஈரோட்டிலுள்ள நாகம்மையார் மற்றும் அவரது மைத்துனி கண்ணம்மாள் ஆகியோரிடம் உள்ளதாக பதிலளித்தார். அன்றைய திருவிதாங்கூர் மாகாணத்தில் தீண்டாமை ஆதிக்கம் அதிகரித்துக் காணப்பட்டது.

தாழ்த்தப்பட்டவர்கள் அங்குள்ள கோவில்களில் நுழையவும், தெருக் களில் நுழையவும் இருந்த கடையை நீக்குவதற்கு காங்கிரஸ் கட்சி வைக்கம் சத்தியாகிரகப் போராட்டத்தை அறிவித்தது. இதனைத் தொடர்ந்து 1924 ஆம் ஆண்டு ஏப்ரல் மாதம் 14 ஆம் தேதி தந்தை பெரியாரும், நாகம்மையாரும் வைக்கம் சென்று, போராட்டத்தில் கலந்து கொண்ட துடன் அங்கிருந்த பெண்களைத் திரட்டி போராடி மே மாதம் கைது செய்யப்பட்டார். பின்னர் 1925 ஆம் ஆண்டு பெரியர் சுயமரியாதை இயக்கத்தை தொடங்கியபோது சுயமரியாதை இயக்கத்தில் பெண்களும் பங்கேற்று தங்களது உரிமைகளை நிலை நாட்டிட வேண்டும் என்று அதிகளவில் சுயமரியாதை இயக்கத்தில் இணைப்பதற்கு காரணமாக இருந்தார்.

அதே நேரத்தில் சுயமரியாதை இயக்கத்திற்கு பெருமை சேர்த்திடும் வகையில் விதவை மறுமணங்கள் மற்றும் சுயமரியாதை திருமணங்கள் நடத்திக் காட்டினார். மேலும் தந்தை பெரியார் ஐரோப்பிய நாடுகளுக்கு சுற்றுப்பயணம் மேற்கொண்ட போது குடியரசு இதழின் ஆசிரியராகவும் பணியாற்றிய பெருமை பெற்றவர். தந்தை பெரியாருடன் வாழ்ந்த காலத்தில் அவருடன் அவரது கொள்கைப் போராட்டத்தில் தன்னையும் ஈடுபடுத்திக் கொண்டவராக விளங்கி 1933 ஆம் ஆண்டு மே மாதம் 11 ஆம் நாள் உலகத்தை விட்டு மறைந்தார்.

தந்தை பெரியாரின் மனைவியாக வாழ்ந்ததுடன் அவரது கொள்கையால் ஈர்க்கப்பட்டவர், தந்தை பெரியார் வலியுறுத்திய புதுமைப் பெண்ணாகவும் வாழ்ந்து காட்டியவர் நாகம்மை அம்மையார்.

●

பெரியார் என்று பரவலாக அறியப்படும் ஈ.வெ.இராமசாமி சமூக சீர்திருத்திற்காகவும், சாதியை அகற்றுவதற்காகவும், மூட நம்பிக்கைகளை மக்களிடமிருந்து களைவதற்காகவும், பெண் விடுதலைக்காகவும் போராடியவர். தமிழகத்தின் மிக முக்கியமான இயக்கமாக கருதப்படும் திராவிடர் கழகத்தினை தோற்றுவித்தவர். இவருடைய சுயமரியாதை இயக்கமும், பகுத்தறிவு வாதமும் மிகவும் புகழ்பெற்றது.

இவர் வசதியான முற்பட்ட சாதியாகக் கருதப்பட்ட நாயக்கர் என்ற சமூகத்தில் பிறந்திருந்தும், சாதிக்கொடுமை, தீண்டாமை, மூடநம்பிக்கை, வருணாசிரம் தரும் கடைப்பிடிக்கும் பார்ப்பனியம், பெண்களைத் தாழ்வாகக் கருதும் மனநிலை போன்றவற்றை எதிர்த்து மக்களுக்காகக் குரல் கொடுத்தார்.

இம்மனநிலை வரக்காரணமானவை மக்களிடையே இருக்கும் மூட நம்பிக்கையும், அந்த மூட நம்பிக்கைக்கு காரணமாக இருக்கும் கடவுள் நம்பிக்கையும், கடவுள் பெயரால் உருவான சமயங்களும்தான் என்பதைக் கருத்தில் கொண்டு ஈ.வெ.ரா தீவிர இறை மறுப்பாளராக இருந்தார். இந்திய ஆரியர்களால் தென்னிந்தியாவின் பழம்பெருமை வாய்ந்த திராவிடர்கள் பார்ப்பனரல்லாதவர்கள் என்ற ஒரு காரணத்தினால் புறக்கணிக்கப்படுவதையும் அவர்களால் திராவிடர்களின் வாழ்வு சுரண்டப்படுவதையும் பெரியார் எதிர்த்தார்.

அவர் தமிழ்ச் சமூகத்திற்காகச் செய்த புரட்சிகரமான செயல்கள், மண்டிக்கிடந்த சாதியை புரட்சிக்கரமான செயல்கள், மண்டிக்கிடந்த சாதிய வேறுபாடுகளைக் குறிப்பிடத்தக்க வகையில் அகற்றியது. தமிழ் எழுத்துக்களின் சீரமைவுக்கு ஈ.வெ.ரா குறிப்பிடத்தக்க பங்காற்றி யுள்ளார். இவருடைய பகுத்தறிவு, சுயமரியாதைக் கொள்கைகள் தமிழ்நாட்டின் சமூகப் பரப்பிலும் தமிழக அரசியலிலும் பல தாக்கங்களை ஏற்படுத்தியவை. இவர் ஈ.வெ.ரா, தந்தை பெரியார், வைக்கம் வீரர் என்ற பட்டங்களினாலும் அறியப்படுகிறார்.

1927, டிசம்பர் வரை ‘குடியரசு’ இதழில் ஆசிரியர் பெயராக ஈ.வெ.இராமசாமி நாயக்கர் என்றுதான் குறிக்கப்பட்டு வந்தது. *25*, டிசம்பர் *1927* குடியரசு இதழ் முதல் நாயக்கர் பட்டம் வெட்டப்பட்டது. இது குறித்து வே. ஆனைமுத்து பெரியார் களஞ்சியம் எனும் தொகுப்பு நூலில் அவ்வாறாக, ‘நாயக்கர்’ என்ற பட்டச் சொல்லை அவருடைய பெயருக்குப் பின்னால் இருந்து நீக்கி விட்ட நிலையில், ‘நாயக்கர்’ என்ற பட்டச் சொல் இல்லாமல் அவரது பெயரைக் குறிப்பிடுவதானது, அவருக்கு உரிய பெருமையைக் குறைத்து விடுமோ என நம் இனம் பெரு மக்கள் அஞ்சினர். அங்ஙனம் அஞ்சிய இடத்தில் ‘பெரியார்’ என்ற சொல்லை முதன் முதலாகச் சேர்த்து ‘ஈ.வெ.இராசாமிப் பெரியார்’ என அழைத்தவர் நாகர் கோயில் வழக்கறிஞர் திரு. பி.சிதம்பரம் பிள்ளையே ஆவார் என்று கூறுகிறார். இந்த விளக்கத்தினை *21.5.1973*ல் திருச்சியில் பெரியார் தனக்கு கூறியதாகவும் கூறியுள்ளார்.

கேரளாவில் உள்ள வைக்கம் எனும் சிறிய நகர் திருவாங்கூர் சமஸ் தானத்தில் உள்ளது. கேரள வழக்கப்படி அரிசன மக்கள் என்றழைக்கப் படும் தலித் மக்களும் ஈழவர்களும் கோயிலுக்குள் நுழையவும், கோயில் இருக்கும் வீதிகளில் நடக்கவும் தடைவிதிக்கப்பட்டிருந்தது. *1924*ல் சாதி எதிர்ப்புகள் வலுத்திருந்த சமயமாதலால் சாதி எதிர்ப்புப் போராட்டத்தைக் காந்திய வழியில் நடத்த வைக்கம் சிறந்த இடமாகத் தேர்ந்தெடுக்கப் பட்டது.

வைக்கம் போராட்டம் கேரள சீர்திருத்தவாதியும் நாராயண குருவின் இயக்கத்தைச் சேர்ந்தவருமான டி.கே. மாதவன் என்பவரால் முன்னெடுக்கப்பட்டது. அவர் காங்கிரசில் தீவிரமாகச் செயல்பட்டு வந்தார். வைக்கம் போராட்டத்திற்கு முப்பதாண்டு கால வரலாறு உண்டு. டி.கே. மாதவன் காங்கிரஸ் வேட்பாளராகப் போட்டியிட்டு திருவிதாங்கூர் சட்டசபை உறுப்பினராக ஆனதும், அந்தப் போராட்டத்தை மீண்டும் ஆரம்பித்தார். அன்னி பெசன்டின் உதவியையும், பின்னர் காந்தியின் உதவியையும் நாடினார். போராட்டதைக் காந்தியின் வழிகாட்டலுடன் அறப்போராட்டமாக முன்னெடுத்தார்.

நாடெங்கிலும் இருந்து காங்கிரசு தலைவர்களும், தொண்டர்களும் அதில் பங்கு கொண்டார்கள். வினோபாவே அதில் பங்கெடுப்பதற்காக வந்தார். கேரளத்தில் காங்கிரஸ் தலைவர்களாக இருந்த கேனப்பன், கெ.பி. கேசவ

மேனன், இ.எம்.எஸ், ஏ.கே. கோபாலன் போன்றவர்களும் பங்கெடுத்தார்கள். தமிழகத்தில் இருந்த ஈ.வெ.ரா, கோவை அய்யாமுத்து, எம்.வி. நாயுடு ஆகியோர் பங்கெடுத்தார்கள். போராட்டத்தில் ஈ.வே.ரா முக்கியமான பங்கு வகித்து சிறை சென்றார். ஈ.வெ.ரா அந்தப் போரில் பங்கெடுத்தது சில மாதங்கள் மட்டுமே. ஆனால் வைக்கம் போராட்டம் மேலும் பல மாதங்கள் நீடித்தது.

ஏப்ரல் 14 அன்று இராமசாமி, அவரின் துணைவியார் நாகம்மாளுடன் வைக்கம் வந்து போராட்டத்தில் கலந்து கொண்டார். இருவரும் கைது செய்யப்பட்டு தனித்தனி சிறையில் அடைக்கப்பட்டனர். காந்தியின் அறிவுறுத்தலின்படி இப்போராட்டத்தில் கேரளாவைச் சார்ந்தவர்கள், இந்து சமயம் சாராதவர்கள் கலந்து கொள்ளவில்லை. இராமசாமி வைக்கம் வீரர் என தமிழ் மக்களால் அழைக்கப்படலானார். விடுதலைக்கான பல போராட்டத்தில் கலந்து கொண்ட இராமசாமிக்கு கிடைக்காத பெயரும் புகழும் இப்போராட்டத்தின் மூலம் கிடைத்தது.

நடுவே போராட்டம் வலுவிழந்த போது காந்தியும் சிரீநாராயண குரு விடம் நேரில் வந்து போராட்டத்தில் பங்கு கொண்டார்கள். கேரளத்தில் மாபெரும் சமூக சக்தியாக விளங்கிய நாராயணகுரு பங்கெடுத்து நடத்திய ஒரே போராட்டம் இதுவே. கடைசியில் வெற்றி ஈட்டியது. அமைதி ஒப்பந்தத்தில் காந்தி சார்பில் தேவதாஸ் காந்தியம், போராட்டக்குழு சார்பில் இராஜாஜியும் கையெழுத்திட்டனர். பின்னர் இப்போராட்டம் அனைத்துக் கேரள கோயில்களுக்கும் முன்னெடுக்கப்பட்டது. அதன் பின்னர் இந்தியாவெங்கும் ஆலயப் பிரவேச இயக்கமாக காந்தியால் கொண்டு செல்லப்பட்டது. ஈ.வெ.இராசாமி மற்றும் அவரின் தொண்டர்கள் தொடர்ந்து நெடுங்காலமாக அரசாங்கத்தினரிடம் சமுதாய ஏற்றத்தாழ்வுகளை நீக்கக் கோரி முனைப்புடன் செயல்பட்டு வந்தனர்.

பலர் இந்தியாவின் விடுதலைக்காகப் போராடி வந்தபோதிலும் இவர்கள் சமூக விடுதலைக்காகப் போராடி வந்தனர். சுயமரியாதை இயக்கம் தொடக்கத்தில் பிராமணரல்லாதோர் தாம் பழம்பெரும் திராவிடர்கள் என்ற பெருமையுடன் வாழவும், அதை உணரவும், நாம் யாருக்கும் அடிமையில்லை என்ற உணர்வை அவர்களுக்கு ஊட்டவும் உருவாக்கப் பட்டது. சுயமரியாதை இயக்கம் 1925ல் ஈ.வெ.இராமசாமியால்

தோற்றுவிக்கப்பட்டது. இதன் முக்கிய கொள்கை பரப்புரையாக சமுதாயத்தின் ஏளனத்திற்குரிய மூடப்பழக்க வழக்கங்களையும் பின்பற்றப்படுவதைத் தொடர்ந்து எதிர்க்கும் நிலையை எடுத்தது.

மக்களை அறிவின்மையிலிருந்து மீட்டெடுக்கவும், தெளிவுடையவர்களாக மாற்றவும் இதன் கொள்கைகள் வழிவகை செய்தன. பகுத்தறிவுச் சிந்தனையுடன் மக்களின் செயல்பாடுகள் இருக்க வலியுறுத்தின. பகுத்தறிவாளர்கள் பின்பற்றப்பட வேண்டிய கடமைகளாக பலவற்றை இவ்வியக்கம் வலியுறுத்தியது.

1. சுய மரியாதையாளர்கள் பிராமணப் புரோகிதரில்லா, சமயச் சடங்கில்லா திருமணங்கள் நடைபெற வலியுறுத்தினர்.
2. ஆணும் பெண்ணும் சமம், அவர்கள் வேறுபாடின்றி, சரிநிகர் சமமாக வாழும் முறையை வலியுறுத்தியது.
3. சாதிமறுப்பு திருமணத்தையும் கைம்பெண் திருமணத்தையும் ஊக்கப்படுத்தியது.
4. அளவில்லா குழந்தைகள் பெறுவதைத் தடுத்து குடும்பக் கட்டுப்பாட்டை 1920களிலேயே வலியுறுத்தியது.
5. கோயில்களில் சட்டத்திற்கு புறம்பாக பின்பற்றப்படும் தேவதாசி முறையையும், குழந்தைத் திருமணத்தையும் தடை செய்தது.
6. இதனினும் முக்கிய கொள்கையாக அரசு நிர்வாகப் பணி, கல்வி இவற்றில் இட ஒதுக்கீடு முறையைக் கடைப்பிடிக்க மதராஸ் அரசு நிர்வாகத்தை 1928களிலேயே வலியுறுத்தியது.

மேற்படி பரப்புரை மற்றும் தத்துவங்களை முழுநேரச் செயல்பாடுகளாக இராமசாமி 1925லிருந்து செயல்படுத்தி வந்தார். இதைப் பரப்புவதற்கு ஏதுவாக குடியரசு நாளிதழை 1925 முதல் துவக்கினார். ஆங்கிலத்தில் ‘ரிவோல்ட்’ என்ற நாளிதழ் மூலம் ஆங்கிலம் மட்டுமே தெரிந்த மக்களுக்காக பிரச்சாரம் செய்தார்.

சுயமரியாதை இயக்கம் வெகு வேகமாக மக்களிடையே வளர்ந்தது. மக்களின் ஆதரவையும் நீதிக்கட்சித் தலைவர்களின் மூலமாகப் பெற்றது. 1929ல் சுயமரியாதையாளர்கள் மாநாடு பட்டுக்கோட்டையில் எசு. குருசாமி மேற்பார்வையில் மதராஸ் இராசதானி சார்பில் நடைபெற்றது.

சுயமரியாதையாளர்களின் தலைமையை கே.வி. அழகிரிசாமி ஏற்றார். இம்மாநாட்டைத் தொர்ந்து அன்றைய மதராஸ் மாகாணத்தின் பல மாவட்டங்களில் சுஹமரியாதையாளர்களின் கூட்டங்கள் நடை பெற்றன. இதற்கான பயிற்சிப் பட்டறையாக ஈரோடு மாநகரம் செயல் பட்டது. இதன் நோக்கம் சமுதாய மறுமலர்ச்சிக்காக மட்டுமல்லாமல் சமுதாயப் புரட்சிக்காகவும், இதன் மூலம் விழிப்புணர்வு பெற்ற புதிய சமுதாயத்தை உருவாக்கவும் வழி செய்தது.

1929ல் முதல் வெளிநாட்டுப் பயணமாக மலேயாத் தமிழர்களின் அழைப்பை ஏற்று மனைவி நாகம்மாளுடன் கப்பலில் ஏறி மலேயா சென்றார். அங்கு சுமார் 50000 மக்களுக்கு மேற்பட்டு திரண்டு வரவேற்ற மக்களிடையே சுயமரியாதை கருத்துக்களை விளக்கிப் பேசினார். தைப்பிங், மலாக்கா, கோலாலம்பூர், கங்கைபட்டாணி போன்ற இடங் களிலும் சென்று தமது கொள்கைகளை விளக்கி உரையாற்றினார். பின் சிங்கப்பூரில் சிங்கப்பூர் தமிழர்கள் மாநாட்டில் கலந்து கொண்டு விட்டு டிசம்பர் 1931ல் சக சுயமரியாதைகாரர்களை எசு. ராமநாதன் மற்றும் ஈரோடு ராமுவுடன் ஐரோப்பிய நாடுகளுக்கு பயணம் மேற்கொண்டார்.

தமிழகத்திலுள்ள வேலூர் மாவட்டத்தில் சுயமரியாதை இயக்கத்தின் தீவிரத் தொண்டரான கனகசபை மற்றும் பத்மாவதி ஆகியோருக்கு 1917 ஆம் ஆண்டு மார்ச் மாதம் 10 ஆம் நாளில் காந்திமதி பிறந்தார். அன்றைய தென்னாற்காடு மாவட்டத்தின் திராவிட இயக்கத் தலைவர்களில் ஒருவ ரான அண்ணல் தங்கோ தனது இயக்கத் தொண்டரான கனகசபையின் மகளுக்கு அரசியல் மணி என்று பெயரிட்டார். காந்திமதியாக இருந்து அரசியல் மணியானவர் வேலூரில் பள்ளிக்கல்வியை முடித்துவிட்டு தமிழிலக்கியம் படித்து புலவர் பட்டத்தை பெற்றார்.

திராவிடர் கழகத்தின் தீவிரத் தொண்டரான கனகசபைக்கு தந்தை பெரியார் கடிதமொன்றை எழுதி, ஈ.வெ.ராவை எல்லாரும் தூரத்தில் இருந்தபடி உடலை ஜாக்கிரதையாக பார்த்துக் கொள்ளுங்கள் என்கிறார்கள். ஆனால் உதவி செய்வதற்கு யாருமில்லை என்னமோ என் காலத்தை ஒட்டிக் கொண்டிருக்கிறேன் என்று எழுதியிருந்தார். இக்கடிதத்தைப் பார்த்து அதிர்ச்சி அடைந்த கனகசபாபதி தனது மகள் மணியம்மையுடன் எதற்காக ஈரோடு போகிறோம் என்பதைக் கூட கூறாமல் ஈரோட்டிற்கு வந்து தந்தை பெரியாரைப் பார்த்து தனது மகள்

அரசியல்மணி இனிமேற்கொண்டு உங்களைப் பார்த்துக் கொள்வார் என்று கூறிவிட்டு தனது மகளை விட்டுச் சென்றார்.

தந்தை கூறிவிட்டார் என்பதற்காக அதனை மனமார ஏற்றுக் கொண்டு தனக்குப் படித்த தலைவருக்கு சிரம பரிபாலனம் செய்வதை தன் விருப்பமாக ஏற்றுக் கொண்டார். 1948 ஆம் ஆண்டு தனது மகளைப் பெரியாரிடம் ஒப்படைத்துச் சென்றதற்குப் பிறகு தந்தை பெரியார் அரசியல்மணியின் திறமையின் மீது நம்பிக்கை வைத்து, தனது இயக்கப் பணியை ஒப்படைத்தார். அரசியல்மணி என்கிற பெயரை தந்தை பெரியார் மணியம்மை என்று மாற்றினார். அதற்கு ஏற்றாற்போல தனது தமிழ்ப் புலமையை வெளிப்படுத்திடும் வகையில் 1944 ஆம் ஆண்டு சேலத்தில் நடைபெற்ற திராவிடர் கழக மாநாட்டில் தன்னை சொற் பொழிவாளராக நிரூபித்தார். இதனைத் தொடர்ந்து திராவிடர் கழக மாநாடுகளில் தொடர்ந்து உரையாற்றும் வாய்ப்பை முழுமையாக பயன்படுத்திக் கொண்டு பெண் செயற்பாட்டாளர்களின் பங்களிப்பின் முக்கியத்துவத்தை உணர்த்தினார்.

தந்தை பெரியார் கலந்து கொள்ளும் கூட்டங்கள் மாநாடுகள் ஆகிய வற்றில் பெரியாரின் பேச்சுக்களை குறிப்பெடுத்து அவற்றை குடியரசு, விடுதலை, உண்மை போன்ற திராவிடர் கழகத்தின் இதழ்களிலும் பெண்கள் முன்னேற்றம், பாதுகாப்பு, உரிமைகளின் முக்கியத்துவம் குறித்து கட்டுரைகளை எழுதினார். இதனிடையே ஈரோட்டினை விட்டு பெரியார் சென்னைக்கு சென்றதற்குப் பிறகு குடும்பத்தில் சொத்து பராமரிப்பில் ஏற்பட்ட பிரச்சனை காரணமாக தங்களது குடும்ப சொத்து பாதுகாப்பிற்காக 1948 ஆம் ஆண்டு ஏப்ரல் 9 ஆம் தேதி மணியம்மையை திருமணம் செய்து கொண்டார் பெரியார். தனது வாரிசாக மணியம்மையை அறிவித்தார்.

திருமணத்திற்குப் பிறகு திராவிடர் கழகத்தில் தன்னை முழுமையாக ஈடுபடுத்திக் கொண்ட மணியம்மை தொடர்ந்து அரசியல் தடைச்சட்டம், இந்தித் திணிப்பு போராட்டம் உள்பட பல போராட்டங்களில் ஈடுபட்டு அதற்காக சிறைவாசத்தையும் பெற்றார். 1977 ஆம் ஆண்டு இந்தியப் பிரதமர் இந்திராகாந்திக்கு எதிராக நடைபெற்ற கருப்புக்கொடி போராட்டத்தில் கலந்து கொண்டு சிறை சென்றார். திருச்சியில் தொடங்கப்பட்ட பெரியார் கல்வி நிறுவனங்களையும், குழந்தைகள்

காப்பகத்தையும் பாதுகாவலராக இருந்து நிர்வகித்தார். தந்தை பெரியார் மரணத்திற்கு பிறகு திராவிடர் கழகத்தின் தலைவியாகவும் விளங்கியவர் மணியம்மை.

திராவிடர் கழகத் தோன்றலுக்கு காரணமாக இருந்த தந்தை பெரியாரின் இரண்டாவது மனைவி என்பதற்கு மிகவும் உண்மையாக இருந்த மணியம்மை 1974 ஆம் ஆண்டு தனது உடல்நலம் குன்றி மார்ச் மாதம் 3 ஆம் தேதி மரணமடைந்தார். உலகம் முழுவதும் ஆண்களுக்கு நிகராகவும் பெண்கள் விளங்கிட வேண்டும் என்று வலியுறுத்தி புதுமைப் பெண்கள் வாழ்ந்தனர் என்பதற்கு வரலாறாகத் திகழ்ந்தார் மணிம்மை யார். தென்னிந்திய நலவுரிமைச்சங்கம் என்ற அரசியல் கட்சி 1916 ஆம் ஆண்டு துவங்கப்பட்டது. பிராமணர்களுக்கு எதிராகவும், அவர்களின் பொருளாதார மற்றும் அரசிய் ஆதிக்கத்துக்கு எதிராகவும் துவக்கப் பட்டது.

இக்கட்சியே பின்னாளில் நீதிக்கட்சி எனப் பெயர் மாற்றம் பெற்றது. பிராமணர் அல்லாதவர்களின் சமூக நீதி காத்திடவும், அவர்களின் கல்வி, அரசு அதிகாரத்தில் பங்கெடுப்பு போன்றவற்றை வலியுறுத்துவதற்காக வும் உருவாக்கப்பட்டது. அக்கட்சி பிராமணரல்லாதாரை ஒடுக்க பிராமணர்கள் பின்பற்றி வந்த வர்ணாசிரம் தத்துவத்தை முற்றிலும் எதிர்த்தது. 1937ல் இந்தி கட்டாயப் பாடமாக மதராஸ் மாகாணப் பள்ளி களில் அரசால் திணிக்கப்பட்டபோது, தனது எதிர்ப்பை நீதிக்கட்சியின் மூலம் வெளிப்படுத்தினார்.

1937 ஆம் ஆண்டிற்குப் பிறகு இந்தி எதிர்ப்பு போராட்டத்தின் விளைவாக திராவிட இயக்கத்திற்கு கணிசமான மாணார்களின் ஆதரவு கிட்டியது. பின்னாட்களில் இந்தி எதிர்ப்பு தமிழக அரசியலில் பெரும் பங்கு வகித்தது. இந்தியை ஏற்றுக் கொள்வதால் தமிழர்கள் அடிமைப்படுவார்கள் என்ற காரணத்தால் முற்றிலும் எதிர்க்கப்பட்டது. நீதிக்கட்சிக்கு மிகுதியான மக்கள் ஆதரவு இல்லாததினால் மிகவும் நலிவடைந்திருந்தது. 1939ல் இந்தி எதிர்ப்பு போராட்டத்தினால் சிறை வைக்கப்பட்டிருந்த பெரியார் விடுதலையானதும் அக்கட்சித் தலைவர் பொறுப்பை ஏற்றார்.

அவரின் தலைமையில் கட்சி சிறப்புடன் வளர்ச்சி கண்டது. இருப்பினும் கட்சியின் பெரும்பாலானா பொதுக்குழு உறுப்பினர்கள் கல்வியறிவு பெற்றவர்களாகவும் செல்வந்தர்களாகவும் இருந்தமையால் பலர்

பெரியாரின் தலைமையின் கீழ் ஈடுபட மனமில்லாமல் விலகினர்.

1944ல் நீதிக்கட்சித் தலைவராக பெரியார் முன்னின்று நடத்திய நீதிக் கட்சிப் பேரணியில் திராவிடர் கழகம் என பெரியாரால் பெயர் மாற்றப் பட்டு, அன்று முதல் திராவிடர் கழகம் என அழைக்கப்பட்டது. இருப்பினும் பெரியார் நீதிக்கட்சியை திராவிடர் கழகம் எனப் பெயர் மாற்றியதற்கு சிலர் எதிர்ப்புத் தெரிவித்து மாற்று அணி, நீதிக்கட்சியின் நீண்ட அனுபவமுள்ளவரான பொ.தி. இராசன் தலைமையில் துவக்கப் பட்டு 1957 வரை அம்மாற்று அணி செயல்பட்டது. திராவிடர் கழகத்தின் கொள்கை நகர மக்களிடமும் மாணவ சமுதாயத்தினரிடமும் வெகு விரைவாகப் பரவியது. இக்கட்சியின் கொள்கைகளும் இதன் சார்ந்த செய்திகளும் வெகுவிரைவிலேயே கிராமத்தினரிடமும் பரவியது.

பார்ப்பன புரோகிதர்களின் அடையாளங்களான இந்தி மற்றும் சமயச் சடங்குகள் தமிழ் பண்பாட்டுக்கு விரோதமானவை என அடையாளம் காணப்பட்டு விலக்கி வைக்கப்பட்டன. அவ்வடையாளங்களின் பாது காவலர்களாக விளங்கும் பார்ப்பனர்கள், இந்நிலையை எதிர்த்து வாய்மொழித் தாக்குல்களை தொடுக்கலாயினர். 1949 முதல் திராவிடர் கழகம் தங்களை மூடநம்பிக்கை எதிர்ப்பாணிகளாகவும் சமூக சீர்திருத்த வாதிகளாகவும் சமூகத்தில் அடையாளப்படுத்தும் வகையில் செயல்பட லாயினர். திராவிடர் கழகம் தலித்துகளுக்கு எதிராகப் பயன்படுத்தப்படும் தீண்டாமையை மிகத் தீவிரமாக எதிர்ப்பதிலும் ஒழிப்பதிலும் முனைப் புடன் செயல்பட்டது. பெண்கள் உரிமை, பெண்கல்வி, பெண்களின் விருப்பத் திருமணம், கைம்பெண் திருமணம், ஆதரவற்றோர் மற்றும் கருணை இல்லங்கள் இவற்றில் தனிக்கவனம் செலுத்தினர்.

1949ல் பெரியாரின் தலைமைத் தளபதியான அண்ணாத்துரை பெரியாரிட மிருந்து பிரிந்து திராவிட முன்னேற்றக் கழகம் என்ற தனிக் கட்சியை 17 செப்டம்பர் 1949 அன்று சென்னையில் துவக்கினார். இந்தப் பிரிவுக்கு பெரியார் மற்றும் அண்ணாதுரையிடம் நிலவிய இருவேறு கருத்துக்களே காரணம் எனக் கூறப்படுகின்றது.

பெரியார் திராவிட நாடு அல்லது தனித்தமிழ் நாடு கோரிக்கையை முன் வைத்தார். ஆனால் அண்ணாதுரை தில்லி அரசுடன் இணக்கமாக இருந்து கொண்டு கூடுதல் அதிகாரங்களைக் கொண்ட மாநில சுயாட்சி பெறுவதில் அக்கறை காட்டினார்.

அவர்கள் கட்சியினர் தேர்தலில் போட்டியிடுவதை விரும்பினர். பெரியார் தன்னுடைய கட்சியின் இலட்சியங்களாகவும், தனது லட்சியங்களாகவும் முன்னிறுத்திய சமுதாய மறுமலர்ச்சி, சமுதாய விழிப்புணர்வு, மூட நம்பிக்கை ஒழிப்பு, கடவுள் மறுப்பு போன்றவற்றை அரசியல் காரணங்களுக்காக சிறிதும் விலகி நிற்க அல்லது விட்டுக் கொடுக்க விரும்பவில்லை. ஆகையால் பெரியார் தனது கட்சியை அரசியல் கட்சியாக மாற்ற விருப்பமில்லை. என்பதை அவரின் கட்சியின் அதிருப்தி யடைந்த தொண்டர்களிடமும், உறுப்பினர்களிடமும் தெரிவித்து அவர்களைச் சமாதானப்படுத்தினார். பெரியாரிடமிருந்து பிரிந்து போகும் தருணத்திற்கு காத்திருந்தவர்கள் ஜூலை 9, 1948 அன்று பெரியார் தன்னை விட 40 வயது இளைவரான மணியம்மையாரை மறுமணம் புரிந்ததைக் காரணம் காட்டி கட்சியிலிருந்து அண்ணாதுரை தலைமை யில் விலகினர்.

அண்ணாதுரை விலகும்போது தன்னை அரசியலில் வளர்த்து ஆளாக்கிய தலைவனை வணங்கி கண்ணீர் விட்டு பிரிகின்றோம் என்று கூறிப் பிரிந்து சென்று கட்சி ஆரம்பித்த காரணத்தினால், அண்ணாதுரை யின் தி.மு.க கட்சியை கண்ணீர் துளி கட்சி என அது முதல் பெரியார் வர்ணிக்கலா னார். அதன் பின் பெரியாருக்காக தி.மு.க தலைவர் பதவி காலியாக உள்ளது என அண்ணாதுரை அறிவித்தார்.

1956ல் சென்னை மெரினாவில் இந்துக் கடவுளான இராமரின் உருவப் படம் எரிப்பு போராட்டத்தை நடத்திய பெரியாருக்கு தமிழ்நாடு காங்கிரஸ் கட்சித் தலைவராக இருந்த பி.கக்கனால் கடும் எச்சரிக்கை விடுக்கப்பட்டது. பெரியார் அந்த போராட்டத்தில் கைது செய்யப்பட்டு சிறையில் அடைக்கப்பட்டார். 1958ல் பெரியார் மற்றும் அவரது செயல் வீரர்கள் பெங்களூரில் நடைபெற்ற அனைத்திந்திய அலுவல்மொழி மாநாட்டில் கலந்து கொண்டனர். அம்மாநாட்டில் பெரியார் ஆங்கிலத்தை இந்திக்கு மாற்றுதலான அலுவல் மொழியாக அரசாங்கத் திடம் வலியுறுத்திப் பெற்றுக் கொள்ள வலியுறுத்தினார்.

1962ல் பெரியார் தனது கட்சியான திராவிடர் கழகத்தின் புதிய பொதுச் செயலாளராக கி.வீரமணியை முழு நேரமும் கட்சிப் பொறுப்பைக் கவனிக்கும் விதத்தில் நியமித்தார். ஐந்தாண்டுக்குப் பிறகு பெரியார் வட இந்தியா சுற்றுப்பயணம் மூலம் சாதீயங்களை ஒழிக்க பிரச்சாரம் மேற்

கொண்டார். இவரின் சமுதாயப் பங்களிப்பைப் பாராட்டி 1970 ஜூன் 27 அன்று யுனஸ்கோ மன்றம் என்ற அமைப்பு புத்துலக நோக்காளர் தென் கிழக்காசியாவின் சாக்கிரட்டீஸ், சமூக சீர்திருத்த இயக்கத்தின் தந்தை என்று பாராட்டுச் சான்றிதழ் வழங்கியுள்ளது.

தந்தை பெரியார் தன்னுடைய கருத்துக்களை பரப்புவதற்காக பின்வரும் இதழ்களை வெளியிட்டு வந்தார்.

1. குடி அரசு (வார இதழ்) 1925 மே 2ம் நாள் தொடங்கப்பட்டது.
2. ரிவோல்ட் (Revolt) (ஆங்கில வார இதழ்) 1928 நவம்பர் 7 ஆம் தேதி தொடங்கப்பட்டது. முதல் இதழ் கோவை இரத்தின சபாபதியார் தலைமையில் 6.11.1928ல் வெளியிட்டார். இதழுக்கு ஈ.வெ.ராவும், எசு. இராமநாதனும் ஆசிரியராக இருந்தனர். நாகம்மையார் வெளி யிட்டார்.
3. Justice
4. புரட்சி (வார இதழ்) 1933 நவம்பர் 20 ஆம் நாள் தொடங்கப்பட்டது 17.6.1934 ஆம் நாள் இறுதி இதழ் வெளிவந்தது.
5. பகுத்தறிவு (நாளிதழ்) 1934 ஏப்ரல் 15 ஆம் நாள் தொடங்கப்பட்டு 1934 மே 27 ஆம் நாளோடு நிறுத்தப்பட்டது.
6. விடுதலை (வாரம் இருமுறை) 1935 ஜூன் 1 ஆம் தேதி துவங்கப் பட்டது.
7. உண்மை (மாத இதழ்)
8. தி மாடர்ன் ரேசனலிஸ்ட் (ஆங்கில மாத இதழ்) 1971 ஆம் ஆண்டு செப்டம்பர் 1 ஆம் நாள் துவங்கப்பட்டது.

பெரியார் சமூக சீர்திருத்தப் போராளி, அறிவுலகின் திறவுகோல், ஆதிக்க வாதிகளுக்கு அபாய சங்கு, மனித சமுதாயத்தின் நல்வாழ்விற்கான வழிகாட்டி. பெரியார் மட்டும் பிறந்திருக்காவிட்டால் என்ற குரல்கள் பட்டிதொட்டியெங்கும் ஒலிப்பதற்கு பெரியாரின் அற்புதச் சிந்தனைகளே காரணம். பெரியாரின் சிந்தனைகள் முழுவதையும் குடியரசு தொகுப்பாக திராவிடர் கழகமும், பெரியாரின் சிந்தனை என்ற தலைப்பில் வே.ஆனை முத்தும், பெரியார் சிந்தனைகள் தொகுப்பு என்ற பெயரில் பெரியார் திராவிடர் கழகமும் நூல்களாக வெளியிட்டுள்ளன.

பெரியார் பேசி எழுதி வெளிவந்த நூல்கள் :

- அறிவு விருந்து
- கடவுள் மறுப்பு தத்துவம்
- வைக்கம் வீரர் சொற்பொழிவு
- இராமாயண ஆபாசம்
- கர்ப்ப ஆட்சி
- ஈ.வெ.ரா. இலங்கை உபந்யாசம்
- ஈ.வெ.ரா. சீர்திருத்த மாநாட்டு உபந்யாசம்
- சமதர்ம உபந்யாசம்
- சோஷியலிசம்
- சோதிடப் புரட்டு
- பொதுவுடமைத் தத்துவங்கள்
- பெண் ஏன் அடிமையானாள்?
- தமிழர் - தமிழ்நாடு - தமிழர் பண்பாடு
- பிரகிருதி வாதம்
- மதம் என்றால் என்ன?
- குர அரசுக் கலம்பகம்
- சோதிட ஆராய்ச்சி
- தமிழ்நாடு தமிழருக்கே
- திருவாரூர் மாநாட்டுத் தலைமையுரை
- இனிவரும் உலகம்
- இராமாயணப் பாத்திரங்கள்
- தமிழ் இசை நடிப்புக்கலைகள்
- இராமச் சீர்திருத்தம்
- உண்மைத் தொழிலாளி யார்?
- தொழிலாளியின் இலட்சியம் என்ன?
- இன இழிவு நீங்க இஸ்லாமே நன் மருந்து
- தத்துவ விளக்கம்
- விழாவும் நாமும்
- தில்லையில் பெரியார்

- சுயமரியாதை இயக்கத்தை தோற்றுவித்தது ஏன்?
- திராவிடர் கழக லட்சியம்
- திராவிடர் ஆசிரியர் உண்மை
- மொழி - எழுத்து
- தூத்துக்குடி மாகாண மாநாட்டுத் தலைமை உரை
- இந்தியப் போர் முரசு
- மொழியாராய்ச்சி
- திருக்குறளும் திராவிடர் கழகமும்
- மேல் நாடும் கீழ்நாடும்
- புரட்டு, இமாலயப் புரட்டு
- புரட்சிக்கு அழைப்பு
- முதலாளி தொழிலாளி ஒற்றுமைப் பிரச்சினை
- சிந்தனைத் திரட்டு
- கடவுள்
- புராண ஆபாசங்கள்
- சித்திர புத்திரன் எழுதுகிறார்
- போர்ச் சங்கு
- வெளியேறு
- நாடகமும் சினிமாவும் நாட்டை நாசமாக்குகின்றன
- சுயமரியாதைத் திருமணம் ஏன்?
- வாழ்க்கைத் துணைநலம்
- நீதி கெட்டதுயறால்
- ஜன நாயகம்
- அறிவுச்சுடர்
- தாய்ப்பால் வைத்தியம்
- ஆச்சாரியார் ஆட்சியின் கொடுமைகள்
- அய்க்கோர்ட்டின் நீதிப்போக்கு
- தமிழ்நாடா? திராவிடமா?
- மனுநீதி ஒரு குலத்துக்கு நீதி
- ஆச்சாரியார் ஆத்திரம்

- மறுத்தலும் பகுத்தறிவும்
- கழகமும், துரோகமும்
- புராணம்
- மதுவிலக்கின் இரகசியங்கள்
- தமிழருக்கு சோதனை காலம்
- இந்தி எதிர்ப்புக் கிளர்ச்சி
- மதச்சார்பின்மையும் நமது அரசும்
- கடவுளும் மனிதனும்
- கடவுள் குழப்பம்
- நமது இன்றைய நிலையும் பரிகாரமும்
- புத்த நெறி
- சுயநலம் பிற நலம்
- கடவுள் ஒரு கற்பனையே
- பெரியார் பேசுகிறார்
- கோயில் பகிஷ்காரம் ஏன்
- உயர் எண்ணங்கள்
- பெரியாரின் மரண சாசனம்

பெரியார் புதுப்பித்த நூல்கள் :

- ஞான சூரியன்
- இந்தியாவின் குறைபாடுகள்
- கடவுளும் பிரபஞ்சமும்
- கைவல்யம் அல்லது கலைக்கியானம்
- இராமாயண ஆராய்ச்சி
- பாரத ஆராய்ச்சி
- மேயோ கூற்று மெய்யா? பொய்யா?
- இராமலிங்க சுவாமிகள் பாடல் திரட்டு
- சுய மரியாதைப் பாடல்
- சுய மரியாதைத் தாலாட்டு
- பர்னாட்ஷா உபந்யாசம்
- போல்ஷ்விக் முறை

- மதப் புரட்சி
- முன்னேற்றத்துக்கு மதம் முட்டுக்கட்டை
- மதம் மக்களுக்கு செய்த நன்மை என்ன?
- பாதிரியும் பெண்களும் பாவமன்னிப்பும்
- மதமும் விஞ்ஞான சாஸ்திரமும்
- பிரபஞ்ச உற்பத்தி
- நான் ஏன் கிறிஸ்தவன் அல்ல
- பகத்சிங்கின் நான் நாத்திகன் ஏன்?
- தமிழர் தலைவர்
- சாதிக்குறி
- பிர்லா மாளிகை மர்மங்கள்
- சாதியை ஒழிக்க வழி
- அப்பரும் சம்பந்தரும்
- லெனினும் மதமும்
- மார்கிஸ் - ஏஞ்சல்ஸ் அறிக்கை
- பொதுவுடைமை வினா விடை
- பல சரக்கு மூட்டை
- அகத்தியர் ஆராய்ச்சி
- மெய்ஞான முறையும் மூடநம்பிக்கையும்
- பெரிய புராண ஆராய்ச்சி
- கோயில்கள் தோன்றியது ஏன்?
- திருக்குறளும் - பெரியாரும்
- நரகம் எங்கே இருக்கிறது
- கடவுள் தோன்றியது எப்படி?
- கடவுள் கதைகள்
- உண்மை இந்துமதம் எது?
- பேய் - பூதம் - பிசாசு
- இரண்டு வழிகள்
- பெரியார் இராமசாமி அவர்களைப் பற்றி
- மதப் புரட்சி

- ஊழல் எங்கே?
- பகுத்தறிவு மணம்
- கலியுக சமாதானம்
- நமது குறிக்கோள்
- இங்கர்சாலின் ஜீவிய சரித்திரம்
- இந்தி எதிர்ப்பு பாடல்கள்
- காரல் மார்க்ஸ்
- பஞ்சமா பாதகங்கள்
- இராவணப் பெரியார்
- சமதர்ம இதழ்கள்
- வால்டயரின் வாழ்க்கைச் சரிதம்
- விவாக விடுதலை
- இந்திய மாதா
- இங்கர்சால் பொன்மொழிகள்
- புராண ஆபாசங்கள்
- கடவுளை நிந்திக்கும் கயவர்கள் யார்?
- கோவில் பூனைகள்
- நமக்கு வேண்டியது எது? சுயராஜ்யமா? சமதர்ம ராஜ்யமா?
- பெரியாரும் - இராமலிங்கரும்
- பெரியார் ஒரு சகஸ்தம்
- கடவுள் தோன்றியது எப்படி

தந்தை பெரியாரின் நூல்கள் இன்னும் ஏராளம் வெளிவந்து திராவிட இயக்கத்தில் சித்தாந்தத்தை இன்றளவும் பசுமையோடு வைத்திருக்க உதவிக் கொண்டிருப்பது நூற்றுக்கு நூறு உண்மையாகும்.

●

ராஜாஜியின் குலக்கல்வித் திட்டத்தை காங்கிரசுக்குள் ஓமந்தூர் இராமசாமி ரெட்டியார் செங்கல்வராயன், பத்திரிக்கையாளர் டி.எஸ். சொக்கலிங்கம் மற்றும் ஜிடி நாயுடு, ஜெ.சி. குமரப்பா எதிர்த்தனர். கல்கி ஆசிரியர் கிருஷ்ண மூர்த்தியும் ம.பௌசியும் ஆதரித்தனர். ராஜாஜியின் குலக்கல்வித் திட்டத்தை எதிர்த்து போராடி வெற்றி பெற்ற மண்

தமிழ்நாடு. தந்தை பெரியார் நடத்திய கிளர்ச்சிக்கான ராஜாஜி ஆட்சி பீடத்தை விட்டு வெளியேற வேண்டிய நிலையை உருவாக்கியது.

1952 ஜுன் 24 ஆம் நாள் சென்னை மாநில முதலமைச்சர் ராஜாஜி சென்னை திருவான்மியூரில் நடந்த சலவைத் தொழிலாளர் மாநாட்டில் பங்கேற்றார். அதில் பேசும்போது அவனவன் சாதி தொழிலை அவனவன் செய்ய வேண்டும். வண்ணார் வீட்டு பிள்ளைகள் படிக்க வேண்டியது இல்லை. குலத்தொழிலைச் செய்தால் போதும் எல்லோரும் படித்தால் வேலை எங்கிருந்து கிடைக்கும் என்று கூறினார். அப்போதைய கல்விய அமைச்சர் டாக்டர் எம்.வி. கிருஷ்ணாராவ் 20.3.1953ல் சென்னை சட்டமன்றத்தில் தொடக்கப்பள்ளி மாணவர்கள் படிக்கும் கால அளவை நாளொன்றுக்கும் மூன்று மணி நேரமாக குறைப்பது என்றும் அந்த நேரத்தில் குழந்தைகளின் பெற்றோர் செய்யும் தொழில்களை கற்றுக் கொள்ள வசதி செய்து கொடுக்கவும் சர்க்கார் தீவிரமாக ஆலோசனை செய்து வருகின்றது என்று கூறினார். இன்னொன்றையும் கல்வி அமைச்சர் தெரிவித்தார்.

“பரம்பரைத் தொழில் செய்யாத குலத்தில் பிறந்த குழந்தைகள் வயல்களிலும், தொழிற்சாலைகளிலும் பிறர் செய்யும் தொழில்களைக் கவனிக்கச் செய்து கற்கச் செய்யவும் ஆலோசிக்கப்படுகிறது. விவசாயத் தொழில்கள், கொட்டகை போடுதல், செங்கல் அறுப்பு வேலைகள், கிணறுகள் வெட்டுதல் போன்ற வேலைகளில் பள்ளிச் சிறுவர் சிறுமியரை பழக்கப்படுத்துவது என்பதும் யோசிக்கப்பட்டு வருகிறது.”

பெரியாரின் போர்முரசு விடுதலை ஏட்டில் 31.3.1953ல் “சிறுவர் கல்வியைப் பாழாக்கும் புதிய திட்டம் உஷார்” என்று பெரியார் தலையங்கம் தீட்டினார். தந்தை பெரியார் எச்சரிக்கை செய்தபடி 1953, 54 ஆம் கல்வியாண்டில் புதிய கல்வித் திட்டம் வருகிறது என்று ராஜாஜி அரசு அறிவித்தது. இதனிடை யில் காஞ்சிபுரத்தில் நடந்த சென்னை மாகாண யாதவ மாணவர் மாநாட்டில் ராஜாஜி அமைச்சரவையின் முடிவை ஆதரித்து மத்திய விவசாயத்துறை அமைச்சர் சென்னகவுடா பேசும்போது, ‘யாதவ சமூக இளைஞர்கள் நவீன பால்பண்ணை நடத்தி பால் உற்பத்தியைப் பெருக்க வேண்டும். ராஜாஜியின் குலக்கல்வி திட்டத்தை ஆதரிக்கிறேன்’ என்று பேசினார்.

பம்பாயிலிருந்து வந்த பிளிட்ஸ் ஏடு வருணாஸ் சம முறைக்கு உயிர் ஊட்டும் குலக்கல்வித் திட்டம் என்று எழுதியது. "டைம்ஸ் ஆஃப் இந்தியா" ஏடு, துப்புரவு தொழிலாளியின் பிள்ளைகள் ஆசிரியராகவோ, மருத்துவராகவோ வருவதை ஏன் தடுக்க வேண்டும்? என்று கேள்வி எழுப்பியது. களத்தில் குதித்து விட்டார் தந்தை பெரியார், திருச்சியில் திராவிடர் கழகத்தின் மத்திய நிர்வாகக் குழுக்கூட்டம் 1953 ஜுன் 3 ஆம் தேதி கூடியது. அதில் குலக்கல்வித் திட்டத்தை எதிர்த்து போராட்டத்தை அறிவிக்க தந்தை பெரியாருக்கு பொறுப்பு அளித்து தீர்மானம் நிறை வேற்றப்பட்டது. 1953 ஜுலை 11,12 தேதிகளில் மன்னார்குடியில் தஞ்சை மாவட்ட திராவிடர் கழக மாநாடு தொடங்கியது. அந்த மாநாட்டில் ராஜகோபாலச்சாரி ஆட்சியின் சூழ்ச்சியை அம்பலப்படுத்திய பெரியார் குலக்கல்வித் திட்டத்திற்கு எதிரானப் போராட்டத்தை அறிவித்தார்.

ஒரே நாள் இடைவெளியில் 1953 ஜுலை 14 ஆம் தேதி சட்டமன்றம் முன்பாக நாடாளுமன்ற உறுப்பினர் வ.வீரசாமி தலைமையில் குலக் கல்வித் திட்டத்தைக் கண்டித்தும் திரும்பப் பெற வலியுறுத்தியும் மறியல் அறப்போராட்டம் பெறும் என்று பிரகடனப்படுத்தப்பட்டது. ஜுலை 20 ஆம் தேதி கிராமங்களில் பள்ளிகள் முன்பு மறியல் நடக்கும் என்று தந்தை பெரியார் பிரகடனம் செய்தார். சென்னை சட்டமன்றம் முன்பு நடக்க இருந்த மறியலுக்கு ராஜாஜி அரசு உத்தரவு போட்டது. கோட்டை முன்பாக மலபார் போலீஸ் ஆயிரக்கணக்கில் குவிக்கப்பட்டது. ஆனால் அதற்கெல்லாம் பயந்து ஓடுகிற படையா பெரியார் படை? திட்டமிட்ட வாறு ஜுலை 14ஆம் தேதி மூன்று மூன்று பேராக மறியல் அணிகோட்டை நோக்கி புறப்பட்டது. நாடாளுமன்ற உறுப்பினர் வ.வீரசாமி தலைமை யில் முதல் அணி புறப்பட்டது.

அண்ணாசாலையில் ஆயிரக்கணக்கான மக்கள் திரண்டு விட்டனர். அடுத்தடுத்து திருவாரூர் தங்கராசு, எம்.கே.டி.சுப்பிரமணியம், டி.எம். சண்முகம், த. லோகநாதன், மனோரஞ்சிதம், லட்சுமிபாய் ஆகியோர் தலைமையில் மறியல் செய்ய அணிகள் சென்று கொண்டே இருந்தனர். சட்டமன்றத்துக்கு முன்பாக சென்ற இவர்களில் 80 தோழர்கள் கைது செய்யப்பட்டனர். மேலும் மேலும் மக்கள் கூட்டம் செயின்ட் ஜார்ஜ் கோட்டையை நோக்கி ஆயிரக்கணக்கில் திரண்டு வந்தவுடன் மலபார் போலீஸ் தடியடி நடத்தத் தொடங்கியது. குண்டாந்தடி தாக்குதலை தாங்கிக் கொண்டு மண்டை உடைந்து ரத்தம் வழிந்தோடிய நிலையிலும்

ராஜாஜியின் குலக்கல்வித் திட்டத்திற்கு எதிராக முழக்கமிட்டவாறு தொண்டர்கள் முன்னேறிச் சென்றனர்.

ராஜாஜி அரசின் அடக்குமுறையைக் கண்டித்தும், குலக்கல்வியை எதிர்த்துப் போராடியவர்கள் மீது காவல் துறை நடத்திய தாக்குதலைக் கண்டித்தும், சட்டமன்றத்தில் கம்யூனிஸ்ட் கட்சி, உழைப்பாளர் கட்சி ஐக்கிய முன்னணி உள்ளிட்ட கட்சிகள் ஒத்திவைப்பு தீர்மானம் கொடுத்தன. ஆனால் அதற்கு அவைத்தலைவர் மறுத்து விட்டார். அந்த கட்சியைச் சேர்ந்த 80 உறுப்பினர்கள் வெளிநடப்பு செய்தனர். இந்தச் சூழலில் பேரறிஞர் அண்ணா அவர்கள் தி.மு.க சார்பில் மும்முனைப் போராட்டத்திற்கு அழைப்பு விடுத்திருந்தார். 1959 ஜூலை 14 ஆம் தேதி குலக்கல்வியை எதிர்த்து ராஜாஜி வீட்டு முன்பு மறியல். ஜூலை 15 ஆம் தேதி தமிழர்களை 'நான்சென்ஸ்' என்று கூறிய நேருவைக் கண்டித்து ரயில் மறியல். மேலும் அதே நாளில் திருச்சி மாவட்டத்தில் டால்மியா புரம் ஊர் பெயரானது கல்லக்குடி என மாற்றம் செய்யக்கோரியும் மும்முனைப் போராட்டம் அறிவிப்பு. தமிழ்நாடு எங்கும் பரபரப்பை ஏற்படுத்தியது.

சென்னையில் பேரறிஞர் அண்ணா, ஈ.வெ.ரா. சம்பத், நாவலார், என்.வி.நடராஜன், கே.ஏ.மதியழகன் ஆகியோர் கட்சி அலுவலகத்தில் கைது செய்யப்பட்டனர். இது குறித்து செய்தி வெளியிட்ட ஏடுகள் தி.மு.க. வின் ஐம்பெரும் தலைவர்கள் கைது என்று செய்தி வெளியிட்டன. அதிலிருந்து தன் திமுகவின் ஐம்பெரும் தலைவர்கள் என்று இவர்கள் சந்தேகத் தோழர்களால் அழைக்கப்பட்டனர். ராஜாஜி வீட்டின் முன்பு மறியல் செய்த தி.மு.க அணி சத்திய வாணிமுத்து அம்மையார் தலைமை யில் சென்ற போது 40 பேர் கைது செய்யப்பட்டனர். அதே நாளில் தூத்துக்குடியில் ரயில் மறியல் செய்த தி.மு.க. தொண்டர்கள் மீது துப்பாக்கிச்சூடு நடத்தி 4 பேர் உயிரைப் பறித்தது ராஜாஜி சர்ச்கள். 50 பேர் படுகாயம் அடைந்தனர்.

டால்மியாபுரம் பெயரை கல்லக்குடி என்று மாற்றக்கோரி கல்லக்குடி யில் ரயில் மறியல் போராட்டம் நடத்திய கலைஞர் கைது செய்யப் பட்டார். அந்தப் போராட்டக்களத்தில் போலீஸ் துப்பாக்கிச்சூட்டில் இருவர் பலியானார்கள். தந்தை பெரியார் பிரகடனம் செய்தவாறு 20.7.1953 அன்று பள்ளிகள் முன்பு குலக்கல்வியை எதிர்த்து ஆயிரக்கணக்கான

ஊர்களில் நடந்த மறியல் போராட்டம் பெரு வெற்றி பெற்றது. பெரியாரின் போராட்டம் மக்கள் போராட்டமாக வெடித்தது.

நாடெங்கும் ராஜாஜிக்கு எதிர்ப்பு கிளம்பியது. காங்கிரஸ் கட்சிக் குள்ளும் இது எதிரொலித்தது. சென்னை மாநில முன்னாள் முதல்வர் ஓ.பி.இராமசாமி ரெட்டியார், சென்னை மேயர் செங்கல்வராயன், பத்திரிகையாளர் டி.எஸ். சொக்கலிங்கம் போன்ற காங்கிரஸ் தலைவர் களும் ராஜாஜியின் குலக்கல்வியை திரும்பப் பெற வலியுறுத்தினார்கள். காந்திய அறிஞர் ஜே.சி. குமரப்பா, விஞ்ஞானி ஜி.டி. நாயுடு, டாக்டர் லட்சுமணசாமி முதலியார் போன்றோரும் எதிர்ப்பு தெரிவித்தனர்.

சட்டமன்றத்தில் குலக்கல்வித் திட்டத்தை நிறுத்தி வைத்து ஒரு நிபுணர் குழு அமைத்து பரிசீலனைக்கு அனுப்ப வேண்டுமென்று ஒரு தீர்மானம் கொண்டு வரப்பட்டது. தீர்மானத்திற்கு ஆதரவாக 139 வாக்குகளும், எதிராக 137 வாக்குகளும் விழுந்தன. இரண்டு வாக்குகள் வித்தியாசத்தில் ராஜாஜி அரசு தோல்வி அடைந்தது. எனவே ராஜாஜி அரசு பதவி விலக வேண்டும் என்று சட்டமன்றத்தில் எதிர்க்கட்சிகள் குரல் கொடுத்தன. அதே நேரத்தில் சட்டமன்றத்தில் எதிர்கட்சியாக இருந்த கம்யூனிஸ்ட் கட்சி சார்பில், புதிய கல்வித்திட்டத்தை அதாவது குலக் கல்வித் திட்டத்தை அரசு கைவிட வேண்டும் என்று பலரும் கம்யூனிஸ்ட் கட்சியை வலியுறுத்தினார்கள். ஆனால் கம்யூனிஸ்ட் கட்சி தனது தீர்மானத்தை கைவிட மறுத்துவிட்டது.

தீர்மானம் வாக்கெடுப்புக்கு விடப்பட்டபோது ஆதரவாக 138 வாக்குகளும், எதிராக 137 வாக்குகளும் விழுந்தன. இறுதியில் சட்டமன்ற தலைவர் தன்னுடைய வாக்கை அரசுக்க ஆதரவாக அளித்து அரசை வெற்றி பெறச் செய்து கம்யூனிஸ்ட் தீர்மானத்தை தோற்கடித்தார்.

கம்யூனிஸ்ட் தீர்மானம் தோற்கடிக்கப்பட்டதால் ராஜாஜி அரசு பிழைத்து விட்டது. கம்யூனிஸ்ட் கட்சி தனது தீர்மானம் வெற்றி பெறுவதற்கு முயற்சி செய்யவில்லை. கம்யூனிஸ்ட் கட்சி எம்.எல்.ஏக்கள் பலர் அன்று சபைக்கு வரவில்லை. சட்டமன்ற எதிர்க்கட்சித் தலைவரும், கம்யூனிஸ்ட் சட்டமன்ற கட்சித் தலைவருமான தோழர் பி.இராமமூர்த்தியும் சட்டமன்றம் செல்லவில்லை. இந்த நிலையில் தான் கம்யூனிஸ்ட் கட்சி, ராஜாஜி அரசின் குலக்கல்வித் திட்டத்திற்கு எதிராகக் கொண்டு வந்த தீர்மானம் தோல்வி அடைந்தது. ராஜாஜி இதனால் உற்சாகம்

அடைந்தார்.

கம்யூனிஸ்ட் கட்சியைக் கடுமையாக எதிர்த்து வந்த ஆச்சாரியார் அதன் பிறகு தனது எதிர்ப்பை குறைத்து விட்டார். வரலாற்றில் கம்யூனிஸ்ட் கட்சி அப்போது செய்த தவறு இது. தந்தை பெரியாரை சமாளிக்க வேண்டும் என்பதற்கு ராஜாஜி திட்டம் தீட்டினார்.

குலக்கல்வி எதிர்ப்புக் கிளர்ச்சி நடத்தி திராவிடர் கழக தோழர்கள் மீது காங்கிரஸ்காரர்கள் தாக்குதல்கள் நடத்தினார்கள். காங்கிரஸ்காரர்கள் கலகம் செய்தால் காவல்துறை தலையிடாது என்று வெளிப்படையாகவே ராஜாஜி அறிவித்தார். ராஜாஜியின் அரசு காலித்தனத்திற்கு பச்சை கொடி காட்டியதால், பார்ப்பனர்களும் ஆச்சாரியார்கள் அடிவருடிகளும் துணிவு பெற்றார்கள். இதன் உச்சகட்டமாக திருச்சி பெரியார் மாளிகைக்கு தீ வைத்திட துணிந்து விட்டனர். அங்கிருந்து கழகத் தோழர்கள் அந்தக் காலிகளை பெட்ரோல் தீ பந்தத்துடன் கையும் களவுமாகப் பிடித்து வைத்தனர்.

சுற்றுப்பயணத்தில் இருந்த தந்தை பெரியார் உடனடியாகத் திரும்பினார். காவல்துறையில் கொடுக்கப்பட்ட புகார் குப்பைக் கூடைக்குள் போனது. ராஜாஜி கொக்கரித்தார். இப்போது நடப்பது தேவர் அசுரர் போராட்டம் என்று குலக்கல்வி எதிர்ப்பு போராட்டத்தை ராஜ கோபாலச்சாரியார் வர்ணித்தார். தந்தை பெரியார் பதிலடி கொடுத்தார். ஆம் இது ஆரிய திராவிடப் போராட்டம் தான் என்று விடுதலையில் எழுதினார். ராஜாஜி சர்கார் எல்லை மீறிபோன போது தான் 1953 நவம்பர் மாதத்தில் சேலம் மாவட்டம் ஆத்தூரில் நடந்த சுயமரியாதை இயக்க திராவிடர் கழக மாநாட்டில் திராவிடர் கழகத்தினர் கத்தி வைத்துக் கொள்ள வேண்டும் என்று தீர்மானம் நிறைவேற்றப்பட்டது.

அக்கிரகாரத்தைக் கொளுத்துவோம். அதன் பிறகும் ராஜாஜி அரசு அடக்குமுறையை நிறுத்தவில்லை. அப்போதுதான் தந்தை பெரியார் ஒரு அறிவிப்பை வெளியிட்டார். இதுவரை சட்டத்திற்கு உட்பட்டு போராடி வந்த நான் இனி சட்டத்தை மீறியாவது குலக்கல்வியை ஒழிக்க வேண்டிய கட்டாயத்தில் இருக்கிறேன். பெட்ரோலும் தீப்பந்தமும் கையில் வைத்துக் கொள்ளுங்கள். நான் அறிவிக்கும்போது அக்கிரகாரத்தை கொளுத்துங்கள் என்று பெரியார் ஆணையிட்டார். இது மாதிரியெல்லாம் அறிவிக்கின்ற துணிச்சல் இந்திய வரலாற்றில் தந்தை பெரியாரைத் தவிர

வேறு எந்த தலைவரையும் காண முடியாது. பெரியாரின் அறிவிப்பால் பார்ப்பனர்கள் நடுங்குகிறார்கள். 'திருப்பித் தாக்குங்கள்' என்று கல்கி கிருஷ்ணமூர்த்தி எழுதி பார்ப்பனர்களை தூண்டி விட்டார். இந்து பத்திரிக்கை துள்ளிக் குதித்தது. பெரியார் கூறியபடி ஆரிய திராவிடப் போர் உக்கிரமானது.

பெரியார் நடத்தியப் போராட்டங்களால் காங்கிரஸ் கட்சிக்கு உள்ளேயே ராஜாஜிக்கு எதிர்ப்பு தீவிரமானது. பெருந்தலைவர் காமராஜர் தந்தை பெரியாரின் போராட்டம் நியாயமானது என்பதை உணர்ந்தார். 'குலக்கல்வித் திட்டம் உருப்படாது பயனும் அளிக்காது' என்று பேசத் தொடங்கினார் காமராஜர். ஓமந்தூரார் 'தற்போதுள்ள படிப்பும் இல்லாமல் போய் விடும்' என்ற கூறினார். உழைப்பாளர் கட்சித் தலைவரும், பின்னாளில் தி.மு.க.வின் முக்கிய தளகர்த்தராக பேரறிஞர் அண்ணாவுக்கு துணையாக நின்றவரு மான ஏ.கோவிந்தசாமி, சட்ட மன்றத்தில் புதிய கல்வித்திட்டத்தை புகுத்திய ராஜாஜியை கடுமையாக எதிர்த்தார்.

ராஜாஜிக்கு எதிராக காங்கிரஸ் சட்டமன்ற உறுப்பினர்களும், டாக்டர் வரதராஜுலு நாயுடுவும், பிரதமர் பண்டித நேருவிடம் புகார் அளித்தனர். ராஜாஜி அரசுக்கு பெரும் நெருங்கடி ஏற்பட்டது. பிரதமர் நேரு ராஜாஜியை முதல்வராக தொடர அனுமதி அளித்தாலும் நிலைமை இங்கு சரியில்லை. குலக்கல்வித் திட்டத்தை அடியோடு ஒழித்துக்காட்ட தந்தை பெரியார் இறுதியாகப் போராட்டம் அறிவிக்க முடிவு செய்து, போராட்டத்தில் கலந்து கொள்ள திராவிடர் கழகத் தோழர்கள் இரத்தத்தில் கையெழுத்திட்டு அனுப்புங்கள் என்று ஆணை பிறப்பித்தார். திராவிடர் கழகத்தினர் இரத்தக் கையெழுத்து போட்டு அனுப்பிய கடிதங்கள் குவிந்தன.

இந்த நிலையில்தான் ஈரோட்டில் 1954 ஜனவரி 23, 24 தேதிகளில் புத்தர் கொள்கை பிரச்சார மாநாடு குலக்கல்வி எதிர்ப்பு மாநாட்டை பெரியார் நடத்தினார். அண்ணாமலைப் பல்கலைக்கழக முன்னாள் துணைவேந்தர் எஸ்.ஜி. மணவாள ராமானுஜம் தலைமையில் நடந்த அந் மாநாட்டில் மூன்று மாதத்திற்குள் புதிய கல்வித் திட்டத்தை ராஜாஜி அரசு திரும்பப் பெற வேண்டும் என்று கெடு விதித்து தீர்மானம் நிறைவேற்றப்பட்டது. 1954 மார்ச் 27, 28 தேதிகளில் நாகப்பட்டினம் அவுரி திடலில் சென்னை

மாநில விவசாய மாநாடு நடந்தது. மாநாடு முடிந்து மறுநாள் பெரியார் அறிவித்தவாறு குலக்கல்வி எதிர்ப்புப் படை தஞ்சை மாவட்ட திராவிடர் கழகத் தலைவர் நீடாமங்கலம் ஆறுமுகம் தலைமையில் புறப்பட்டது.

நாகையிலிருந்து சென்னை வரை சென்ற குலக்கல்வி எதிர்ப்புப் படை செல்லும் வழியெல்லாம் ராஜாஜியின் குடிகெடுக்கும் குலக்கல்வித் திட்டத்தின் தீய நோக்கத்தை மக்களிடம் பரப்புரை மேற்கொண்டது. ராஜாஜியின் குலக்கல்வித்திட்டத்திற்கு எதிராக பெரியார் மூட்டிய தீ பற்றி எரிந்தது. வேறு வழியில்லாமல் ராஜாஜி முதல்வர் பதவியிலிருந்து விலக வேண்டிய நிலை ஏற்பட்டு விட்டது. குலக்கல்வித் திட்டத்தை வடித்துக் கொடுத்த கல்வி ஆலோசகர் ஜி.ராமச்சந்திரன் பதவி விலகினார்.

காங்கிரஸ் சட்டமன்ற புதிய தலைவரைத் தேர்வு செய்ய காங்கிரஸ் எம்.எல்.ஏக்கள் கூட்டம் கூடியது. முதல்வர் பதவிக்கு போட்டியிட்ட பெருந்தலைவர் காமராஜர் 93 வாக்குகள் பெற்று வெற்றி பெற்றார். அவரை எதிர்த்த ராஜாஜி சகதீரவுடன் போட்டியிட்ட சி.சுப்பிரமணியம் 41 வாக்குகள் மட்டுமே பெற்று தோல்வி அடைந்தார். பெருந்தலைவர் காமராஜர் முதல்வர் பதவி ஏற்ற நிலையில் நாகப்பட்டினத்திலிருந்து புறப்பட்ட குலக்கல்வித்திட்ட எதிர்ப்புப் படை 600 மைல்கள் பிரச்சார பயணம் மேற்கொண்டு மக்களிடையே எழுச்சி ஏற்படுத்தி சென்னை வந்தடைந்தது. முதல்வர் காமராஜர் அவர்களை சென்னை கோட்டையில் குலக்கல்வித்திட்ட எதிர்ப்புப் படையின் சார்பில் நீடாமங்கலம் அ.ஆறுமுகம், படைத்தளபதி டி.வி. டேவிஸ், க.ராஜாராம், எம்.கே.டி. சுப்பிரமணியம், டி.எம்.சண்முகம் ஆகியோர் சந்தித்தனர்.

அவர்களை அன்போடு வரவேற்ற முதல்வர் காமராஜர் உங்கள் கோரிக்கையை இந்த அரசு நிறைவேற்றும் என்று தந்தை பெரியாரிடம் கூறுங்கள் என்றார். தந்தை பெரியாரின் போராட்டத்திற்கு வெற்றி பெறும் சூழலும் கனிந்தது. 1954 மே 18 ஆம் தேதி குலக்கல்வித் திட்டத்தை திரும்பப் பெறுவதாக முதலமைச்சர் காமராஜர் அறிவித்தார். ராஜாஜிக்கு ஆதரவாக ஓராண்டு காலமாக எந்த சி.சுப்பிரமணியம் குலக்கல்வித் திட்டத்தை ஆதரித்துப் பேசினாரோ அவரையே கல்வி அமைச்சராக்கி அவர் வாயாலேயே திரும்பப் பெறுகிறோம் என்று சட்டப் பேரவையில் அறிவிக்கச் செய்தார் காமராஜர்.

❖

15

பாபு ஜெகஜீவன்ராம்

சமூக நீதியின் சிலுவைப் போரை தோளில் சுமந்தவரும், சுதந்திரப் போராட்ட வீரரும், தாழ்த்தப்பட்ட மக்களின் முன்னேற்றத்திற்கு பாடுபட்டவருமான பாபுஜி என்று அழைக்கப்பட்ட ஜெகஜீவன்ராம் நம் நாட்டின் சிறந்த நாடாளுமன்றவாதியாகவும், தேசியத் தலைவராகவும் விளங்கியவர் ஆவார். இந்தியாவை சுயமரியாதைமிக்க ஒரு தேசமாக நிலைபெறச் செய்தவர்களில் ஜெகஜீவன்ராம் பங்கு அளப்பரியது. பீகார் மாநிலத்தில் ஏழ்மையான குடும்பத்தில் பிறந்து அதிகளவில் அவமானங்களை சந்தித்து வளர்ந்து நாட்டின் துணை பிரதமராக உயர்ந்தவர் பாபு ஜெகஜீவன்ராம்.

பல்வேறு வலிகளை அனுபவித்தபோதும் துணை பிரதமராக இருந்த போது நாட்டின் வளர்ச்சிக்கு பாடுபட்டவர். அடித்தளத்தில் இருந்த தலித் மக்களின் மேம்பாட்டிற்காக அவர் குரல் கொடுத்தார். தலித் மக்களின் சுயமரியாதையின் அடையாளமாக அவர் திகழ்கிறார். அவர் விவசாயத்துறை மந்திரியாக இருந்த போது பசுமை புரட்சி ஏற்பட்டது. இதன் மூலம் இந்தியாவை சுயமரியாதை மிக்க நாடாக மாற்றினார். உணவு தானிய உற்பத்தியில் நமது நாடு தன்னிறைவு அடைந்து விட்டது. பீகாரில் போச்பூரில் சந்த்வா என்ற ஊரில் ஏப்ரல் 5, 1908ல் சோபிராம், வசந்தி தேவி இணையருக்கு மகனாகப் பிறந்தார் ஜெகஜீவன்ராம். ஜெகஜீவன்ராமின் தந்தை இந்திய பிரித்தானியப் படையில் பெஷாவரில் பணிபுரிந்தவர் ஆறுவயதாக இருக்கும் போது தந்தையை இழந்தார் ஜெகஜீவன்ராம்.

1914ல் இவர் துவக்கப் பள்ளியில் சேர்ந்தார். 1927ல் அர்ரா உயர்நிலைப் பள்ளியில் மெட்ரிகுலேசன் தேர்வில் தேர்ச்சி பெற்ற பின் 1928 ஆம் ஆண்டில் வாரணாசியில் உள்ள பனாராய் இந்து பல்கலைகழகத்திலும் பின்னர் 1931ல் கல்கத்தா பல்கலைக் கழகத்திலும் படித்து இளங்கலை அறிவியல் பட்டப்படிப்பில் தேர்ச்சி பெற்றார். ஜெகஜீவன்ராம் தீண்டத் தகாத சாதியில் பிறந்ததால் அவருக்குத் தனியாகக் குடிநீர் பானை பள்ளி யில் வைக்கப்பட்டது. அதனைக் கண்டு வருத்தமும் சினமும் அடைந்தார். அந்தப் பானையை அவர் உடைத்தார்.

பிறசாதி மாணவர்கள் பயன்படுத்துகின்ற பானை நீரைத் தாழ்த்தப்பட்ட மாணவர்களும் சாதிவேறுபாடு இல்லாமல் பயன்படுத்த வேண்டும் என்று போராடினார். இறுதியில் வெற்றி பெற்றார். பனாரஸ் பல்கலைக் கழகத்தில் படிக்கும் போது ஜெகஜீவன்ராம் சாதிய இழிவுகளை நேரடி யாகச் சந்தித்தார். உணவு விடுதியில் பணியாளர்கள் இவர் சாப்பிட்ட உணவு தட்டுகளைக் கழுவ மறுத்தார்கள். அது மட்டுமில்லாமல் முடிதிருத்தும் தொழிலாளிகள் முடிதிருத்த மறுத்தார்கள். பாதுகாப்பு அமைச்சராக இருந்தபோது சம்பூராணந்தா சிலையை ஜெகஜீவன்ராம் திறந்து வைத்தார். இவர் சிலையைத் திறந்து விட்டு அகன்ற பின்னர் அந்த இடத்தை கங்கை நீரைக் கொண்டு கழுவினார்கள். ஜெகஜீவன்ராம் இந்த அவமதிப்பு குறித்து மிகுந்த மனவேதனை அடைந்தார்.

ஜெகஜீவன்ராம் 1931ல் காங்கிரசில் சேர்ந்தார். இவர் இந்திய விடுதலைப் போராட்டத்தில் கலந்து கொண்டு பலமுறை சிறை சென்றுள்ளார். தேர்தலில் ஒரே தொகுதியில் 10 முறை போட்டியிட்டு வெற்றி பெற்றார். 1936 முதல் 1986 வரை 50 ஆண்டுகள் சட்டமன்ற நாடாளுமன்ற உறுப்பினராக இருந்தார். இந்திய விடுதலை இயக்கத்தில் இணைந்து காந்திஜியின் தலைமையில் நடந்த சத்தியாகிரகப் போராட்டத்திலும் வெள்ளையனே வெளியேறு இயக்கத்திலும் தீவிரமாக பங்கு கொண்டு 1940ல் சிறை சென்றார். பட்டியல் சமூகத்தினரை கோயிலில் சென்று வழிபடவும் தீண்டாமைக்கு எதிராகவும் போராடினார்.

1934ல் பீகாரில் ஏற்பட்ட நிலநடுக்க நிவாரணப் பணிகளில் தீவிரமாக பங்கு கொண்டார். அப்போது பாதிக்கப்பட்ட மக்களுக்கு உணவு உடை வழங்குவதிலும் மருத்துவ உதவிகள் செய்வதிலும் ஈடுபட்டார். உதவி முகாம்களில் காந்தியை சந்தித்தார். காந்தி ஒரு தேசியத் தலைவர் மட்டு மல்லாமல் தாழ்த்தப்பட்ட மக்களுக்கு பாடுபடுபவர் என்று எண்ணினார். 1935ல் அனைத்திந்திய தாழ்த்தப்பட்டோர் அமைப்பு உருவாவதில் பேருதவியாக இருந்தார். கோவில்களில் தாழ்த்தப்பட்டோர் நுழைவதை யும் பொதுக் கிணறுகளில் தண்ணீர் எடுப்பதையும் அனுமதிக்க வேண்டும் என்றும் போராடினார்.

பட்டியல் சமூகத்தினர் சார்பாக பீகார் மாகாண அரசுக் குழுவில் உறுப்பின ராக நியமிக்கப்பட்டார். இருப்பினும் வேளாண்மைக்கான பாசன நீருக்கான வரியை எதிர்த்து பதவியிலிருந்து விலகினார். 1942ல் வெள்ளையனே வெளியேறு போராட்டத்தில் ஈடுபட்டு சிறை சென்றார். அரசியல் நிர்ணய சபையில் உறுப்பினராக இருந்து சமூகநீதிக் கருத்து அரசியல் சட்டத்தில் இடம் பெறக் காரணமாக இருந்தார். இந்திய நடுவண் அரசியல் பல துறைகளில் தொடர்ந்து முப்பது ஆண்டுகள் கேபினட் அமைச்சராக பணிபுரிந்தவர் என்ற பெருமை பெற்றவர். பீகார் மாநிலத்தில் உள்ள சசாராம் நாடாளுமன்ற தொகுதியில் 1952 முதல் 1984 ஆம் ஆண்டு வரை எட்டுமுறை தொடர்ந்து வெற்றி பெற்றவர்.

தொழிலாளர் துறை அமைச்சராக 1946-1952ல் இவர் பணிபுரிந்தார். 1947 ஆம் ஆண்டில் ஜெனிவாவில் நிகழ்ந்த பன்னாட்டுத் தொழிலாளர் மாநாட்டில் இந்தியாவின் சார்பில் கலந்து கொண்டார். செய்தித்துறை, போக்குவரத்துறை ஆகியவற்றில் அமைச்சராகப் பணிபுரிந்துள்ளார்.

தொலைவில் இருக்கும் சிறு சிறு கிராமங்களுக்கும் அஞ்சல் வசதிகள் கிடைக்க நடவடிக்கை எடுத்தார். 1962-63ல் போக்குவரத்து மற்றும் தொலைத் தொடர்புத்துறை அமைச்சராக இருந்தபோது 1963ல் காமராசர் திட்டத்தின்கீழ் அமைச்சர் பதவியைத் துறந்தார்.

தொழிலாளர்துறை மற்றும் வேலைவாய்ப்புத் துறை அமைச்சராக 1966-1967 லும் உணவு மற்றும் வேளாண்மைத்துறை அமைச்சராக 1967-1970 லும் பணியாற்றினார். இந்தியாவில் உணவுப் பஞ்சம் ஏற்பட்ட போது பசுமைப் புரட்சிக்கு வழிவகுத்தார்.

உணவுப் பொருள்களின் உற்பத்தியில் இந்தியாவை தன்னிறைவு பெற்ற நாடாக விளங்கச் செய்தார். பாதுகாப்புத்துறை அமைச்சராக 1970-1974, 1977-1979, 1970-74 காலகட்டத்தில் இந்திய பாதுகாப்புத்துறை அமைச்சராக இருந்தபோது பாகிஸ்தானிடமிருந்து பிரிந்து வங்கதேசம் உருவானது, அந்தப் போரில் இந்தியாவின் பங்களிப்பு குறிப்பிடத்தக்க ஒன்றாகப் பார்க்கப்படுகிறது.

வேளாண்மை மற்றும் நீர்வளத்துறை அமைச்சராக 1974-1977 காலகட்டத்தில் 1975ல் நெருக்கடி நிலை இந்திரா காந்தியால் கொண்டு வரப்பட்டது. அப்பொழுது இந்திராகாந்தியை ஆதரித்த போதிலும் 1977ல் காங்கிரசிலிருந்து விலகினார். பிறகு ஜனதா கட்சியில் இணைந்தார்.

இந்தியா நடுவண் அரசில் மார்ச் 23, 1977 முதல் ஆகஸ்டு 1979 வரை மெரார்ஜி தேசாய அமைச்சரவையில் துணை பிரதமராக இருந்தார். பின்னர் ஜனதா கட்சியில் கருத்து வேறுபாடுகள் நிலவியதால் அதிலிருந்து விலகி காங்கிரஸ் (ஜெ) என்று புதிய கட்சியைத் தொடங்கினார். பாரத சாரணர் படையினர் அகில் இந்தியத் தலைவராக 1976 முதல் 1983 வரை பணியாற்றினார். 1986 ஜுலை 6ல் தமது 78வது வயதில் பாபுஜி இயற்கை எய்தினார்.

❖

16
சி. என். அண்ணாதுரை

தமிழ் மொழிக்காகவும் திராவிட இனத்திற்காகவும் ஆட்சி மாற்றத்தை தமிழகத்தில் உருவாக்கி மிகப் பெரிய சமூக மாற்றத்துக்கு வித்திட்ட பேரறிஞர் அண்ணா இதே செப்டம்பர் 15ம் தேதி 1909ம் ஆண்டு காஞ்சிபுரத்தில் பிறந்தார். இந்தியாவை 'இந்தி'யாக மாற்ற மிகப் பெரிய முயற்சிகள் நடந்து வரும் இன்றைய சூழலில் அதற்கு அன்றே தமிழகத்தில் நிரந்தரமாக தடை போட்ட வர் பேரறிஞர் அண்ணா என்று மக்களால் அன்போடு அழைக்கப்படும் சி.என். அண்ணாதுரை.

திராவிட இயக்கங்கள் இன்று 50 ஆண்டு களாக தமிழகத்தை ஆண்டு வருகின்றன என்றால் அதற்கு விதை போட்டவர் அண்ணாத்துரை. இந்திய அரசியலமைப்புச்

சட்டத்தில் இந்திய நாட்டின் ஆட்சி மொழியாக இந்தியை உயர்த்தி ஆங்கிலத்துக்கு விடை கொடுக்க நேரு தலைமையிலான மத்திய அரசு கடந்த 1963 ஆம் ஆண்டு முடிவு செய்தது, இதற்கு அப்போது மாநிலங் களவை உறுப்பினராக இருந்த பேரறிஞர் அண்ணா கடும் எதிர்ப்பு தெரிவித்து உரையாற்றினார். அவர் ஆற்றிய உரை இன்றைய சூழலுக்கு மட்டுமல்ல எப்போதும் பொருந்தும் என்பதால் அவற்றின் முக்கிய அம்சங்கள் சிலவற்றை பார்ப்போம்.

'ஜனநாயகம் என்பது பெரும்பான்மை எண்ணிக்கை அடிப்படை யிலான ஆட்சிமட்டுமல்ல. சிறுபான்மை மக்களின் உரிமைகள் உணர்ச்சி கள் ஆகியவையும் புனிதம்' என்று கருதி, அவற்றைக் காப்பாற்றுவதுதான் ஜனநாயகம். இந்தியர்கள் அனைவருக்கும் பொதுவாக ஒரு மொழி வேண்டும் என்று பலரும் வாதாடினர். அது ஏற்கப்பட்டால் இந்தியாவில் பேசப்படும் மொழிகளில் ஒன்றைத்தான் பொதுமொழியாக ஏற்க வேண்டும். அதில் யாருக்கும் எந்த சந்தேகமும் இல்லை.

இந்தியர் 'ஒற்றை நாடு' என்று ஏற்றுக் கொள்வோமானால், இந்த வாதத்தை ஏற்றுக் கொள்ளலாம். ஆனால் இந்தியா கூட்டாட்சி நாடு. இந்தியச் சமூகம் பன்மைத்துவம் கொண்டது. ஆகையால் ஒரே ஒரு மொழியைப் பொது மொழியாக ஏற்பது ஏனையமொழி பேசுவோருக் கெல்லாம் அநீதி இழைப்பதாகி விடும். அது மட்டுமல்ல சமூகத்தின் பெரும் பகுதி மக்களால் அம்மொழியைப் படிக்க முடியாமல குறைகள் ஏற்படும். இந்தியா ஒரே நாடல்ல. இந்தியா பல்வேறு இனக் குழுக்களை யும், மொழிக் குடும்பங்களையும் கொண்ட நாடு. இதனால் தான் இந்தியாவை 'துணைக்கண்டம்' என்று அழைக்கிறோம்.

இதனால் தான் ஒரே மொழியை இந்தியாவன் ஆட்சி மொழியாக நம்மால் ஏற்க முடியவில்லை. தேசீய கீதமான 'ஜனகணமன' பாடலும், தேசத்தாய் வாழ்த்தாக பாடப்படும் 'வந்தே மாதரம்' பாடலும் இந்தியில் இயற்றப் பட்டவை அல்ல. இந்தியை ஆட்சி மொழியாகத் திணிப்பது இந்தி பேசும் மாநிலங்களுக்கு திட்டவட்டமான நிரந்தரமான சாதகமாக அமையும் என்று கூறியிருக்கிறார் அண்ணாதுரை. இதே போல நாடாளு மன்றத்தில் இன்னொரு முறை பேசிய அண்ணாதுரை உயர்தனிச் செம்மொழியான தமிழ்மொழி என்னுடைய தாய்மொழி என்ற பெருமிதம் எனக்கு இருக்கிறது.

எங்கள் உயிருடன் வாழ்வுடன் கலந்த மொழி தமிழ்மொழி. அந்த தமிழ்மொழி மற்றெதற்கும் தாழாத வகையில் ஆட்சிமொழி என்ற தகுதி தரப்படும் வரை நான்அமைதி பெறமாட்டேன். திருப்தி அடைய மாட்டேன் நான் தமிழுக்காக வாதாடுகிறேன். அதற்காக இந்திக்காக வாதாடுபவர்களின் தாய்மொழிப்பற்றை நான் மறுக்கவில்லை. அவர்கள் இந்திக்காக பாடுபடட்டும். நான் திராவிட இனத்தைச் சார்ந்தவன். நான் என்னை திராவிடன் என்று அழைத்துக் கொள்வதிலே பெருமைப்படு கிறேன். இப்படிக் கூறுவதால் நான் வங்காளிக்கோ மராட்டியருக்கோ குஜராத்திரியருக்கோ எதிர்ப்பாளன் அல்ல.

ராபர்ட் பர்ன்ஸ் சொன்னது போல மனிதன் எப்படி இருந்தாலும் மனிதன் தான். உலகத்தோடு உரையாட ஆங்கிலம் இருக்கிறது. அப்படி யானால் இந்தியாவுக்குள் உரையாட தமிழர்கள் ஏன் இந்தியை கற்க வேண்டும்? பெரிய நாய் செல்ல பெரிய கதவும், சிறிய நாய் செல்ல சிறிய கதவும் தேவையா? பெரிய கதவின் வழியே சிறிய நாயும் செல்லட்டும் என்றார் அண்ணாதுரை.

தமிழகத்தில் கடந்த ஒரு நூற்றாண்டாக இந்திக்கு எதிராக நடந்து கொண்டிருக்கும் மொழிப் போரில் 30 ஆண்டுகாலம் தலைமை வகித்து வழி நடத்தியவர் பேரறிஞர் அண்ணா. தமிழகத்தைப் பொறுத்தவரை சுதந்திரப் போராட்டத்திற்குப் பிறகு அதிக உயிர் தியாகங்கள் ஏற்பட்டது. தமிழ்மொழியின் அங்கீகாரத்திற்கும் இந்திமொழி திணிப் பிற்கு எதிராக மாணவர்கள் அரசியல் கட்சியினர் பொது மக்கள் என அனைத்து தரப்பினரும் ஒன்றிணைந்து நடத்திக் கொண்டிருக்கும் மொழிப் போர்தான்.

ஆங்கிலேயருக்கு எதிரான சுதந்திரப்போர் 1947ல் முடிவடைந்தது. ஆனால் தமிழ் மொழிக்கு எதிராக நடத்தப்படும் மொழிப்போரின் தீவிரம் 1937ல் தொடங்கி பல பரிமாணங்களைக் கடந்து இன்று புதிய கல்விக் கொள்கை - 2020 என்ற புதிய வடிவத்தில் உருவாகி உள்ளது. இந்த மொழிப் பெயர் அரசாங்கத்திற்கு எதிரானது அல்ல. இந்தி பேசும் வட மாநில மக்களுக்கு எதிரானது அல்ல. தமிழர்கள் மீது இந்தியைத் திணிக்க வேண்டும் என்ற நோக்கில் பல கால கட்டங்களில் மத்திய அரசு அமல் படுத்திய சட்டத்திற்கும் திட்டங்களுக்கும் எதிராக தமிழர்கள் தொடுத்த எதிர்வினையே இது.

இந்தியாவில் 1500க்கும் மேற்பட்ட மொழிகள் புத்தகத்தில் உள்ள தாகக் கூறப்படுகிறது. அதில் இந்திய அரசியலமைப்பின் 8வது அட்டவணைப்படி 22 மொழிகள் அங்கீகரிக்கப்பட்டுள்ளன. இத்தனை மொழிகள் உள்ள போதும் இந்திக்கு மட்டும் முக்கியத்துவம் கொடுத்து இந்தி பேசாத மற்ற மக்களிடம் அதைத் திணிக்கும் போக்கு ஆங்கிலேயர் ஆட்சிக்காலத்தில் இருந்து தற்போது வரை நடந்து வருவது குறிப்பிடத் தக்கது. எதிரிகள் தாக்கித் தாக்கி வலுவை இழக்கட்டும். நீங்கள் தாங்கித் தாங்கி வலுவை பெற்றுக் கொள்ளுங்கள் என்று கூறினார் அண்ணா.

இந்தியாவில் ஆங்கிலேயர்கள் ஆட்சியை எதிர்க்க காஷ்மீர் முதல் குமரி வரை பலமொழிகள், கலாச்சாரங்கள், வெவ்வேறு உணர்வுகள் என இந்திய மக்கள் வேறுபட்டிருந்த நிலையில் அனைவரையும் ஒன்றிணைக்க காந்தி உள்பட காங்கிரஸ் கட்சியினர் எடுத்த ஆயுதம் தான் நாடு முழுவதும் இந்திமொழி கற்பிப்பு. இது தான் இந்தி திணிப்பு வரலாற்றின் தொடக்கம். 1893 ஆம் ஆண்டு பிரச்சாரனி என்ற அமைப்பும் 1910 ஆம் ஆண்டு இந்தி சாகித்திய சம்மேளன் என்ற அமைப்பு அமைப்பும் இந்தி கற்பிப்பதற்காக ஆரம்பிக்கப்பட்டன. பின்னாளில் இந்த அமைப்பை காங்கிரஸ் கட்சியினர் நாடு முழுவதும் இந்தி பிரச்சாரத்திற்கு பயன் படுத்தத் தொடங்கினர்.

நாடு முழுவதும் இந்தி பிரசாரத்தைத் தொடங்கிய காந்திக்கு வட இந்தியாவில் நல்ல வரவேற்பு கிடைத்தது. ஆனால் 1915ல் தமிழ்நாட்டில் இந்தி பிரச்சாரத்திற்கு வந்த காந்திக்கு அழைப்பிதழ் ஆங்கிலத்தில் வழங்கப்பட்டது. இதன் அதிருப்தியை அந்த மேடையிலேயே பதிவு செய்தார் காந்தி. இந்நிலையில் 1924 ஆம் ஆண்டு சென்னையில் நடைபெற்ற கல்வி மாநாட்டில் பங்கு பெற்ற சத்தியமூர்த்தி பேசுகையில் இந்தி மொழியை அனைத்து ஆரம்பப் பள்ளிகளிலும் 2வது கட்டாய பாடமாக்க வேண்டும் என்ற அவரின் கருத்து இந்தி திணிப்புக்கு முதல் தொடக்கப் புள்ளியாக அமைந்தது. அதே ஆண்டு சென்னையில் நடைபெற்ற காங்கிரஸ் கட்சி மாநாட்டில் இந்திய அரசுப்பணி தேர்வாணையத்தின் தலைவராக இருந்த சர்.டி.விஜயராகவாச்சாரி பேசுகையில் பள்ளி மற்றும் கல்லூரிகளில் இந்தி கட்டாயமாக்கப்பட வேண்டும். இந்தியில் தோல்வி அடைபவர்கள் படித்தவராகவே கருத முடியாது என்று பேசினார்.

தொடர்ச்சியாகத் தமிழ்நாட்டில் ராஜாஜி மற்றும் சத்தியமூர்த்தி இந்தி பிரச்சாரத்தில் ஈடுபட்டனர். இதன் விளைவாக பெரியாரின் குடி அரசு இதழில் பழையன கழிந்து புதியன புகுவதாக இருந்தால் நமக்கு கவலை இல்லை. ஆனால் புதியனவைகள் வந்து பலாத்காரமாய் புகுந்து கொண்டு பழையனவை வலுக்கட்டாயமாக அழுத்தைப் பிடித்து தள்ளுவதை சகித்துக் கொண்டு அதற்கு வக்காளத்து பேசுவார். பாஷைத் துரோகம், சமூகத் துரோகம் என்று எழுதப்பட்டது.

1937 ஆம் ஆண்டு சென்னை மாகாண முதல்வராகப் பதவியேற்ற ராஜாஜி 1938-39 ஆம் ஆண்டிற்கான நிதிநிலை அறிக்கையில் சென்னை மாகாணத்தில் உள்ள 125 உயர்நிலை பள்ளிகளில் இந்தியை கட்டாய மொழியாக அறிவித்தார். இந்த அறிவிப்பை 1938 ஆம் ஆண்டு உத்தரவாகவும் பிறப்பித்தார் ராஜாஜி. இந்த உத்தரவுக்கு எதிராக மறியல், கருப்புக்கொடி காட்டுதல், உண்ணாவிரதம் எனப் பல போராட்டங்கள் நடைபெற்றன. ஜூன் 1938ல் சென்னையில் நடைபெற்ற இந்தி எதிர்ப்பு மாநாட்டில் பங்கு பெற்று சி.என். அண்ணாதுரை பேசினார். அவர் பேசி மூன்று மாதங்கள் கழித்து வழக்குப் பதிவு செய்து அவரை நான்கு மாதம் சிறையில் அடைத்தது ராஜாஜியின் அரசு, மேலும் பல தலைவர்கள் கைது செய்யப்பட்டு சிறையில் அடைக்கப்பட்டனர்.

இந்நிலையில் 1938 ஜூலை இந்தி எதிர்ப்பு இயக்கம் சார்பில் திருச்சியில் இருந்து சென்னைக்கு நடைபயணமாக வந்தனர். அதன் தொடர்ச்சியாக பல பெண்களும் இந்தி எதிர்ப்பு இயக்கத்தில் சேர்ந்தனர். போராட்டம் வலுப்பெற்றது. இதனையடுத்து போராட்டத்தை ஒடுக்கும் நோக்கில் பெரியார் அண்ணா உட்பட பல தலைவர்கள் மீண்டும் கைது செய்யப்பட்டனர். பெரியாருக்கு 18 மாதமும் அண்ணாவிற்கு 9 மாதமும் சிறைத் தண்டனை விதித்து சென்னை சிறையில் அடைக்கப்பட்டனர். அப்போது இரண்டாம் உலகப்போர் ஆரம்பித்த நிலையில் இங்கிலாந்து டன் இணைந்து பிரிட்டிஷ் இந்தியாவையும் போரில் கலந்து கொள்ளச் சொன்னார்கள். இதை எதிர்த்து அனைத்து மாகாண முதல்வர்களும் பதவி விலகினார்கள்.

இந்த நிகழ்விற்குப் பின், சிறையிலிருந்த அனைத்து போராட்டக் காரர்களும் விடுவிக்கப்பட்டனர். இந்தி கட்டாயம் என்ற ராஜாஜி அரசின் உத்தரவும் வாபஸ் பெறப்பட்டது.

அண்ணா என்ற பெயர் ஒரு பண்பாட்டின் குறியீடாகி விட்டது. அது ஒரு வரலாறாக அடையாளமாக கொண்டாடப்படுகிறது. அவரது பெயரில் கட்சி, பல்கலைக்கழகம், விமான நிலையம், சாலை, நூலகம் என்று ஏராளமான நிறுவனங்கள் தமிழகத்தில் உள்ளன. ஆனாலும் கூட நவீன தமிழ்நாட்டின் மொழி, அரசியல், பண்பாடு ஆகியவற்றின் மீது அவர் செலுத்திய தாக்கத்தின் மீது அவர் செலுத்திய தாக்கத்தின் பரிமாணத்தோடு ஒப்பிடும் போது இந்த அங்கீகாரம் குறைவே. மிக சிறிய குடும்பத்தில் பிறந்த அண்ணா தமது சித்தி ராஜாமணி என்பவராலேயே வளர்க்கப்பட்டார். அவரது குடும்பக்கடவுள் நம்பிக்கை மிகுந்த குடும்பம். எனவே இயல்பிலேயே அண்ணாவும் சிறுவயதில் கடவுள் நம்பிக்கை மிக்கவராகவே இருந்தார். சிறுவயதில் பிள்ளையார் பக்தர்.

1909 செப்டம்பர் 15 ஆம் தேதி காஞ்சிபுரம் நடராசன் அண்ணாதுரை (க.நா.அண்ணாதுரை) காஞ்சிபுரத்தில் ஓர் எளிய நெசவாளர் குடும்பத்தில் நடராஜன் - பங்காரு அம்மாள் இணையருக்கு மகனாகப் பிறந்தபோது அது அடுத்த தெருவுக்கு கூட செய்தி இல்லை. ஆனால் 1969 பிப்ரவரி 3 ஆம் தேதி அவர் இறந்த போது அது பல கோடி மக்களுக்கு ஒரு பெருந்துயரச் செய்தியானது. அண்ணாவின் இறுதி ஊர்வலத்துக்காக குவிந்தவர்கள் எண்ணிக்கை 1.5 கோடி என்று மதிப்பிட்டது. உலக சாதனை புத்தகத்தில் இடம் பெற்றது.

ஒரு சாமானியப் பிறப்புக்கும் சாதனை மரணத்துக்கும் இடைப்பட்டது அண்ணாவின் புகழ்மிக்க வாழ்க்கை. உலகில் தமிழர்கள் பெரும்பான்மை யாக வசிக்கும் ஒரு நிலப்பரப்புக்கு அதன் முகவரியாக விளங்கும் 'தமிழ்நாடு' என்ற பெயரை சூட்டியவர் அண்ணா. தங்களை ஒரு தனித்த தேசிய இனமாக உணரத் தொடங்கிய தமிழர்களின் அரசியல் அபிலாஷை களுக்கு அசைக்க முடியாத ஓர் அங்கீகாரமாகி விட்டது இந்தப் பெயர். சமூக நீதி, மாநில உரிமை, மொழி உரிமை தொடர்பான சிந்தனையாளர், அந்த சிந்தனையை வெற்றிகரமாக அரசியல்படுத்தியவர். அப்படி அரசியல்படுத்துவதற்காக மேடை, பத்திரிகை நாடகம், சினிமா, நூல்கள் என்று எல்லா ஊடகங்களையும், கையில் எடுத்து அதற்குப் புதிய தோற்றமும் உள்ளடக்கமும் தந்தவர் அண்ணா.

காங்கிரஸ் அல்லாத கட்சி ஒன்றின் சார்பில் இந்தியாவில் முதலமைச்ச ரான இரண்டாவது தலைவர். தமிழ்நாட்டில் இடையறாமல் நடந்து வரும்

53 ஆண்டுகால திராவிடக் கட்சிகளின் ஆட்சிக்கு அதன் மூலம் அடித்தளம் இட்டவர். நவீன தமிழின் மீது மக்கள் புழங்கும் தமிழின் மீது அண்ணா செலுத்தியிருக்கும் தாக்கம் அளப்பரியது. பெரிதாக ஆவணமாக்கப் படாதது. காஞ்சிபுரம் பச்சையப்பன் பள்ளியில் பள்ளிப்படிப்பை முடித்த அண்ணா சென்னை பச்சையப்பன் கல்லூரியில் இண்டர்மீடியட் படிப்பை முடித்தார். மிக சாதாரணமான குடும்பத்தில் பிறந்து சராசரி மாணவரைப் போலவே பள்ளிப் படிப்பை முடித்த அண்ணாவுக்கு இந்த பச்சையப்பன் கல்லூரி வாழ்க்கையே திருப்புமுனையை ஏற்படுத்தியது.

அங்கே அவர் சந்தித்த ஆங்கிலப் பேராசிரியரும், நீதிக் கட்சியில் செயல்பட்டவருமான வரதராஜன் தான் அரசியல் பக்கம் அண்ணாவின் கவனத்தை திருப்பியவர். மண்ணடியில் இருந்த பேராசிரியர் வரத ராஜனின் எளிய நெரிசலான அறையில் எப்போதும் மாணவர்கள் மொய்த்துக் கொண்டிருப்பார்கள். அதுதான் அண்ணாவுக்கு குருகுலம் போல அமைந்த இடம். வரதராஜனோடு சேர்ந்து பேராசிரியர் வேங்கட சாமி என்பவரும் அண்ணாவிடம் அரசியல் ஈடுபாடு ஏற்படக் காரணமாக இருந்தார். மோசூர் கந்தசாமி முதலியார், மணி திருநாவுக்கரசு முதலியார், ஆகிய தமிழ்ப் பேராசிரியர்கள்தான் அண்ணாவுக்கு சங்கத் தமிழைக் கற்பித்தனர். அவர்களிடம் கற்ற சங்கத்தமிழ் தான் பின்னாளில் அண்ணா வின் புகழ்பெற்ற மேடைத் தமிழுக்கு அடிப்படை மேற்கொண்டு பட்டப் படிப்பு படிக்க முடியாத குடும்பச் சூழ்நிலை நிலவியது அண்ணாவுக்கு. பச்சையப்பன் கல்லூரி முதல்வராக இருந்த சின்னத் தம்பிப்பிள்ளை அவரை பி.ஏ.ஆனர்ஸ் படிக்கும்படி வலியுறுத்தினார். கல்வி உதவித் தொகை கிடைக்கவும் பாடநூல் வாங்கவும் உதவுவதாக அவர் ஒப்புக் கொண்ட பிறகு அண்ணா 1931 ஆம் ஆண்டு பச்சையப்பன் கல்லூரியில் பி.ஏ. ஆனர்ஸ் படிப்பில் சேர்ந்தார்.

இதற்கு ஓராண்டுமுன்பே 21 வயதில் அண்ணாவுக்கும் ராணி அம்மையாருக்கும் சம்பிரதாய முறைப்படி திரு மணம் நடந்தது. இந்த இணையருக்கு குழந்தை இல்லை என்பதைத் தவிர இல்லறம் நல்ல விதமாகவே சென்றதாக ராணியை மேற்கோள் காட்டிச் சொல்கிறார்கள். கல்லூரியில் தவறாமல் வகுப்புகளுக்குச் செல்கிற அண்ணா, தீவிரமான படிப்பாளி நீண்ட நேரத்தை நூலகங்களில் செலவிடுகிறவர். கல்லூரிக் காலத்திலேயே தமிழ் ஆங்கிலப் பேச்சு போட்டிகளில் பங்கேற்றவர். அந்த நாள்களில் தமக்கு இதழில் ஈடுபாடு இருந்தது என அண்ணாவே

பிற்காலத்தில் சொல்லியிருக்கிறார். கல்லூரி மாணவர் மத்தியில் பிரபல மாக இருந்த அண்ணா 1931 ஆம் ஆண்டு பச்சையப்பன் கல்லூரி மாணவர் பேரவையின் பொதுச் செயலாளராக தேர்வு செய்யப்பட்டார். இரண்டாண்டுகள் கழித்து அவர் கல்லூரி பொருளாதாரத்துறை மாணவர் சங்கத்தின் தலைவராகவும் இருந்தார்.

படித்து முடித்தவுடன் காஞ்சிபுரம் நகராட்சியில் எழுத்தராக 6 மாதம் பணிபுரிந்தார். பிறகு சென்னை கோவிந்தப்ப நாயக்கன் நடுநிலைப் பள்ளியில் தமிழாசிரியராக சிறிது காலம் பணியாற்றினார். இதற்குள் பிராமணர் அல்லாதோர் அரசியல் இயக்கமாக இருந்த நீதிக்கட்சி செயல்பாடுகளில் ஈடுபடத் தொடங்கிவிட்டார். அண்ணாவின் நீதிக்கட்சித் தொடர்பு அவருக்கு, ராஜாக்களோடும் பெரும் பணக்காரர்களோடும், கனவான்களோடும் பழகும் வாய்ப்பை ஏற்படுத்தி தந்தது. ஆனால் சாமானியர்களைப் பற்றிய கவலைகளோடு சமூகப் பாகுபாடு களை அகற்ற பாடுபட்டு வந்த அலங்காரங்கள் இல்லாமல் கடும் மொழியில் பேசிவிடக் கூடிய பெரியார் ஈ.வெ.ராமசாமியைத்தான் அண்ணா தலைவராகத் தேர்ந்தெடுத்தார்.

1935 ஆம் ஆண்டு திருப்பூரில் நடந்த செங்குந்த இளைஞர் மாநாட்டில் பெரியாரை முதல் முதலாக சந்தித்தார் அண்ணா. அப்போது முதல் பெரியார் அண்ணாவின் தலைவரானார். அப்போது நடந்த உரையாடலை 1949 ஆம் ஆண்டு நடந்த தி.மு.க தொடக்க விழாவில் அண்ணா இவ்வாறு நினைவு கூர்ந்தார். "பெரியார் என்னைப் பார்த்து என்ன செய்கிறாய் என்று கேட்டார். படிக்கிறேன். பரீட்சை எழுதியிருக்கிறேன் என்றேன். உத்தியோகம் பார்க்கப் போகிறாயா? என்று கேட்டார். இல்லை உத்தியோகம் விருப்பமில்லை பொதுவாழ்வில் ஈடுபட விருப்பம் என்று பதில் அளித்தேன். அன்று முதல் அவர் என் தலைவர் ஆனார். நான் அவருக்கு சுவீகாரப் புத்திரன் ஆகிவிட்டேன்"

1937 ஆம் ஆண்டு ஈரோடு சென்ற அண்ணா அங்கு பெரியாரின் குடியரசு மற்றும் விடுதலை நாளிதழ்களில் துணை ஆசிரியராக 60 ரூபாய் சம்பளத்துக்கு வேலைக்குச் சேர்ந்தார். அப்போது அவருக்கு வயது 28. அந்த வயதில் அண்ணாவின் திறமையைக் கண்டு வியந்த பெரியார், அதே ஆண்டு துறையூரில் நடந்த சுயமரியாதை இயக்க மாநாட்டை நடத்தும் பொறுப்பை அண்ணாவுக்கு அளித்தார். அதே ஆண்டில் இன்னொரு

முக்கிய சம்பவமும் நடந்தது. சென்னை மாகாணத்தில் ஆட்சியைப் பிடித்த ராஜாஜி, பள்ளிகளில் 6 ஆம் வகுப்பு முதல் 8 ஆம் வகுப்பு வரை இந்தி கற்பது கட்டாயம் என்று ஆக்கினார். இதை எதிர்த்து பெரியார் போராட்டம் அறிவித்தார். பெரியார், அண்ணா ஆகியோர் 1938 ஆம் ஆண்டு கைது செய்யப்பட்டனர். அண்ணாவுக்கு 4 மாத சிறைவாசம் விதிக்கப்பட்டது. பெரியாருக்கு ஓராண்டு சிறைத் தண்டனை கிடைத்தது.

இந்த முதல் இந்தி எதிர்ப்பு போராட்டத்தை தொடர்ந்து பெரியார் 'தமிழ்நாடு தமிழருக்கே' என்ற முழக்கத்தை முன்வைத்தார். அப்போது தமிழ்நாடு என்ற மாநிலமே உருவாக்கியிருக்கவில்லை என்பது குறிப்பிடத்தக்கது. அது போலவே, இந்தி எதிர்ப்புப் போராட்டத்தில் சிறையில் இருக்கும் போதுதான் பெரியாருக்கு நீதிக்கட்சித் தலைவர் பதவி தரப்பட்டது. இதுவே பின்னாளில் நீதிக்கட்சியையும் பெரியாரின் சுயமரியாதை இயக்கத்தையும் இணைத்து 1944ல் திராவிடர் கழகமாக ஆக்குவதற்கு வழிகோலியது.

நீதிக்கட்சியிலும் திராவிடர் கழகத்திலும் பெரியாரின் தளபதியாக இருந்தார் அண்ணா. இந்திய சுதந்திரம் குறித்து ஆலோசிக்கவும், இரண்டாம் உலகப் போரில் இந்தியர்களின் ஒத்துழைப்பைப் பெறுவதற் காகவும் 1942ல் இந்தியா வந்த கிரிப்ஸ் தூதுக் குழுவை சந்தித்து திராவிட நாட்டை தனி நாடாக அங்கீகரிக்கும் படி பெரியார் கோரிக்கை வைத்தார். அந்த சந்திப்பின் போது அண்ணா உடன் இருந்தார். ஆனால் அந்தக் கோரிக்கையை சர்ஸ்டாஃப் கிரிப்ஸ் ஏற்றுக் கொள்ளவில்லை. இதை யடுத்து திராவிட நாடு கோரிக்கை நிறைவேறுவதற்கான வாய்ப்பு நழுவி விட்டது என்று அண்ணா நினைக்கத் தொடங்கினார் என்று அவரோடு முரண்பட்ட ஈ.வெ.கி சம்பத் அண்ணாவின் மரணத்துக்குப் பின் குறிப்பிட்டார். ஆனால் திராவிட நாடு என்ற லட்சியத்தை அண்ணா அத்துடன் கைவிடவில்லை. தன்னுடைய பத்திரிக்கைக்கு திராவிட நாடு என்று பெயர் வைத்தார்.

திராவிடர் கழகத்தில் அண்ணாத்துரை இடம் பெற்றிருந்த பொழுது பெரியாரின் திராவிட நாடுக் கொள்கைக்கு ஆதரவு நல்கினார். திமுகவின் ஆரம்ப காலகட்ட கொள்கையிலும் இது இடம் பெற்றிருந்தது குறிப்பிடத்தக்கது. பெரியாரின் வாரிசாக கருதப்பட்ட ஈ.வெ.கி.சம்பத் திராவிட நாடு கொள்கையை எதிர்த்து திராவிட நாடு கோரிக்கை

நிச்சயமற்ற இலக்கை அடைய எடுக்கப்படும் வீண்முயற்சி என்று கருதி திமுகவில் இணைந்தவர் ஆவார்.

ஈ.வெ.கி. சம்பத்தின் கொள்கையை வலியுறுத்தும் விதமாக அண்ணாதுரை இவ்வாறு அறிவித்தார். 'நாம் அதிக தேர்தலை சந்திக்க சித்தமாயிருக்க வேண்டும். அதன் மூலம் அதிகத் தொகுதிகளை மக்களின் நம்பிக்கைகள் மூலம் வென்றிட எத்தனை தடைகள் வந்தாலும் மீண்டும் மீண்டும் அதை எதிர்த்து போராட எண்ணம் கொண்டு செயல்பட வேண்டும்' தமிழ்த்திரைக் கலைஞர்களை முன் நிறுத்தி திராவிட முன்னேற்றக் கழகம் செயல்பட்டது. இது ஈ.வெ.கி. சம்பத்திற்கு அக்கட்சியில் அதிருப்தியை உருவாக்கியது. அதன் காரணமாக தி.மு.க.விலிருந்து விலகி தமிழ் தேசீய கட்சி என்ற தனிக்கட்சியை 1961ல் துவங்கினார். 1962ல் அண்ணா மாநிலங்களவையில் திராவிடர்கள் தங்கள் சுய மரியாதையை காத்துக் கொள்ள விரும்புகின்றனர். நாங்கள் கோருவது தென்னிந்தியா என்ற தனிநாடு என்று உரையாற்றினார்.

இந்தியா மொழிவாரி மாநிலமாக அந்தந்த மாநில மொழிகளுக்கு முக்கியத்துவம் தரும் வகையில் கன்னடம், தெலுங்கு மற்றும் மலையாளம் என சென்னை இராஜதானியிலிருந்து அந்தந்த மொழிவாரியான மாநிலங்கள் பிரிக்கப்பட்டு தமிழர்கள் வாழும் பகுதி மதராஸ் மாநிலமாக உருவாக்கப்பட்டது. இதன் உள்ளார்ந்த உண்மையை அறிந்த பிறகு அண்ணாதுரை திராவிட நாடு திராவிடர்களுக்கே என்ற கோரிக்கையை கை விட்டு தமிழ்நாடு தமிழர்களுக்கே என்று மாற்றினார்.

இந்திய சீனப்போர் இந்திய அரசியலமைப்பில் சில மாறுதல்களை உருவாக்கியது. இந்தியாவின் 16வது திருத்தச் சட்டமாக பிரிவினை வாதத்தை முற்றிலும் தடை செய்யும் விதமாக கொண்டு வரப்பட்டது.

இந்த சட்டம் இந்திய நாடாளுமன்றத்தில் முன் வைக்கப்படும்பொழுது அண்ணாதுரை நாடாளுமன்ற உறுப்பினராக இருந்தார். இச்சட்டத்தை அண்ணாதுரை பலமாக ஆட்சேபித்தும் அச்சட்டம் நிறைவேற்றப்படுதை அவரால் தடுக்க முடியவில்லை. அதன் விளைவாக தி.மு.க. கட்சியினர் அக்கோரிக்கையை வலியுறுத்துவதிலிருந்து தங்களை விலக்கிக் கொண்டனர். தி.மு.க.வின் தனித்தமிழ் நாடு கோரிக்கை இடப்பில் போடப்பட்டது. அது முதல் அண்ணாதுரை நடுவண் அரசின் இணக்கமான ஆதரவை தென்னிந்திய மாநிலங்கள் பெறும் விதமாக தன்னுடைய

மாநில சுயாட்சிக் கொள்கையை வலியுறுத்த ஆரம்பித்தார்.

மாநில சுயாட்சி கொள்கையில் அவர் கட்சியின் நிலைப்பாட்டை இவ்வாறு தெளிவுபடுத்தினார். திராவிட நாடு என்பது எங்களது தனிக் கொள்கை. அவற்றை பேசவே எழுதவோ உகந்த சூழ்நிலை இப்போது இல்லை. நாங்களே நாட்டின் நிலைமையறிந்து அதனால் எழும் விளைவு களை அறிந்து கைவிட்டோம். அக்கட்சியே அவற்றிலிருந்து விலக்கிக் கொண்டபோது அக்கொள்கை பரவவோ மீண்டும் எழவோ வாய்ப் பில்லை. இதை முன்னிறுத்தியே அக்கொள்கையை கைவிட்டோம்.

●

அண்ணாதுரை அரசியலில் ஈடுபாடு கொண்டு நீதிக்கட்சியில் 1935ல் தன்னை ஈடுபடுத்திக் கொண்டார். நீதிக்கட்சி பிராமணரால்லா தோருக்கான அமைப்பாக 1917ல் மதராஸ் ஒருங்கிணைப்பு இயக்கம் என்ற அமைப்பிலிருந்து உருவாக்கப்பட்டது. ஆரம்பத்தில் பிராமணரல்லாதோர் மாணவர்களின் கல்விச் செலவை ஏற்கும் விதத்திலும் அவர்களின் கல்வி மேம்பாட்டிற்கு வழிவகை செய்யும் விதமாக பல உதவிகளை புரிந்து வந்தது. பின்னாளில் இது அரசியல் கட்சியாக சர்.பி.டி தியாகராய செட்டி மற்றும் டி.எம். நாயர் தலைமையில் துவங்கப்பட்டது.

இக்கட்சி பின்னர் தென்னிந்தியர் நலவுரிமைச்சங்கம் எனப் பெயரிடப் பட்டு பின் நீதிக்கட்சியாக பெயர் மாற்றம் கண்டது. இக்கட்சியே சென்னை இராசதானியில் சுயாட்சி முறையைப் பின்பற்றி 1937ல் இந்திய தேசிய காங்கிரசால் தோற்கடிக்கப்படும் வரை ஆட்சியில் இடம் பெற்றிருந்தது. அந்த நேரத்தில் அண்ணாதுரை நீதிக்கட்சியில் பெரியா ருடன் சேர்ந்தார். பெரியார் அப்பொழுது நீதிக்கட்சியின் தலைவராகப் பொறுப்பேற்றிருந்தார். அண்ணாதுரை நீதிக்கட்சி பத்திரிக்கையின் உதவி ஆசிரியராக பொறுப்பேற்றிருந்தார். பின்பு விடுதலை மற்றும் அதன் துணைப் பத்திரிக்கையான குடியரசு பத்திரிகைக்கு ஆசிரியர் ஆனார்.

பிறகு தனியாக திராவிட நாடு என்ற தனிநாளிதழை தொடங்கினார். 1944ல் பெரியார் நீதிக்கட்சியை திராவிடர் கழகம் என்று பெயர் மாற்றினார். தேர்தலில் போட்டியிடுவதையும் கைவிட்டார். பிரித்தானி கானிய ஆதிக்கத்தையும் இந்திய தேசிய காங்கிரசு மிக வண்மையா எதிர்த்து இந்தியாவின் சுதந்திரத்துக்கு வழி வகுத்தது. இக்கட்சி

பெரும்பாலும் பிராமணர்கள் மற்றும் வடஇந்தியர்களின் ஆதிக்கம் மிகுந்த கட்சியாக தென்னிந்திய மக்களாலும் குறிப்பாக பெரியாராலும் தமிழர்களாலும் பெரிதும் விமர்சிக்கப்பட்டது. இவர்களிடமிருந்து தென்னிந்தியாவை மீட்க பெரியார் பெரிதும் விரும்பினார். இக்காரணங் களை முன்வைத்தே பெரியார் இந்தியாவின் சுதந்திர தினமான ஆகஸ்டு 15, 1947 அந்த நாளை கருப்பு தினமாக எடுத்துக் கொள்ளுமாறு தொண்டர்களுக்கு அழைப்பு விடுத்தார்.

அண்ணாதுரை இக்கருத்தில் முரண்பட்டார். இக்கருத்து பெரி யாருக்கும் அவரின் ஆதரவாளர்க்கும் கருத்து வேறுபாட்டால் விரிசல் ஏற்படக் காரணமாயிற்று. அண்ணாதுரை இந்தியாவின் சுதந்திரம் அனைவரின் தியாகத்தாலும் வியர்வையினாலும் விளைந்தது, அது பெறும் ஆரிய, வட இந்தியர்களால் மட்டும் பெற்றது அல்ல என்று வலியுறுத்தி னார். திராவிடர் கழகம் ஜனநாயகமான தேர்தலில் பங்கு கொள்ளாமல் விலகி நிற்கும் பெரியாரின் கொள்கையை எதிர்த்தும் அண்ணாதுரை முரண்பட்டார். இதன் வெளிப்பாடாக 1948ல் நடைபெற்ற கட்சிக் கூட்டத்திலிருந்தும் வெளிநடப்பு செய்தார்.

பெரியார் தேர்தலில் பங்குபெறுவதால் தனது பகுத்தறிவு, சுய மரியாதை, தீண்டாமை ஒழிப்பு மூடநம்பிக்கை ஒழிப்பு போன்ற அவரின் கொள்கை களுக்கு சமாதானமாக போகக் கூடிய நிலையை அல்லது சற்று பின்வாங்கும் நிலைபாட்டை அவர் கட்சிக்கு ஏற்படுத்துவதில் பெரியார் விரும்பவில்லை. அரசியலுக்கு அப்பாற்பட்டு இருந்தாலொழிய சமுதாய சீர்திருத்தங்களை, சமுதாய விழிப்புணர்வு பிரச்சாரங்களைத் தடையின்றி அரசுக்கெதிராகவும் மேற்கொள்ள முடியும் என்பதை பெரியார் நம்பி னார். இறுதி நிகழ்வாக பெரியார் தன்னை விட 40 வயது இளையவரான மணியம்மையாரை மணம் புரிந்ததால் அண்ணாதுரை தனது ஆதரவாளர் களுடன் வெளியேறினார்.

அண்ணாதுரை மற்றும் பெரியாரின் அண்ணன் மகன் மற்றும் வாசு என கருதப்பட்டவரும் திராவிடர் கழகத்திலிருந்து பிரிந்தவருமான ஈ.வெ.கி. சம்பத் மற்றும் திராவிடர் கழகத்திலிருந்து பிரிந்தவர்களுடன் இணைந்து புதிய கட்சி துவங்க முடிவெடுக்கப்பட்டது. அதன்படி 17 செப்டம்பர் 1949 அன்று திராவிட முன்னேற்ற கழகம் என்ற கட்சி கொட்டும் மழையில் ராபிசன் பூங்காவில் தொடங்கப்பட்டது. அண்ணாதுரை அதன் நிறுவன

பொதுச் செயலாளர் ஆனார். அண்ணா துரை ஏழைகள் மற்றும் கீழ்தட்டு சாதி வகுப்பினரின் சமூக உரிமைகளுக்காக பாடுபட்டமையால் அம்மக்களின் அபரிமிதமான செல்வாக்கை வெகு விரைவிலேயே பெற்றார் என்று இந்தியாவின் தலித் கலைக் களஞ்சியம் கூறுகிறது. அவர் தொடங்கிய தி.மு.கவும் செல்வாக்கு பெற்றது. தேர்தல் அரசியலில் ஆர்வம் கொண்ட தி.மு.க. பங்கெடுத்த முதல் சட்டமன்ற தேர்தலிலேயே 13 இடங்களை கைப்பற்றியது.

●

அண்ணாத்துரை மிகச்சிறந்த தமிழ்சொற்பொழிவாளரும் மேடைப் பேச்சாளரும் ஆவார். தமிழில் சிலேடையாக அடுக்கு மொழிகளுடன் மிக நாகரிகமான முறையில் அனைவரையும் அவர் இயன்ற வகையில் கரகரத்த குரலில் தனிக்குரல் வளத்துடன் பேசும் திறன்பெற்று விளங்கினார். எழுத்தாற்றலிலும் தன்னிகரற்றவராக விளங்கினார் அண்ணா. பல புதினங் களும், சிறுகதைகளும் மற்றும் அரசியல் நாடகங்களுக்கும் நாடகமாக்கும் திரைக்கதைகள் எழுதியவர் அண்ணா. அவரே கதாபாத்திரமேற்று நாடகங்களில் திராவிடர்கழக பிரச்சார நாடகங்களில் நடித்துள்ளார்.

திரைப்படங்களை முக்கிய பிரச்சார ஊடகங்களாக அரசியலுக்காக பயன்படுத்தியர் அண்ணாத்துரை. இவரின் முதல் திரைப்படம் நல்ல தம்பி (1948) இதில் முக்கிய கதாபாத்திரத்தில் கலைவாணர் என்.எஸ். கிருஷ்ணன் நடித்துள்ளார். இது ஜமீன்தாரி ஒழிப்புமுறையை வலியுறுத்தி எடுக்கப்பட்ட திரைப்படமாகும். இவரின் வேலைக்காரி (1949) ஓர் இரவு ஆகிய நாடகங்களும், தாய்மகளுக்கு கட்டிய தாலி, ரங்கோன்ராதா, வண்டிக்காரன் மகன் ஆகிய கதைகளும் திரைப்படமாக எடுக்கப் பட்டுள்ளன. திராவிட அரசியலின் பிரச்சாரமாக இத்திரைப்படங்கள் திகழ்ந்தன.

வேலைக்காரியில் அண்ணாதுரை அடக்குமுறையை கையாளும் நிலச்சுவான்தாரர்கள் ஜவஹர்லால் நேரு மற்றும் காந்தியுடன் எப்படி கூட்டணி வைத்துள்ளார்கள் என்பதை விளக்குகின்ற விதமான எடுத்துக் காட்டப்பட்டது. இவரின் திரைப்படங்கள் பெரும்பாலும் பிராமண எதிர்ப்பு மற்றும் காங்கிரஸ் எதிர்ப்பு பிரச்சாரங்களாக விளங்கின. இப்பிரச்சாரங்களை மக்களுக்கு எடுத்துச் செல்லும் நாடக மேடை கலைஞர்கள் மற்றும் திரைக்கலைஞர்களை அண்ணாதுரைக்கு பக்க

பலமாக விளங்கியவர்கள், டி.வி. நாராயணசாமி, கே.ஆர். ராமசாமி என்.என். கிருஷ்ணன், எஸ்.எஸ். ராஜேந்திரன் சிவாஜிகணேசன் மற்றும் எம்.ஜி.ராமச்சந்திரன்.

அண்ணாவின் நூல்களில் அதிகம் சர்ச்சைகளை ஏற்படுத்தியது ஆரிய மாயை எனும் நூலாகும். இது பிராமணர்களை கடுமையாக சாடியதாக விமர்சிக்கப்பட்டது. ஆரிய இனச் சேர்க்கை திரைமறைவுகளை உருவகப் படுத்தும் விதமாக எழுதப்பட்டிருப்பதாக விமர்சனம் செய்யப்பட்டது. இந்த நூலுக்காகவும் கிளர்ச்சி செய்கின்ற நூல் என்ற காரணத்திற்காகவும் அவருக்கு ரூபாய் 700 அபராதமும் சிறைத் தண்டனையும் அளிக்கப் பட்டது.

7.6.1967 அன்று திருச்சி மாநகரில் பெரியார் மாளிகையில் பெரியாரால் நடத்தி வைக்கப்பட்ட கம்யூனிஸ்ட் கட்சித் தலைவர் ப.ஜீவானந்தம் அவர் களின் மகள் உஷாவின் திருமணத்தில் கலந்து கொண்டு உரையாற்றிய முதலமைச்சர் அண்ணாவின் உரையிலிருந்து :-

'என்னுடைய பொது வாழ்வில் எனக்கு கிடைத்த ஒரே தலைவரான பெரியார் அவர்களே! நமது தமிழ்நாட்டில் மட்டும் வயதானவர்கள் வீட்டிற்கு பெரியவர்களாக வீட்டிலேயே இருப்பார்கள். அவரது பிள்ளைகள் வெளியூர்களில் ஒருவர் டாக்டராகவும் ஒருவர் எஞ்சினிய ராகவும் ஒருவர் வக்கீலாகவும் இருப்பர். அந்தப் பெரியவர் தன் மகன் களைச் சுட்டிக்காட்டி அதோ போகிறானே அவன்தான் பெரியவன், டாக்டராக இருக்கிறான், இவன் அவனுக்கு அடுத்தவன் என்ஜினியராக இருக்கிறான். அவன் சிறியவன் வக்கீலாக இருக்கிறான். இவர்கள் எல்லோரும் எனது பிள்ளைகள் என்று கூறிப் பூரிப்பும் மகிழ்ச்சியும் அடைவர்.

அதுபோலப் பெரியவர்கள் நம்மாலே பயிற்சியளிக்கப்பட்டவர்கள் பல்வேறு கட்சிகளில் இருந்தாலும் அவன் என்னிடமிருந்தவன், இவன் என்னுடன் சுற்றியவன் என்று சொல்லிக் கொள்ளக்கூடிய பெருமை இந்தியாவிலேயே பெரியார் ஒருவருக்குத்தான் உண்டு.

காங்கிரசில் இருப்பவர்களைப் பார்த்து, தி.மு.க.வில் இருப்பவர்களைப் பார்த்து, கம்யூனிஸ்ட் சோசலிஸ்ட் கட்சியில் இருப்பவர்களைப் பார்த்து இவர்கள் என்னிடமிருந்தவர்கள். இவர்களுக்கு நான் பயிற்சி கொடுத்

தேன். இன்று இவர்கள் சிறப்போடு இருக்கிறார்கள் என்று சொல்லிக் கொள்ளக்கூடிய பெருமை அவர் ஒருவரையே சாரும்.

அவர் என்னுடைய தலைவர். நானும் அவரும் புரிகிறபோது கூட நான் அவரையே தான் தலைவராகக் கொண்டேன். வேறு ஒருவரைத் தலைவராகப் பெறவில்லை. அந்த அவசியமும் வரவில்லை. அன்று ஏற்றுக் கொண்டது போல இன்றும் அவரையே தலைவராகக் கொண்டுதான் பணி செய்து வருகின்றன. சுயமரியாதை இயற்றும் ஒழுக்கச் சிதைவு இயக்கம் அல்ல. மனித சமுதாயத்தை ஒழுக்க நெறிக்குக் கொண்டு வந்து முன்னேற்ற வேண்டும் என்பதற்காக பாடுபடும் இயக்கமாகும். சுய மரியாதை இயக்கம் பகுத்தறிவு இயக்கம் தமிழ் இயக்கத்தோடும் பிணைத்துக் கொண்டது.

பகுத்தறிவாதிகளாகிய நாங்கள் பகுத்தறிவால் தான் மனித சமுதாயத்தை முன்னேற்றத்திற்கு கொண்டு வரமுடியும். அதற்கு எதிராக இருக்கிற மதம், புராணம் இவைகள் எல்லாம் மக்களின் எண்ணத்திலிருந்து அகற்றப்பட வேண்டும் என்பதற்காகப் பாடுபட்டு வருகிறோம். சுயமரியாதை இயக்கம் வளர்ந்து பெண்ணுரிமையைப் பெற்றிருக்கிறது. ஆலயங்களில் நுழையும் உரிமையை பெற்றிருக்கிறது. இன்னும் பல உரிமைகளைப் பெற்றுத் தந்திருக்கிறது. தமிழர்களின் குடும்பங்களில் பல சுயமரியாதைத் திருமணங்களை ஏற்று நடத்தியிருக்கின்றன. சட்டப்படி செல்லாது பிழைத்தெரிந்தும் அதனால் ஏற்படும் தொல்லைகளைப் பொருட்படுத்த மக்களுக்காகத் தானே சட்டம் என்பதை உணர்ந்து சுய மரியாதைத் திருமணம் செய்து கொண்டவர்கள் நமது வணக்கத்திற்குரிய வர்களாவார்கள்.

தங்களது ஆட்சியில், விரைவில் சுயமரியாதை திருமணத்தை சட்டப்படி செல்லத்தக்கதாக சட்டம் கொண்டுவர இருக்கிறோம். ஏற்கனவே நடத்தி வைக்கப்பட்ட திருமணங்களும் சட்டப்படி செல்லத் தக்கதாகும் என்று சட்டம் கொண்டு வர இருக்கிறோம். பெரியாரவர்கள் நீண்ட நாட்களாக எதிர்பார்த்துக் கொண்டிருந்ததை நாங்கள் வந்து செய்யும் வாய்ப்புக் கிடைத்தமைக்காக பெருமகிழ்ச்சி அடைகிறேன். நெடுந்தொலைவு பிரிந்து சென்றிருந்த மகன் தன் தந்தைக்கு மிகப் பிடித்தமான பொருளைக் கொண்டு வந்து கொடுப்பதைப் போல நாங்கள் பெரியாரிடம் இக்கனியை (சட்டத்தை) சமர்ப்பிக்கின்றோம். எனக்கு முன்

இருந்தவர்கள் கூட இதைச் செய்திருக்க முடியும். எனினும் நான் போய் நடத்த வேண்டிய வாய்ப்பு எனக்கு கிடைத்தமைக்கு பெரு மகிழ்ச்சி யடைகிறேன்." முதலமைச்சரின் இந்த உரையைக் கேட்ட பெரியார் அவர்கள் மகிழ்ச்சியின் உச்சத்திற்கே சென்று இந்த உரையை 'நான் அருள்வாக்காவே கருதப் பாராட்டுகிறேன்' எனப் புகழ்ந்தார்.

20.6.1967 அன்று சட்டமன்றத்தில் நடந்த நிகழ்ச்சியின் போது பேசிய ஒரு தி.மு.க. உறுப்பினர் 'பெரியாருக்கு தியாகிகள் பென்ஷனும், அரசு மானியமும் வழங்கப்படுமா?' என்று கேட்ட கேள்விக்குப் பதிலுரைத்த முதலமைச்சர் அண்ணா 'இந்த அமைச்சரவையையே அவருக்கு காணிக்கையாகக் கொடுத்திருக்கறோமே' என்றார். சொன்னதைச் செய்யும் கொள்கை கொண்ட அண்ணா *28.11.1967* அன்று தமிழ்நாடு இந்து திருமண (திருத்த) மசோாதா என்ற பெயரில் சட்டம் கொண்டு வந்தது. 'சுயமரியாதைத் திருமணம் சட்டப்படியாக செல்லுபடியாகும்' என்ற ஆணை பிறப்பித்தார்.

இது மட்டுமின்றி இந்த ஆணையில் இதற்கு முன் நடைபெற்ற அனைத்து சுயமரியாதைத் திருமணங்களும் செல்லும் என்னும் சட்டம் இயற்றப் பட்டிருந்தது. *6.12.1967* அன்று விருதுநகரில் நடைபெற்ற தி.மு.க முன்னோடிகளில் ஒருவரான ஏ.வி.பி. ஆசைத்தம்பியின் மகளின் சுய மரியாதைத் திருமணத்தை நடத்தி வைத்து மணமக்களை வாழ்த்திய முதலமைச்சர் அண்ணா அவர்கள், 'இந்தத் திருமணச் சட்டம் பெரி யாருக்கு காணிக்கை' என்றார். தன் கொள்கைகள் தன் கண்முன்னே ஈடேறி வரும் உன்னதமான காட்சிகளைக் கண்டு பெரியார் மட்டற்ற மகிழ்வில் திளைத்திருந்தார்.

'அண்ணா அவர்கள் நம் நாட்டுக்கு நிதி என்று தான் சொல்ல வேண்டும். ஆட்சிப் பொறுப்பேற்றதும் பகுத்தறிவுக் கொள்கையின் படி துணிந்து ஆட்சி செய்து வருகிறார். ஒவ்வொரு மன்றங்களிலும் ஒவ்வொரு வீட்டிலும் அண்ணா அவர்கள் படம் இருக்க வேண்டும். ஏனெனில் வரலாறு தோன்றிய காலம் முதல் இம்மாதிரி பகுத்தறிவாளர் ஆட்சி ஏற்பட்டதே இல்லை' என்று பெரியார் விடுதலை இதழில் *10.9.1968*ல் எழுதினார். 'அண்ணா அவர்கள் நமக்கு கிடைத்தற்கரியது கிடைத்தது போன்றவராவார்கள். அவர் போனால் அடுத்து அந்த இடத்திற்கு சரியான ஆள் இல்லை என்று சொல்லும்படி அவ்வளவு பெருமை உடையவர்கள்.

நமது நல்வாய்ப்பாக அவரது தலைமையில் பகுத்தறிவாளர் ஆட்சி அமைந் துள்ளது. இதனைக் காப்பாற்ற வேண்டியது தமிழர் கடமையாகும்' என்று 23.12.1969ல் விடுதலை இதழில் பெரியார் எழுதினார்.

யார் ஆள்கிறார்கள் என்பதை விட எப்படி ஆள்கிறார்கள் என்பது தான் முக்கியம். சாதி ஒழிப்பு, பகுத்தறிவு, வகுப்புவாரி உரிமை ஆகிய எனது கொள்கைக்கு ஆதரவாக பகுத்தறிவாதிகளே (தி.மு.க.) ஆட்சிக்கு வந்து பதவிப் பிரமாணம் கூட இவர்கள் கடவுள் பெயரால் செய்யாதது திருப்தி அளிக்கிறது என்று 15.9.1967 விடுதலை இதழில் எழுதினார். பொதுவாகச் சொல்ல வேண்டுமானால் இந்தியாவிலேயே பார்ப்பனர் தவிர்த்த மற்றத் திராவிடர் சமுதாயத்திற்குச் சிறப்பாக சமூகத் துறையில் அரசியல் மூலம் தொண்டாற்றும் ஸ்தாபனம் திராவிட முன்னேற்றக் கழகம் ஒன்றே ஒன்று தான் என்று சொல்லும்படியான நிலையில் இருந்து வருகிறது. தி.மு.க. கட்சியினர் மூலம் தான் தமிழன் அடைய வேண்டிய பலனை அடைய முடியும். ஆகவே இந்த கட்சிக்கு ஆதரவாக இருந்து பாதுகாக்க வேண்டியது தமிழர்களின் கடமையாகும் என்று பெரியார் விடுதலை இதழில் எழுதி தி.மு.க. கட்சியைப் பாராட்டினார்.

●

சுதந்திரம் அடைந்தது முதல் இந்த நாட்டை ஆண்டு வந்த பலம் பொருந்திய காங்கிரஸ் ஆட்சியை அகற்ற, அண்ணா பிறகட்சிகளைத் தன்னுடன் கூட்டணியாகச் சேர்த்துக் கொண்டு 1967ல் தேர்தலை சந்தித்தார். ராஜாஜியின் சதந்திரா கட்சி, காயதே மில்லத் அவர்களின் முஸ்லீம் லீக் கட்சி, ம.பொ. சிவஞானத்தின் தமிழரசு கட்சி, மூக்கையாத் தேவரின் பார்வர்ட் பிளாக் ஆகிய கட்சிகள் இந்தக் கூட்டணியில் இருந்தன. திராவிடர் இனத்தின் ஒப்பற்ற தலைவரும் கலக்காரருமாகத் திகழ்ந்த தந்தை பெரியார் பார்ப்பன ஆதிக்க கட்டமைப்பை முற்றிலும் துடைத்து எறிய போராடிக் கொண்டிருந்தார்.

தன்னுடைய தலைமை மாணவராக இருந்த அறிஞர் அண்ணா அவர்கள் தந்தை பெரியாரையும் பெரியார் இயக்கத்தையும் விட்டுப் பிரிந்து தி.மு.க. என்ற அரசியல் கட்சியைத் தொடங்கி 1967ல் இராஜாஜி மற்றும் சில அரசியல் கட்சிகளுடன் கூட்டணி அமைத்து தேர்தலில் பெரும் வெற்றி யையும் பெற்று விட்டார். அனைவரும் ஆவலுடன் எதிர் பார்த்துக் கொண்டிருந்த 1967 சட்டமன்ற தேர்தலுக்கான நாட்கள் நெருங்கி வந்த

வேளையில் பெரியாரின் சிந்தனையெல்லாம் காம ராஜரைச் சுற்றிச் சுற்றியே வந்து கொண்டிருந்தது. காமராஜரை ஒழித்தால் சமதர்மத்தை ஒழித்தது போலாகும் என்பதால் பார்ப்பனர்கள் காங்கிரசை ஒழிக்க நினைக்கின்றனர். இன்று நாட்டில் நடப்பது இனப் போரே ஆகும். மத மூட நம்பிக்கையாளர்களால் சமதர்ம ஆட்சியை ஏற்படுத்திட முடியாது. மனுதர்ம ஆட்சியைக் கொண்டு வரத் துடிக்கும் ராஜகோபாலச் சாரியாருக்கு கண்ணீர்த் துளிகளே நாற்காலி ஆகி விட்டனர். எனவே அவர்களை புறக்கணியுங்கள் என்று தி.மு.க. தலைவர் அண்ணாவையும் பிறரையும் பெரியார் பிரச்சாரங்கள் கூறி வந்தார்.

பெருந்தலைவர் காமராஜரின் ஆட்சியில் தமிழகம் பெரும் முன்னேற்றங்களைக் கண்டதோடு பெரியாரின் கனவுகளை நனவாக்கி நல்லாட்சி புரிந்தது என்பதால் நிபந்தனையற்ற தனது ஆதரவைக் காங்கிரஸ் இயக்கத்திற்கு அளிக்க வேண்டியவரானார் பெரியார். தள்ளாத வயதிலும் தாம் மேற்கொண்ட முடிவால் காங்கிரசை ஆதரித்து நாடு முழுவதும் பிரச்சாரம் செய்தார் பெரியார். ஆனால் முடிவோ வேறாக இருந்தது. மகத்தான வெற்றியை திராவிட முன்னேற்ற கழகக் கூட்டணி பெற்றது. தனிப் பெரும்பான்மையோடு தேர்தலில் தி.மு.க வென்றது. காங்கிரஸ் கட்சி படுதோல்வியைச் சந்தித்தது. காமராஜரும் தன் விருதுநகர் தொகுதியில் தோல்வியைத் தழுவினார்.

காங்கிரசின் படுதோல்வியும், குறிப்பாக காமராஜரின் தோல்வியும் பெரியாரை மிகவும் பாதித்தது. ராஜாஜியை கூட்டு சேர்த்துக் கொண்டு அண்ணா வென்றதில் கூடுதல் எரிச்சல் அடைந்திருந்த பெரியார் அதனை வெளிப்படுத்தினார். "பொதுவாக காமராஜர் தோல்வியைத் தவிர மற்ற தோல்வி எதுவும் எனக்கு அவ்வளவாக கவலை தரவில்லை. நமது மக்கள் ஜனநாயக உரிமைக்கு தகுதியற்றவர்கள் என்பது எனது வெகுநாளைய கருத்து.

இப்போதைய வெற்றியை மாற்ற வேண்டும் என்பதில் இந்த வெற்றியை அளித்த மக்களின் யோக்கியதையை சரிவர நிர்ணயிப்போமானால் நாம் ஒன்றும் தனிமுயற்சி எடுத்துப் பாடுபட வேண்டியதில்லை" நம் உயிர் போன்ற கொள்கைக்கு இந்த ஆட்சியில் கேடு நேராதவரை, ஆட்சியின் போக்கைப் பற்றி நாம் கவலைப்பட அவசியமில்லை என்றே கருது கிறோம்.

பொதுவாக இதுபோன்ற பார்ப்பனர் வெற்றி பற்றி எனக்கு இதற்கு முன் மூன்று அனுபவங்கள் உண்டு. மூன்றிலும் பார்ப்பனர் வெற்றி நிலைத்தபாடில்லை. ஆதலால் இன்றையப் பார்ப்பனர் வெற்றி பற்றியும் ஒன்றும் குடிமுழுகிப் போய் விடவில்லை என்றே நம் மக்களுக்குத் தெரி வித்துக் கொள்ளுகிறேன். நானும் அதிகக் கவலைப்படவில்லை. பொதுவாக நம் நாட்டுக்கு இப்படி ஓர் நிலை வரக் கூடும் என்று கருதியே 1963ல் காமராஜர் தமிழ்நாட்டு முதல் மந்திரி பதவியை விட்டு அகில இந்தியக் கட்சிப் பணிக்கு சென்றபோதே நான் கூடாது என்று பத்திரிக்கையில் எழுதியதோடு, 'தங்களின் ராஜினாமா தமிழர்களுக்கும், தமிழ்நாட்டிற்கும், தங்களுக்கும் தற்கொலைக்கு ஒப்பாகும்' என்று தந்தியும் அனுப்பினேன்.

அவர் விலகியதன் பயனாகத் தமிழ்நாட்டில் பார்ப்பன ஆதிக்கத்துக்கு அனுகூலமான ஆட்சி ஏற்படுவதுடன் பொறுப்புள்ள ஆட்சி அமைவதற்கு இல்லாமலே போய் விட்டது. வடநாட்டில் பொறாமை, துவேஷம் கோஷ்டி ஏற்பட இடம் ஏற்பட்டு விட்டது. காமராஜர் தோல்வியைப் பற்றி பலர் என்னிடம் வந்து துக்கம் விசாரிக்கும் தன்மை போல் தங்கள் வருத்தத்தை தெரிவித்துக் கொண்டார்கள். "1967 பிப்ரவரி 23 ஆம் தேதி தோல்வியைப் பற்றி கவலைப்படுவதை விட 1966 நவம்பர் 7 ஆம் தேதி டெல்லியில் நடைபெற்ற கொலை முயற்சியில் அவர் உயிர் தப்பியதை நினைத்து மகிழ்ச்சி கொள்ளுங்கள் என்று சொல்லி அனுப்பினேன். நானும் அப்படியே நினைத்துத்தான் சரிபடுத்திக் கொண்டேன்"

காமராஜரின், காங்கிரசின் தோல்வியை தன் தோல்வியாகக் கருதிய பெரியாரின் மனம் இப்படியிருக்க, இமாலய வெற்றியைப் பெற்ற திராவிடமுடன் முன்னேற்றக்கழகம் அண்ணா தலைமையில் ஆட்சியைப் பிடித்தது. இந்தத் தேர்தலில் அண்ணா பாராளுமன்றத்திற்காகத் தென் சென்னைத் தொகுதியில் நின்று வெற்றி பெற்றார். சட்டமன்றத் தேர்தலில் போட்டியிடாவிட்டாலும் சட்டசபை தி.மு.க. தலைவராக தேர்வு செய்யப்பட்டார். இந்நிலையில் எவரும் எதிர்பாராத ஒரு நிகழ்வு நடந்தது. தாம் கண்ட தலைவரும் கொண்ட தலைவரும் அவர் ஒருவரே என்று எந்தப் பெரியாரைப் பற்றி அண்ணா கூறினாரோ அந்தப் பெரியாரை விட்டு விலக நேரிட்டதோடு, அவரால் 18 ஆண்டு காலம் ஏச்சுக்கும், பேச்சுக்கும் ஆளானாரோ அந்தப் பெரியாரை காண வேண்டும். அவரிடம் வாழ்த்துப் பெற வேண்டும் என்ற தனது

எண்ணத்தை கழக முன்னணியினருக்குத் தெரிவித்தார்.

அவரது எண்ணத்தை அறிந்த அவர்கள் ஆச்சரியம் அடைந்தனர். பெரியாரைச் சந்தித்தே ஆக வேண்டும் என்ற அண்ணாவின் உறுதி 2.3.1967 அன்று நிகழ்ந்தது. திருச்சியில் இருந்த பெரியாரைச் சந்திக்க நாவலர் நெடுஞ்செழியன், கலைஞர் கருணாநிதி, அன்பில் தர்மலிங்கம் ஆகியோருடன் காரில் புறப்பட்ட அண்ணா, தன் குழுவினருடன் சென்று பெரியார் தங்கியிருந்த இல்லம் சென்றார். அனைவரையும் இன்முகத் துடன் வரவேற்ற அன்னை மணியம்மையார், தந்தை பெரியாரிடம் விபரம் கூற, உணர்ச்சி வசப்பட்டவராக இருந்த பெரியாரிடம் சென்ற அண்ணா, "அய்யா நலமாக இருக்கின்றீர்களா? என்று கேட்க தடுமாற்றத் துடன் சுகமா இருக்கிறேன். நீங்கள் எல்லாரும் நலமா? ரொம்ப சந்தோஷம்'' என்றார். உணர்ச்சிப் பெருக்கில் இருவர் கண்களிலும் கண்ணீர்.

6.3.1967 அன்று தான் முதலமைச்சராகப் பதவியேற்க இருப்பதைச் சொன்ன அண்ணா தங்கள் ஆசிபெற்றுச் செல்லவே வந்தோம் என்றார். சிற்றுண்டிக்குப் பின் விடைபெற்ற அண்ணாவிடம், என்னைக் கூச்சப்பட வைத்து விட்டீர்கள் என்றார் பெரியார். அச்சமயம் அவர்களின் மனதில் என்னென்ன ஓடின என்பது அவர்களுக்கே வெளிச்சம். உணர்ச்சிப் பெருக்கில் மௌனமாகிப் போன பெரியாரிடம் 'நாங்கள் எப்படி நடந்து கொள்ள வேண்டும் என்பதை நீங்கள் தான் சொல்லித் தர வேண்டும்' என்றார் அண்ணா.

நம்மால் உருவாக்கப்பட்டவர்கள் என்றாலும் நம்மைக் குறை கூறிப் பிரிந்து சென்றவர்கள், நம்மிடம் அன்றாடம் ஏச்சையும் பேச்சையும் வாங்கிக் கட்டிக் கொண்டவர்கள், கொஞ்ச நஞ்சமல்ல பதினெட்டு ஆண்டு காலம் இத்தகைய நிலையில் வளர்ந்தவ்கள் என்றாலும் அடிப்படைக் கொள்கைகளில் மாற்றம் ஏதும் கொள்ளாமல் நிலை நிறுத்தியதோடு, தம்மிடம் ஆசிவாங்க ஓடோடி வந்த அண்ணாவையும் அவர்களின் தம்பி மகனையும் எண்ணி பெருமிதம் கொண்டார் பெரியார்.

6.3.1967 அன்று தன்னோடு நாவலர் நெடுஞ்செழியன், கலைஞர் கருணாநிதி, மதியழகன், கோவிந்தசாமி, சத்தியவாணிமுத்து, மாதவன், சாதிக்பாட்ஷா, மற்றும் முத்துசாமி ஆகியோரை அமைச்சர்களாக இணைத்துக் கொண்டு முதலமைச்சராகப் பதவியேற்ற அண்ணா 'இந்த

அமைச்சரவை தந்தை பெரியாருக்கு காணிக்கை' என்றார். அண்ணா திரும்பி வந்து பெரியாரைச் சந்தித்ததும் பெரியார் அவர்களை அரவணைத்தும் திராவிட கழகத்தார் சிலருக்கு பிடிக்கவில்லை. அதனை வெளிப்படையாகவே தெரிவிக்கத் தொடங்கினர்.

ஆனால் அந்தக் கருத்துக்களை பெரியார் ஏற்கவில்லை. தம் வாழ்வில் இன நலன் ஒன்றையே குறிக்கோளாகக் கொண்டவர், அதற்காக எதையும் விலை கொடுக்கத் தயாரானவர் என்ற காரணத்தால் தன் தொண்டர்களின் எண்ணங்களுக்கு தெளிவான தனது பதிலை 9.3.1967 விடுதலையில் விரிவாகக் கூறினார். "தேர்தல் முடிவுக்கு பின்னிட்டு நான் தெரிவித்த எனது கருத்தாகிய அறிக்கையைப் பற்றி எனது தோழர்களிடையிலும் காங்கிரஸ்காரர்களிடையிலும் பொது மக்களிடையிலும் ஒரு தவறான எண்ணம் ஏற்பட்டிருப்பதாகத் தெரிகிறது."

சிலரை நேரில் பார்த்த அளவிலும், சிலரால் எனக்கு எழுதப்பட்ட கடிதங்களைப் பார்த்த அளவிலும் எதிர்கட்சித் தலைவர்கள் என்னைக் கண்டு பேசிய பிறகு எனது கருத்து மாறி விட்டதாகவும், எனது எதிர்ப்பு உணர்ச்சியை நான் கைவிட்டு விட்டதாகவும் எதிரிகளுக்கு ஆதரவாகப் போவதாகவும், இதனால் எதிர்காலம் மிகவும் மோசமாய் போய்விடு மென்றும், நாம் ஆதரிக்க ஆரம்பித்துவிட்டால் எதிரிகள் தலை, கால் தெரியாமல் ஆடுவார்கள் என்றும் இதனால் சாதாரண மக்களும், நம் கழகத் தோழர்களும் பழிவாங்கப்படுவார்கள் என்றும் என்னை நம்பியவர்களை நான் காட்டிக் கொடுத்து விட்டதாக ஆகுமென்றும், முடிவாக நானும் எதிரிகளைக் கண்டு பயந்து போய் வளைந்து கொடுத்து விட்டேன் என்றும், பிளேட்டைத் திருப்பி போட்டு விட்டேன் என்றும் இந்த நிலைமையை யாருமே எதிர்பார்க்கவில்லையென்றும் தெரிவித் திருப்பதோடு, சிலர் கடுமையான பதங்களை பிரயோகப்படுத்தி கீழ்த் தரமான நிலையில் கையெழுத்தில்லாத கடிதங்கள் மூலம் தெரிவித்திருக் கிறார்கள்.

இவற்றைக் கண்டு நான் ஆச்சர்யப்படவில்லை. மனதில் இதைப்பற்றி எவ்வித கலக்கமும் கொள்ளவில்லை. ஏனென்றால் இப்படிப்பட்ட சமயத்தில் நான் எப்படி கொண்டு அதிலிருந்து தப்பித்துக் கொள்ள நாமாக அவர்களுக்கு தொல்லை கொடுப்பதா கூடுமானவரை தொல்லை கொடுக்க வேண்டிய அவசியம் நேரிடாமல் பார்த்துக் கொள்ளும் முயற்சி

யையாவது செய்து பார்த்து விடுவதா? நாம் தொல்லை கொடுப்பது என்று ஆரம்பித்து விட்டால் குதூகுலமாய் பின் விளைவுகளைப் பற்றிக் கூட எண்ணாமல் நமக்கு ஆதரவு கொடுக்க மக்கள் முன் வருவார்கள் என்பது எனக்குத் தெரியும். இதனால் பதவியிலிருப்பவர்கள் தொல்லைப்பட லாமே தவிர மாறுதலடைந்து விட முடியுமா? அவர்களைப் பாதுகாப்பதற் கென்று பார்ப்பனர், பத்திரிகைகாரர், பணக்காரர் முன் வருவார்கள்.

ஏனென்றால் அண்ணாதுரை தீர்க்கதரிசி அல்லவானாலும் கெட்டிக் காரர். எவ்வளவு சீக்கிரம் பார்ப்பனர்களை விட்டு வெளியேற முடியுமோ வெளியேறி நமது மந்திரியாகி ஆனாலும் ஆகக் கூடும். நமக்கே, அண்ணா துரை மந்திரி சபையை ஆதரித்து மறுபடியும் அவரே வந்தால் தேவலாம் என்று கருதும்படியான நிலைமை வந்தாலும் வரலாம். நாம் காமராஜரின் கையைப் பலப்படுத்த வேண்டும் என்கிற கொள்கையில் இருந்தோம் இருக்கிறோமே தவிர காங்கிரசின் அடிமை அல்லவே. அப்படி இருந்தால் பக்தவச்சலம் கண்டன நாள் கொண்டாடி இருப்போமா? இன்றுதான் ஆகட்டும். நாம் எந்த அளவில் இந்த மந்திரி சபையை ஆதரிப்பவர்களாக ஆகி விட்டோம்? கொஞ்ச நாளைக்கு எதிர்ப்பு காட்ட வேண்டாம் என்கின்ற நிலையில் தானே இருக்கிறோம்.

காங்கிரஸ்காரரை நினைத்துக் கொண்டு நாம் ஒன்றும் செய்ய வேண்டிய தில்லை. பக்தவச்சலமே ஆறு மாத வாய்தா கொடுத்திருக்கிறாரே நான் அப்படி வாய்தா கூட கொடுக்கவில்லையே! சமயம் எதிர் பாருங்கள் என்பததைத்தான் சொல்கிறேன்? இதனால் நான் பயந்து விட்டேன் என்று சொல்லப்படுவதனால் எனக்கு உள்ள மரியாதை எவ்வளவு? தோழர்களே மனதை விட்டுவிடாமல் உறுதியான மனத்தைக் கொண்டு எதையும் சிந்தியுங்கள். பெரியாரின் விரிவான விளக்கமான இந்த அறிக்கையால் திராவிட கழகத் தொண்டர்களும் நடுநிலை வகிப்போரும் அமைதி கொண்டனர். பதவியேற்ற அண்ணா தனது அமைச்சரவையை பார்ப்பனர் எவரும் இல்லாதவாறு அமைத்தார்.

பதவியேற்றபின் போது உறுதிமொழி எடுத்துக் கொண்ட அமைச்சர்கள் வரலாற்றில் முதன் முறையாக, 'கடவுள் சாட்சி'யாக என்ற வார்த்தையைப் பயன்படுத்தாமல் 'உளமார' எனச் சொல்லி பதவியேற்றது போன்ற நடவடிக்கைகள் பெரியாரை மிகவும் மகிழ்ச்சியடையச் செய்தன. திராவிட முன்னேற்றக் கழகத்தோடு கூட்டணி வைத்து

தேர்தலில் வென்ற ராஜாஜி எப்படியும் அண்ணாவின் அமைச்சரவையில் இடம் பெற வேண்டும் என்று எண்ணியது ஈடேறவில்லை என்ற காரணத் தால் சபாநாயகர் தேர்தலில் தி.மு.க.வை எதிர்த்துப் போட்டி யிட்டு தோல்வி அடைய நேரிட்டது.

அதன்பின் ஊடகங்கள் கேட்ட கேள்விகளுக்கு பதில் அளித்த ராஜாஜி 'தேன் நிலவு முடிந்து விட்டது' என்றார். பார்ப்பனீய எதிர்ப்புக் கொள்கையை அண்ணா கைவிடவில்லை என்ற நிலையில் பெரிதும் ஆனந்தமடைந்தார் பெரியார். எதிர்பாராத வகையில் திராவிட முன்னேற்றக் கழகம் வெற்றி பெற்றதையும், தம் இனத் தலைவராம் ராஜாஜியின் துணையோடு வெற்றி பெற்ற பின்னர், அவர் விரும்பியவாறு அவரை அமைச்சரவையில் சேர்த்துக் கொள்ளாமல் புறக்கணித்ததையும், அனைத்திற்கும் மேலாக எவரும் எதிர்பாராத திருப்பமாக தந்தை பெரியாரைச் சந்தித்த அண்ணா, ஆட்சியே அவருக்கு காணிக்கை என்று கூறியதும் பார்ப்பனப் பத்திரிகைகளுக்கு மிகுந்த எரிச்சலையூட்டின.

'கண்ட்ரோல் என்பதே எனக்குப் பிடிக்காது' என்று ராஜகோபாலச் சாரியார் சொல்வது போலவும் 'அதனால்தான் என் மீதுள்ள உங்கள் கண்ட்ரோலை நான் மெல்ல மெல்ல விலக்குகிறேன்' என்று அண்ணா கூறுவது போலவும் கேலிச் சித்திரம் வெளியிட்டது ஆனந்த விகடன். பெரிய சிம்மாசனத்தில் பெரியார் அமர்ந்திருப்பது போலவும் அண்ணாவும் அமைச்சர் பெருமக்களும் எதிரே மரியாதையோடு நிற்பதை ஆச்சார்யார் ஒளிந்திருந்து பார்ப்பது போலவும் 'யாமிருக்க பயமேன்' என்ற தலைப்பில் சுதேசமித்திரம் படம் வெளியிட்டது.

அண்ணா ஆட்சிப் பொறுப்பை ஏற்றது முதல் பெரியார் 'விடுதலை' இதழில் ஆட்சியாளர்களுக்கான பல அறிவுரைகளைத் தொடர்ந்து எழுதி வந்தார். மக்களின் உணவுப் பிரச்சனை சமாளிப்பது, அதிலும் ஆங்கில வழிக்கல்வியின் முக்கியம் ஆகியன பற்றி எழுதினார். 16.4.1967 அன்று சென்னை கோட்டையில் தமிழ்நாடு அரசு தலைமைச் செயலகம் என்ற மின் பெயர்ப்பலகையை முதலமைச்சர் அண்ணா திறந்து வைத்தார். அரசுக் கோப்புகளிலும் நடைமுறைகளிலும் மரியாதை நிமித்தமாகக் கூறப்பட்டு வந்த ஶ்ரீ, ஶ்ரீமதி, குமாரி போன்ற வடசொற்களுக்கு மாற்றாக திரு, திருமதி, செல்வி என்ற சொற்கள் பயன்படுத்தப்படும் என்ற அரசாணை 26.4.1967 அன்று வெளியிடப்பட்டது. இந்த நிகழ்வுகளில்

மகிழ்ந்தார் பெரியார்.

சமதர்மத் திட்டத்தின் பெரும் நம்பிக்கை கொண்டிருந்த பெரியார் மகிழும் வகையில் 19.4.1967 அன்று தனியார் மின் நிறுவனங்கள் அனைத்தும் அரசுடைமையாக்கப்படும் என்ற அறிவிப்பை முதலமைச்சர் அண்ணா வெளியிட்டார். 28.4.1967 அன்று பெரம்பலூர் மாவட்டம் ஒகனூர் என்ற ஊரில் அரசுப் பள்ளியில் புதிய கட்டடத் திறப்பு விழா அமைச்சர் ஏ.கோவிந்தசாமி தலைமையில் நடந்தது. அதில் கலந்து கொண்ட பெரியார், முதல்வர் அண்ணாவின் படத்தைத் திறந்து வைத்து உரையாற்றினார். அண்ணாவின் ஆட்சியை அப்போது பாராட்டி வந்த பெரியார் சில விசயங்களை கண்டிக்கவும் தயங்கவில்லை. ரூபாய்க்கு ஒருபடி அரிசித் திட்டத்தை தவறு என்றார். 'இதனால் மிக்க நட்டம் ஏற்படும். இந்த அரிசி விலை குறைப்போ நியுசன்ஸ். அனாவசியத் தொல்லை' என்றார்.

•

இந்திய சுதந்திரத்திற்குப் பின்னர் காங்கிரஸ் எனும் பிரம்மாண்ட கட்டமைப்பை 15 ஆண்டுகளில் தி.மு.க முறியடித்த பின்னணி, அரசியல் சூழல், கையிலெடுத்த பிரச்சனைகள், அண்ணாவே தோற்ற வரலாறு ஆகியவற்றை உள்ளடக்கிய மூன்று சட்டப் பேரவை தேர்தல் குறித்த வரலாறு மிகவும் சுவாரஸ்ய மிக்கவையாகும்.

1952ல் முதல் சட்டப் பேரவைத் தேர்தல். திராவிட நாடு என்று சொல்லும் நான்கு மாநில மொழி பேசும் மக்களும் வாக்களித்த முதல் தேர்தலாக இது அமைந்தது. இந்தத் தேர்தலில் பலமான இந்திய தேசிய காங்கிரஸும், ஆந்திரா, தமிழக, கேரளப் பகுதிகளில் பலம் வாய்ந்த கம்யூனிஸ்ட்டுகளும், கேரளப் பகுதிகளில் பலம் வாய்ந்த முஸ்லீம் லீக் கட்சியும் முக்கிய கட்சிகளாக களத்தில் நின்றன.

1949ல் தொடங்கப்பட்டு மூன்றே வயதான தி.மு.க. இத்தேர்தலில் போட்டியிடவில்லை. இந்த தேர்தலில் மொத்தமுள்ள 375 தொகுதிகளில் காங்கிரஸ் கட்சி 152 இடத்திலும், இந்திய கம்யூனிஸ்ட் கட்சி 62 இடங்களிலும், மற்ற சிறு சிறு கட்சிகள் மாத்தமாக 161 இடங்களிலும் வென்றன. ராஜாஜி முதல்வர் ஆனார். கோஷ்டி பூசலால் 1954ல் காமராஜ் முதல்வரானார். ஒன்றுபட்ட மாகாணத்தில் தேர்தல் நடந்ததும்

ஒன்றுபட்ட இந்திய கம்யூனிஸ்ட் கட்சி எதிர்கட்சியாக இருந்ததும் இத்தேர்தலின் சிறப்பு.

அடுத்த 2வது தேர்தல் வருமுன் சென்னை மாகாணத்தில் பல மாற்றங்கள் நிகழ்ந்தன. மொழிவாரி மாகாணங்கள் பிரிக்கப்படும் பணி 1953லிருந்து ஆரம்பித்து 1956 ஆம் ஆண்டு நவம்பர் முதல் நாளிலிருந்து மாநிலங்கள் சீரமைப்புச் சட்டம் நடைமுறைக்கு வந்தது. ஆந்திரா, மைசூர், கேரளாவிற்கான பகுதிகள் அம்மாநிலத்துடன் இணைக்கப்பட்ட பின் சென்னை மாநில சட்டப்பேரவை உறுப்பினர்களின் எண்ணிக்கை 190 ஆக குறைந்தது. பின்னர் கன்னியாகுமரி மாவட்டம், நெல்லையில் செங்கோட்டை வட்டமும் சென்னை மாநிலத்துடன் இணைந்ததால் எண்ணிக்கை 205 ஆக உயர்ந்தது.

இந்த முறை 1957 ஆம் ஆண்டு இரண்டாவது சட்டப்பேரவை தேர்தல் நெருங்கியது. இம்முறை தி.மு.க. தேர்தலில் போட்டியிடலாமா என 1956 ஆம் ஆண்டு மாநாட்டில் பொது மக்கள் கருத்தைக் கேட்டார் அண்ணா. அதன் அடிப்படையில் தேர்தலில் தி. மு. க. போட்டியிடலாம் என முடிவெடுத்தார். இம்முறை மும்முனைப் போட்டி. காமராஜர் ஆட்சியில் இரண்டாவது முறை தேர்தலைச் சந்தித்தது காங்கிரஸ். பெரியாரின் ஆதரவு வேறு. இந்தத் தேர்தலில் வலுவான இந்தியக் கம்யூனிஸ்ட் கட்சி யின் மார்க்சிய சித்தாந்தம் தி.மு.க.வின் தமிழ் தேசிய வாதம், வடக்கு வாழ்கிறது, தெற்கு தேய்கிறது என்கிற வாதத்தின் முன் தி.மு.க.வே பிரதான எதிர்க்கட்சியாக காங்கிரஸ் முன் நின்றது.

அண்ணா காஞ்சியிலும், தன்னுடைய 33 வது வயதில் தி.மு.க. தலைவர் கருணாநிதி குளித்தலை தொகுதியிலும் முதன் முதலில் போட்டியிட்டதும் இந்தத் தேர்தலில்தான். திருக்கோஷ்டியூரில் கவிஞர் கண்ணாதாசன் சேலத்தில் நாவலர் நெடுஞ்செழியன், தேனியில் நடிகர் எஸ்.எஸ்.ஆர், எழும்பூரில் அன்பழகன், அன்பில் தர்மலிங்கம் ஆகியோரும் போட்டி யிட்டனர். தேர்தல் முடிவில் காங்கிரஸ் பெருவெற்றி பெற்றது. காமராஜர் மீண்டும் முதல்வர் ஆனார். முதன் முதலில் தேர்தலில் 112 இடங்கள் போட்டியிட்ட தி.மு.க. 15 இடங்களில் வெற்றி பெற்றது. அண்ணா, கருணாநிதி, அன்பழகன், ஆசைத்தம்பி, சத்திய வாணிமுத்து, ப.உ. சண்முகம் போன்றோர் வெற்றி பெற்றனர்.

என்.எஸ். கிருஷ்ணன் போன்றோர் பிரச்சாரம் செய்தும் இந்தத் தேர்தலில் திமுகவின் முக்கியத் தலைவர்களான நாவலர் நெடுஞ் செழியன், கண்ணதாசன், அன்பில் தர்மலிங்கர் என்.எஸ்.ஆர் ஆகியோர் உள்ளிட்ட நூற்றுக்கணக்கானோர் தோல்வி அடைந்தனர். புதிய கட்சி யான தி.மு.க.வுக்கு பொதுச்சின்னம் கிடைக்காதது இதற்கான காரணமாக இருந்தார். 1957 ஆம் ஆண்டுக்கும் 1962 ஆம் ஆண்டுக்கும் இடையே தமிழக அரசியலில் எத்தனை மாற்றங்கள், திரையுலகின் முடிசூடா மன்னன் பின்னர் அ.தி.மு.க.வை ஆரம்பித்த எம்.ஜி.ஆர். கருணாநிதியுடன் ஏற்பட்ட நட்பு வலுப்பெற தி.மு.க.வில் இணைந்தார்.

ஆனால் 1962 ஆம் ஆண்டு பொதுத் தேர்தலுக்கு இடையில் பெரியாரின் அண்ணன் மகன் தி.மு.க.வில் அண்ணாவுக்கு இணையாக விளங்கிய ஈ.வி.கே.சம்பத் 1961 ஏப்ரலில் வெளியேறினார். அவருடன் கண்ண தாசனும் வெளியேறினார். அவர்கள் தம் தேசியக் கட்சியைத் தொடங்கினர். இந்தத் தேர்தலில் வலுவான காங்கிரசை எதிர்த்து திமுக போட்டியிட்டது. இந்த காலகட்டத்தில் இலங்கை தமிழர் பிரச்சினையை தி. மு. க. கையிலெடுத்திருந்தது. தமிழருக்கான தனிநாடு, திராவிட நாடு கோரிக்கைகளும், சென்னை மாநிலத்துக்கு தமிழ்நாடு எனப் பெயரிட வேண்டும் போன்ற மொழி சார்ந்த பிரச்சனைகளும் தி.மு.க.வில் கையிலெடுக்கப்பட்டன.

இந்திய கம்யூனிஸ்ட் கட்சியில் இந்தியா முழுவதும் பெரிய அளவில் உள்கட்சி போராட்டம் வெடித்திருந்த நேரம். இந்தியாவுக்கு ஏற்ற பாதை தேசிய ஜனநாயகப் புரட்சியா? மக்கள் ஜனநாயக புரட்சியா? என்கிற போராட்டம் உட்கட்சி போராட்டமாக வலுவாக இருந்த நேரம்.

விவசாயிகளின் பிரச்சனை, தாழ்த்தப்பட்ட மக்களுக்கான உரிமைப் போராட்டம், நிலப்பிரபுத்துவ எதிர்ப்பு போர், நிலச்சீர்திருத்தம், போன்ற வற்றை தி.மு.க.வும் கையிலெடுத்தால் கம்யூனிஸ்டுகள் இடத்தை தி.மு.க. வின் திராவிட கொள்கைகள் எளிதாகப் பின்னுக்கு தள்ளின. இந்தக் காலகட்டத்தில் எம்.ஜி.ஆர், கே.ஆர்.ராமசாமி போன்றோரின் திரையுலக கவர்ச்சியும் பேச்சாற்றல், எழுத்தாற்றல் மிக்க தலைவர்களும் மக்களை எளிதாக அணுகினர். இதன் காரணமாக காங்கிரஸின் பலமான கோட்டையில் தி.மு.க. பெரிய தாக்குதலைக் கொடுத்தது. 1957 தேர்தலுக்குப் பின் தி.மு.க. பெரும் அளவில் வளர்ந்திருந்தது. இதற்

கிடையே மூன்றாவது தேர்தலில் 15 என்கிற எண்ணிக்கையை 50 ஆக தி.மு.க. உயர்த்தியது. காங்கிரஸ் 12 இடங்களை இழந்தது. ஆனாலும் ஆட்சியை தக்க வைத்துக் கொண்டது.

அண்ணாவை குறிவைத்து நடத்திய தேர்தலில் அவர் தோற்றுப் போனார். ஆனால் நெடுஞ்செழியின், எஸ்.எஸ்.ஆர் போன்றோர் வென்றனர். அண்ணா இடத்தில் சட்டப் பேரவைத் தலைவராக நெடுஞ் செழியனும், துணைத்தலைவராக கருணாநிதியும் பொறுப்பேற்றனர். அண்ணா பின்னர் மாநிலங்களவை உறுப்பினர் ஆனார். இந்தத் தேர்தலில் எம்.ஜி. பிரச்சாரம் பெரும் துணையாக தி.மு.க.வுக்கு அமைந்தது. இம்முறை கருணாநிதி தஞ்சாவூரில் காங்கிரஸ் கட்சியின் வேட்பாளர் மிகப்பெரும் பஸ் முதலாளியை எதிர்த்துப் போட்டியிட்டார்.

வெல்லவே முடியாது என்று தமிழகமே எதிர்பார்த்த நிலையில் தனது நண்பர் கருணாநிதிக்காக அங்கேயே பல நாள் பிரச்சாரம் செய்த எம்.ஜி.ஆரின் பிரச்சாரமும் பெரும் வெற்றி பெற உதவியது. 1962 வெற்றிக்கும் 4வது பொதுத் தேர்தலான 1967ம் ஆண்டுக்குமிடையே எத்தனை மாற்றங்கள். 1962ல் சீனப் போரில் இந்தியா தோல்வி, திராவிட நாடு கொள்கையை தி.மு.க. கைவிட்ட சம்பவம், 1964ல் பிரதமர் நேரு வின் திடீர் மரணம் அதனைத் தொடர்ந்து பிரதமரான லால்பகதூர் சாஸ்திரியின் மரணம், இந்திரா காந்தி பிரதமரானது எனப் பல சம்பவங்கள்.

1962 ஆம் ஆண்டு அகில இந்திய அளவில் இந்திய கம்யூனிஸ்ட் கட்சி இரண்டாக உடைந்தது. மார்க்கிஸ்ட் கம்யூனிஸ்ட் கட்சி உதயமானது. இந்தக் காலகட்டத்தின் தான் தி.மு.க.வால் மொழிப் போர் கையி லெடுக்கப்பட்டது. இந்தித் திணிப்புக்கு எதிராக மொழிப் பிரச்சினையைத் தி.மு.க. கையிலெடுத்தது. மிகப் பெரிய அளவில் இளைஞர்கள் இக்கால கட்டத்தில் தி.மு.க.வின் பின்னால் வந்தனர். காமராஜர் முதல்வர் பதவியை விட்டு விலகி பக்தவச்சலத்தை முதல்வராக்கினார். மொழிப் பிரச்சனையுடன் உணவுப் பஞ்சம் உள்ளிட்டவை சேர எலிக்கறி சாப்பிடச் சொன்னதாக காங்கிரஸுக்கு எதிரான தி.மு.க.வின் போராட்டம் வெடித்தது. அண்ணாவின் படி அரிசித் திட்டம் பெரிதாக எடுபட்டது.

இதற்குள் 1965 ஆம் ஆண்டின் தொகுதி சீரமைப்பு நடவடிக்கைகளின் விளைவாக சென்னை சட்டப் பேரவையின் உறுப்பினர் எண்ணிக்கையும் 234 ஆக உயர்த்தப்பட்டது இவற்றில் 44 இடங்கள் தனித்தொகுதியாக அறிவிக்கப்பட்டன. 1967 ஆம் ஆண்டு பிப்ரவரி மாதம் சென்னை மாநிலத்தின் நான்காவது சட்டப் பேரவைத் தேர்தல் நடந்தது. அந்த நேரத்தில் தி.மு.க.வின் பிரச்சார பீரங்கி எம்.ஜி.ஆர். சுடப்பட்டார். இதுவும் தி.மு.க.வுக்கு மிகப் பெரிய வாய்ப்பாக அமைந்தது. 1967 ஆம் ஆண்டு 4வது பொதுத் தேர்தலில் தி.மு.க. தலைமையில் ராஜாஜியின் சுதந்திரக் கட்சி, மார்க்சிஸ்ட் கம்யூனிஸ்ட் கட்சி, முஸ்லீம் லீக் உள்ளிட்டவை இணைந்து போட்டியிட்டன. காங்கிரஸ் கட்சி தனித்து போட்டியிட்டது. தி.மு.க. கூட்டணி பெரிய அளவில் வெற்றி பெற்றது. 179 இடங்களில் வென்ற கூட்டணியில் தி.மு.க. மட்டுமே 137 இடங்களில் வென்றது.

காங்கிரஸ் கட்சி 232 இடங்களில் போட்டியிட்டு 51 இடங்களை மட்டுமே பெற்று 88 இடங்களை இழந்தது. அண்ணா முதல்வர் ஆனார். ஆனால் அந்தத் தேர்தலில் அண்ணா சட்டசபைக்கு போட்டியிடவில்லை மக்களவைக்கு போட்டியிட்டு தென்சென்னை எம்.பி. ஆனார். அதற்குப் பிறகு எம்.பி பதவியை ராஜினாமா செய்து சட்ட மேலவைக்குள் நுழைந்ததன் மூலம் முதல்வர் ஆனார்.

●

பெரியாரின் கொள்கையால் ஈர்க்கப்பட்டு அண்ணாதுரை நீதிக்கட்சியில் சேர்ந்தார். பின்னர் பெரியாருடன் திராவிடக் கழகத்தில் இணைந்து மூட நம்பிக்கைகளுக்கு எதிரான பகுத்தறிவுக் கருத்துக்களையும், சமூக சீர்திருத்தக் கருத்துக்களையும் பரப்புவதில் முன்னின்று ஈடுபட்டார். பெரியாரின் தனித் திராவிட நாடுக்கொள்கையின் காரணமாகவும், தன்னை விட வயதில் இளையவரான மணியம்மையாரை பெரியார் மணம் செய்து கொண்டமையால் கருத்து வேறுபாடு கொண்டு, திராவிடக் கழகத்தின் முக்கிய உறுப்பினர்களுடன் 1949ல் பெரியாரை விட்டு விலகி திராவிட முன்னேற்றக் கழகம் (தி.மு.க) என்ற புதிய இயக்கமொன்றை நிறுவினார்.

தனிக்கட்சி துவங்கினாலும் தன் கட்சி கொள்கைள் தாய்க்கட்சியான திராவிடக் கட்சியை ஒத்தே செயல்பட்டது. இந்தியாவின் தேசிய

அரசியலில் பங்கு கொள்ளும் விதமாக இந்தியக் குடியரசு ஆனதிற்குப் பிறகு இந்திய சீனப் போருக்குப் பின் 1963ல் தனது தனித்திராவிட நாடு கொள்கையை கைவிட்டார். ஆளும் காங்கிரசுக் கட்சிக் எதிராக பல்வேறு போராட்டங்களில் பல்வேறு காலகட்டங்களில் ஈடுபட்டு அவ்வாட்சியை எதிர்க்கலானார். இறுதியில் 1965ல் இந்தி எதிர்ப்பு போராட்டங்களில் மிகத் தீவிரமாக ஈடுபடலானார். இந்தி எதிர்ப்பு போராட்டங்களில் தன்னை முழுமையாக ஈடுபடுத்திக் கொண்டதன் விளைவாக மக்களாதரவை அவரும் அவரது கட்சியான திராவிட முன்னேற்ற கழகமும் அபரிமித மாகப் பெற்றன. அண்ணாதுரை இந்துக் குடும்பத்தில் பிரிந்தவாராயிருந் தாலும் அவரின் கோட்பாடு சமயம் சாராதவராகவே வெளிப்படுத்தப் பட்டது.

அவர் ‘ஒன்றே குலம், ஒருவனே தேவன்’ என்ற கோட்பாட்டை வெளிப்படுத்தினார். கடவுள் ஒன்று. மனித நேயமும் ஒன்றுதான் என்பது அவர் கட்சியின் கொள்கை பரப்பாகவும் அவரின் தொண்டர்களாக கருதப்படும் அவரின் தம்பிகளின் கட்சி வாசமாகவும் பின்பற்றப்பட்டது. அவர் ஒரு நேர்காணலில் ‘நான் எப்போதுமே கடவுளிடம் உண்மையான நம்பிக்கையுடன் வாதாடுபவன்’ என்றார். அண்ணாதுரை மூடநம்பிக்கை மற்றும் சமயச் சுரண்டல்களையும் பலமாகச் சாடினார். ஆனால் என்றுமே அவற்றின் சமூக தத்துவார்த்தங்களில் தலையிட்டதோ எதிர்த்ததோ இல்லை.

அறிஞர் அண்ணா அவரது கட்சியின் முக்கிய கொள்கை முழக்க மாகவும், அவரது கட்சியின் பண்பாடாகவும், கடமை, கண்ணியம், கட்டுப்பாடு ஆகிய மூன்று வார்த்தைகளை முன்மொழிந்தார். பொது வாழ்வில் ஒவ்வொருவரும் கடைப்பிடிக்க வேண்டிய அடிப்படையான பண்பாடு களாக இவை கருதப்பட்டன. பெரியார் - அண்ணா இடையே அவ்வப் போது கருத்து வேறுபாடுகள் இருந்தாலும் பெரியாரின் பொருந்தா திருமணம் தான் தி.மு.க உருவாக காரணம். அதுவே அட்சாரமாக அமைந்தது. இந்தத் திருமணம் எங்களை இழிவுபடுத்துகிறது. எங்கள் கொள்கையை பழிக்கிறது. இயக்கத்திற்கு துடைக்க முடியாத பழியைத் தருகிறது என கடுமையாக விமர்சித்த அண்ணா வெட்கப்படுகிறோம் அயலாரைக் காண, வேதனைப்படுகிறோம் தனிமையில் எனும் தலைப்பில் நீண்ட நெடிய கடிதம் எழுதினார்.

மணியம்மையை பொறுத்தவரை பெரியாரின் கருத்து என்னவோ அதுதான் அவர் கருத்தும். பெரியார் - மணியம்மை எனும் திருமண ஏற்பாடு ஓர் இயக்க பாதுகாப்பு ஏற்பாடு தான் என விடுதலை நாளேட்டிலும், குடியரசு வார இதழிலும் கட்டுரைகள் வெளியானது. திருமணம் என்பது சட்டப்படியான பெயரே ஒழிய காரியப்படி மணியம்மை தனக்கு வாரிசு என அறிவித்தார் பெரியார்.

'எனக்கு அரசியல் வாரிசு யாரும் கிடையாது. எனது கொள்கைக்கும் கருத்துக்களுக்கும் தான் வாரிசு. வாரிசு என்பது தானாக ஏற்பட வேண்டும்' என்பது பெரியாரின் வார்த்தைகள். இதனை மெய்ப்பிக்கும் வகையில் பின்னாளில் பெரியார் - மணியம்மை திருமணம் நடைபெற்றது. 1933 ஆம் ஆண்டு பெரியாரின் மனைவி நாகம்மையார் மறைந்த துயரம் மனதில் இருந்த போதும், பொது வாழ்க்கைக்கு இனி குடும்ப பந்தம் இடையூறாக இருக்காது எனக் கூறி புறப்பட்டவர் தந்தை பெரியார். ஆனால் அவரை திருமணம் செய்து கொள்ள வலியுறுத்தி அவரது உறவினர்கள் எவ்வளவோ வற்புறுத்தியும் மறுமணத்திற்கு சம்மதிக்க வில்லை பெரியார். இந்த நிலையில் தான் நாகம்மையாரின் மறைவுக்குப் பிறகு 1943 ஆம் ஆண்டு பெரியாரின் இயக்கத்தில் இணைந்தார் மணியம்மை.

தந்தை பெரியாருக்கு செவிலித் தாயாக, இயக்க புத்தக மூட்டைகளை சுமந்த விற்பனையாளராக, பெரியாரின் செயலாளராக, நற்பணியாள ராக, இப்படி இயக்கத்துக்கும் பெரியாருக்கும் தன் வாழ்வின் அத்தனை இன்னல்களையும் கடந்து, வாழ்க்கையை நடத்திக் கொண்டிருந்தார். தனக்குப் பிறகு கழகத்தின் சொத்துக்களுக்கு ஒரு வாரிசு வேண்டும் என்கிற எண்ணம் பெரியாரை வாட்டி வதைத்தது. அப்படி மணியம்மையை வாரிசு ஆக்கவே 1945ல் அவரைத் திருமணம் செய்து கொள்ளும் முடிவுக்கு வந்தார் பெரியார். எதிர்ப்பு, ஏளனம், கிண்டல் கேலி வசவுகள், பழிதூற்றல் இயக்கப் பிளவு அனைத்தையும் தாண்டி சட்டப்படி பெரியாரின் திருமணம் நடந்து முடிந்தது.

பல்வேறு விசயங்களில் அண்ணாவுக்கும் பெரியாருக்கும் கருத்து வேறுபாடுகள் இருந்தது உண்மைதான். திராவிட விடுதலைக்காக போராட அமைக்கப்பட்ட திராவிட விடுதலைப் படையாக மாற்றினார் பெரியார். இதில் உடன்பாடு இல்லாத போதும் அதனை ஆதரித்தே பேசி

வந்தார் அண்ணா. ஆனால் கருஞ்சட்டைப் படையினர் மட்டுமல்ல அனைவரும் கருப்புச்சட்டை அணிய வேண்டும் என்று பெரியார் கூறிய போது எதிர்த்தார் அண்ணா. தமிழர்களின் உடை வெள்ளை வேட்டி வெள்ளை சட்டை எனும் போது இது மக்களிடமிருந்து கழகத்தை விலகச் செய்து விடும் என்றார்.

கம்பராமாயணத்தை எரிக்க வேண்டும் என்று பேசி வந்த அண்ணா பின்னாளில் கம்பருக்கு சிலை வைக்க முனைந்தார். பெரியார் தீவிரமாக பகுத்தறிவு பேசி வந்த நிலையில் 1949 ஆம் ஆண்டு அவரை விட்டு பிரிவதற்கு முன்பே வேலைக்காரி நாடகத்தில் 'ஒன்றே குலம் ஒருவனே தேவன்' என அண்ணா பிரகடனம் செய்தார். அண்ணாவுக்கும் பெரியாருக்கும் இடையே நாடகம் மற்றும் சினிமா தொடர்பாக கருத்து வேறுபாடுகள் எல்லாம் இருந்தது. மக்களை அதிகமாக சென்று சேர்வதற்கு நாடகம், சினிமா எளிய வழி என்று நினைத்தார் அண்ணா. பெரியாருக்கு அதில் நம்பிக்கை இல்லை. மக்களை அவை மழுங்கடிக்கும் என்றே அவர் கணித்தார்.

இந்நிலையில் தான் 1944 பிப்ரவரி மாதம் பிரபல நாடகக் குழுவான டி.கே. சண்முகம் குழுவினரின் முயற்சியால் 'தமிழ் மாகாண நாடகக் கலை அபிவிருத்தி மாநாடு' கூட்டப்பட்டது. அண்ணா சிறப்பு பேச்சாளராக கலந்து கொண்டார். ஆனால் பெரும்பாலும் பக்தி நாடகங்களையே நடத்தும் நாடகக் குழுக்களின் இந்த மாநாடு உள்நோக்கமுடையது என்பது பெரியார் கருத்து. மாநாட்டிற்கு முன்பாகவே அதனை எதிர்த்து குடியரசு பத்திரிகை செய்தி வெளியிட்டு வந்த நிலையில், மாநாடு முடிந்தபின் மாநாடு படுதோல்வி என்று எழுதியது. ஆனால் அண்ணாவின் திராவிட நாடு இதழில் மாநாடு வெற்றி என செய்தி வந்திருந்தது. பெரியாரும், அண்ணாவும் தலைவராகவும், பொதுச் செயலாராகவும் இருந்தபோதும் இருவேறு பத்திரிகைகள் நடத்தி வந்தனர்.

காரணம் அண்ணா பெரியாருடன் இணைந்த காலம் தொட்டே இருவருக்கும் இடையில் சின்னச் சின்ன கருத்து மோதல்கள் இருந்து வந்தது. கட்டுரைகளில் இருக்கும் கருத்து தொடர்பாக ஏற்படும் சண்டையால் அண்ணா பெரியாரிடம் கோபித்துக் கொண்டு காஞ்சிபுரம் சென்று விடுவார். பெரியார் கடிதம் எழுதி அழைத்த பிறகு வந்து சேர்ந்து கொள்வார் அண்ணா. இந்த கால கட்டங்களில் தான் 1942 ஆம் ஆண்டில்

தனியாக திராவிட நாடு பத்திரிகையைத் தொடங்கினார் அண்ணா. தனது கருத்துக்களை சொல்ல அவருக்கு தனிப் பத்திரிகை தேவைப்பட்டது.

இந்திய சுதந்திரம் இந்தியா பாகிஸ்தான் பிளவை மட்டுமல்ல அண்ணா - பெரியார் பிளவையும் ஏற்படுத்தியது. இருவரும் வெவ்வேறு கருத்துக்களை தங்களது ஏடுகளில் சொல்ல வந்தாலும் இந்த விவகாரத்தில் சர்ச்சை உச்சம் தொட்டது.

'1947 ஆகஸ்ட் 15 ஆம் தேதி சுதந்திரம் கிடைக்கவில்லை. வெள்ளைக் காரன் கையிலிருந்து கொள்ளைக்காரர்களான பிராமணர்கள் கையில் செல்கிறது' என்பது பெரியாரின் நிலைப்பாடு. ஆகையால் அதனை துக்க நாளாக அனுசரிக்க வேண்டும் என்று பெரியார் கூறினார். பொதுச் செயலாளர் அண்ணாவின் கருத்தைக் கேட்காமலேயே கழகத்தின் சார்பாக துக்கநாள் என அறிவித்தார். ஆனால் அண்ணாவோ இரண்டு எதிரிகளில் ஒருவர் ஒழிந்தார் என்பதால் அது இன்பநாள் என எழுதினார். காரணம் பிரிட்டிஷாருக்கு ஆதரவானவர்கள் என்கிற பழி விழுந்து விடக் கூடாதே என்பதற்காக அப்படி பதிவிட்டிருந்தார். இதற்காக கட்சியை விட்டு நீக்கினாலும் பரவாயில்லை என்று குறிப்பிட்டிருந்தார்.

1948ல் ஈரோடு மாநாட்டில் தனக்குப் பிறகு அண்ணா தான் தலைவர் என தெரிவித்து விட்டு பெட்டிச் சாவியை அண்ணாவிடம் கொடுக்கிறேன் என்று கூறிய பெரியார், தனக்குப் பிறகு அண்ணா தேர்தல் பாதையை தேர்ந்தெடுத்து சமரசத்திற்கு ஆட்பட்டு விடுவார் என்கிற எண்ணம் உறுதியாகவே அம்முடிவை கைவிட்டார் பெரியார். இதன் பிறகு தனது வாரிசாக ஈ.வி.கெ.சம்பத்தை நியமிக்க முயற்சித்து அவரைத் தத்து எடுப்பதற்கான அனைத்து ஏற்பாடுகளையும் செய்தார். ஆனால் சம்பத்தும் அண்ணாவின் சீடராக இருப்பதைக் கண்டு அதையும் பாதியிலேயே நிறுத்தி விட்டார்.

இது தவிர ஏற்கனவே அர்ஜுனன் என்பவரைத் தத்தெடுக்க திட்டமிட்டிருந்த நிலையில் அவர் 1946 ஆம் ஆண்டு உயிரிழந்து விட்டிருந்தார். இதனையடுத்து அவருக்கு மணியம்மையைத் தவிர வேறு நபர்கள் யாரும் நம்பிக்கைக்கு உரியவர்களாக தெரியவில்லை. ஆகையால் அவர் மணியம்மையைத் தேர்ந்தெடுத்தார். அண்ணா அதேபோல காரணம் காட்டி தனது ஆதரவாளர்களுடன் வெளியேறினார். தேர்தல் ஜனநாயகத்தின் மீது பெரியாருக்கு எப்போதும் நம்பிக்கை இல்லை. அவர்

தேர்தல் பிரச்சாரங்களில் ஈடுபட்டது கூட பெரும் ஆபத்தை தவிர்க்கும் நோக்கிலே அன்று மாற்றங்களைக் கொண்டு வரமுடியும் என்கிற எண்ணத்தில் அல்ல. ஆனால் அண்ணாவோ தேர்தல் ஜனநாயகம் வழியாக தான் படைக்க விரும்பும் பொன்னுலகத்தை அடைய முடியும் எனக் கருதினார்.

அண்ணா இதற்கான முயற்சியை பெரியாரின் சீடராக மாறுவதற்கு முன்பே ஈடுபட்டுள்ளார். அவருடைய அரசியல் வாழ்வே தேர்தலுடன் தொடங்கி இருக்கிறது என்று கூட சொல்ல முடியும். 1934 ஆம் ஆண்டிலே பெரியாரின் அறிமுகம் அண்ணாவிற்கு கிடைத்திருந்த போதிலும் 1935 ஆம் ஆண்டு தனது 26 வது வயதில் சென்னை நகர சபை தேர்தலுக்கு நீதிக்கட்சியின் சார்பாக போட்டியிட்டார் அண்ணா. அதில் அவரால் வெற்றி பெற முடியவில்லை. இதன் பிறகே 1937 ஆம் ஆண்டு சுய மரியாதை இயக்கத்திற்குள்ளும் பெரியார் நடத்தி வந்த குடியரசு பத்திரிகையும் தன்னைத் தீவிரமாக பிணைத்துக் கொண்டார். அதே சமயத்தில் பெரியாரோ தேர்தலில் போட்டியிட்டு வந்த நீதிக் கட்சியின் தலைவராகப் பொறுப்பேற்ற பிறகு, நீதிக்கட்சியையே தேர்தல் பாதையி லிருந்து வெளியேற்றுகிறார்.

அதனை திராவிடர் கழகமாக மாற்றுகிறார். இந்த மாற்றத்தை அவர் அண்ணா மூலம் கொண்டு வந்தது தான் வராற்று முரண். 1944 ஆம் ஆண்டு சேலம் மாநாட்டில் அண்ணா முன்மொழிந்த தீர்மானங்கள் அடிப்படையி லேயே நீதிக்கட்சி தேர்தல் பாதையை விடுத்து அரசியல் இயக்கமாக மாறியது. திராவிடர் கழகத்தார் தேர்தலில் பங்கெடுக்காமல் பலத்தை நிரூபிக்காமல் எப்படி திராவிட நாடு பெற முடியும் என்கிற மறைமுகமான கேள்வியை அண்ணா எழுப்பினார். ஈரோடு பெட்டிச்சாவி மாநாடு நிகழ்ந்து ஓராண்டுக்குள்ளாகவே தி.க உடைந்து தி.மு.க உருவானது. தி.க போல இயக்க அரசியலை மட்டுமே முன்னெடுத்தது என்று சொன்னது.

ஆனால் பெரியார் சொன்னது போலவே தி.மு.க கட்சி தொடங்கிய நான்கே ஆண்டுகளில் தேர்தல் பாதையைத் தேர்ந்தெடுத்தது தி.மு.க. தி.மு.க ஆட்சிக்கு வந்த பிறகு அண்ணா நினைத்தது போலேவே பெரியாரின் சமூக நீதிக் கொள்கைகள் சட்டமாகின. பெரியார் எச்சரித்தது போலவே தேர்தல் அரசியல் காரணமாக பல சமூக நீதிக் கொள்கைகளில் நிறைய சமரசம் செய்து கொள்ள தி.மு.க தள்ளப்பட்டது. பெரியாரைப்

பொருத்தவரையில் இந்த அரசு இயந்திரம் சுரண்டலின் வழிமுறையோடு இயங்குகிறது. அது எப்போதும் சாதி வர்க்க அடிப்படையில் மேல்தட்டில் இருப்பவர்களின் நலனுக்காகவே இருக்கிறது. ஆகையால் இந்த அரசால் சமூக பொருளாதார ரீதியாக ஒடுக்கப்படுகின்றவர்களுக்கு எதுவும் நன்மை செய்ய முடியாது என்கிற கருத்தைக் கொண்டிருந்தார்.

●

இந்தி எதிர்ப்பு நிலை, திராவிட நாடு கோரிக்கை இவற்றால் அண்ணா மீது கோபத்தில் இருந்தார் அன்றைய பிரதமர் ஜவஹர்லால் நேரு. அவர் சென்னை வந்தபோது தி.மு.கவினர் அவருக்கு கறுப்புக் கொடி காட்டிய தற்காக 'நான்சென்ஸ்' என தி. மு. க தலைவர்களை கடுமையாக விமர்சித்தார் நேரு. மாநிலங்கவைக்கு அண்ணா தேர்வாகிச் சென்ற போது அவரது கன்னிப் பேச்சை ஆங்கிலத்தில் கேட்டு அயர்ந்து போனார் அதே நேரு. நேரம் கடந்ததை மாநிலங்களவைத் தலைவர் சுட்டிக் காட்டியபோது உணர்ச்சி வசப்பட்ட நேரு குறுக்கிட்டு 'அவரைத் தொந்தரவு செய்யாதீர்கள் பேச விடுங்கள்' எனக் கேட்டுக் கொண்ட அதிசயம் நடந்தது. அண்ணாவின் உரை அந்த அளவுக்கு நேருவைக் கட்டிப் போட்டது.

அண்ணாவின் பேச்சுக்கு யாரும் அவ்வளவு எளிதில் மறுத்துப் பேசி விட முடியாது. வலுவான வாதங்களை வைப்பதில் சமர்த்தர் அவர். ஒரு முறை பெரியாரைக் காண 'ரிவோல்ட்' இதழில் கதர் கட்டுவது மூடநம்பிக்கை எனப்பொருள்படும் ஒரு கட்டுரையை எழுதியிருந்தார் பெரியார். இதைக் குறிப்பிட்ட கிருபாளினி, 'நீங்கள் ஒரு காங்கிரஸ்காரராக இருந்து தெருத் தெருவாக கதரைச் சுமந்து விற்று கட்சியை வளர்த்திருக்கிறீர்கள். ஆனால் இப்போது இப்படி எழுதுவது தவறு.' என்றார்.

அதற்குப் பதில் கூற முயன்ற பெரியாரின் பேச்சை மறுதலித்து, தொடர்ந்து கிருபாளினி ஆவேசத்துடன் பேசவே, குறுக்கே புகுந்த அண்ணா, 'விபூதி அணிந்தவன் சிவபக்தன் நாமம் போட்டவன் தான் வைணவன்' என்று சொல்லும் நம்பிக்கை போன்றது தான். கதர் கட்டுபவன் தான் தேசபக்தன் என்பது என்று ஒரே போடாக போட அமைதியானார் கிருபாளினி.

திராவிட நாடு கொள்கையை அண்ணா முன் வைத்தபோது பெரும்

சர்ச்சையானது. தி.மு.க.வைத் தடை செய்ய வசதியாக, மத்திய அரசு பிரிவினைத் தடை சட்டம் கொண்டு வரும் அளவுக்கு போனது. 1962ம் ஆண்டு சீனப்படையெடுப்பின் போது உருவான கொந்தளிப்பான அரசியல் சூழலில் திராவிட நாடு கோரிக்கையை அண்ணா கைவிடுவதாக அறிவித்தார். திராவிட நாடு ஆதரவாளர்கள் மத்தியில் இது கொந்தளிப்பை ஏற்படுத்தியது. மத்திய அரசுக்குப் பயந்து அண்ணா பின் வாங்கி விட்டதாக அவர்கள் விமர்சித்தனர்.

'வீடு இருந்தால் தான் ஓடு மாற்றலாம், நாடு இருந்தால்தான் கட்சி நடத்தலாம்.' நாட்டுக்கே ஆபத்து என்று வந்திருக்கின்ற நிலையில் நாம் பிரிவினை பேசுவது அயலானுக்கு இடம் கொடுத்து விடுவதாகும். நாம் அப்படி நடந்து கொண்டால் வருங்காலத் தலைமுறை நம்மை சபிக்கும் என்று 1962 அக்டோபர் மாதம் வேலூர் சிறையில் இருந்து விடுதலை யடைந்தும், திராவிட நாடு கொள்கையை கைவிட்டதற்கான காரணத்தை தெரிவித்தார் அண்ணா. இதன்மூலம் தான் ஒரு பக்குவப் பட்ட அரசியல் தலைவர் என்பதை நிரூபித்தார் அவர். அதே சமயத்தில் கழகத்தை அழிக்க சட்டம் கொணர்ந்தனர். சட்டத்தைத் திருத்தி கழகத்தை காத்தோம் சூட்சுமம் புரிகிறதா தம்பி? என்று தி.மு.க தொண்டர்களுக்கும் தன்நிலைபாட்டை புரிய வைத்தார் அண்ணா.

1967 ஆம் ஆண்டு தேர்தலில் அறுதிப் பெரும்பான்மையோடு ஆட்சிக்கு வந்தது தி.முக. பதவியேற்புக்கு தலைவர்கள் கோட் சூட்டுடன் தயாராகிக் கொண்டிருந்தபோது, தனது நுங்கம்பாக்கம் வீட்டில் கவலையோடு இருந்தார் அண்ணா. 'தவறு நடந்து விட்டது. இவ்வளவு சீக்கிரம் நாம் பொறுப்புக்கு வந்திருக்கக் கூடாது. இன்னும் சில காலம் நாம் பொறுத்திருந்திருக்க வேண்டும். நாட்டுக்கு சுதந்திரம் வாங்கித் தந்த காங்கிரசை எறிந்து விட்டு, நம்மை தேர்ந்தெடுத்துள்ளனர் மக்கள். நம் மீது பெரும் பொறுப்பு சமத்தப்பட்டிருக்கிறது. மிகக்கவனமாக இருக்க வேண்டும் என தனக்கு நெருங்கிய நண்பர்களிடம் சொன்னார்.'

அரசியல் கட்சிகள் அநாகரீகமாக ஒருவரையொருவர் தாக்கிக் கொள்ளும் நிலைதான் இன்றைய அரசியல். ஆனால் 1967 தேர்தலில் காமராஜர் தோற்ற தகவல் வந்தபோது எதிர்முகாமில் இருந்த அண்ணா கலக்க முற்றார். 'காமராஜர் போன்ற அனுபவசாலிகள் தோற்றது நமக்கும் தோல்வி போன்றதே சட்டமன்றத்தில் அவர் இருந்திருந்தால் நாம்

இன்னும் சிறப்பாக செயல்பட அது உதவியிருக்கும்' என்று மனம் திறந்து சொன்னார் அண்ணா.

'வெற்றியைக் கொண்டாடுகிறேன் பேர்வழி' என தோற்றுப் போயிருக்கும் காங்கிரஸ் கட்சியை சங்கடப்படுத்தக் கூடாது. கொஞ்ச நாள் கொண்டாட்டங்களைத் தள்ளிப் போடுங்கள்' என கண்ணியத்தோடு தன் தம்பிகளுக்கு கட்டளையிட்டார். 1957 தேர்தலில் அண்ணாவின் வீட்டு முன் அவரை அருவருப்புடன் விமர்சித்து எழுதி வைக்கப்பட்டது. 'இரவில் படிக்கச் சிரமமாக இருக்கும். ஒரு லாந்தர் விளக்கை வையுங்கள். இதை எழுதியவரின், தகுதியை ஊர் தெரிந்து கொள்ளட்டும்' என்றார் தம்பிகளிடம்.

அறிஞர் அண்ணா 1963 ஆம் ஆண்டில் நாடாளுமன்ற மாநிலங்களவை உறுப்பினர். நாடாளுமன்றத்தில் சென்னை மாகாகணம் என்பதை தமிழ்நாடு எனப் பெயர் மாற்றும் செய்யக் கோரும் தீர்மானம் ஒன்றை அவர் கொண்டு வந்தார். காங்கிரஸ் பலத்த எதிர்ப்பு தெரிவித்தது. எம்.என். லிங்கம் என்ற உறுப்பினர், 'தமிழ்நாடு' எனப் பெயர் மாறினால் நீங்கள் என்ன லாபம் அடைந்து விடப் போகிறீர்கள்? என்று கேட்டார். 'நாடாளுமன்றத்தின் மாநிலங்களவைக்கு ராஜ்யசபா என்றும் மக்களவைக்கு லோக் சபா என்றும் ஜனாதிபதிக்கு ராஷ்ட்டிரபதி என்றும் பெயர் மாற்றம் செய்திருக்கிறீர்களே இதனால் நீங்கள் கண்ட லாபம் என்ன? என்று அண்ணா கேட்டதும் காங்கிரஸ் உறுப்பினர்களிடமிருந்து பதிலேதுமில்லை.'

அண்ணாத்துரை முதலமைச்சரான இரண்டு வருடத்திற்குள் புற்றுநோய் தாக்குதலுக்குள்ளாகி மருத்துவ பராமரிப்பிலிருக்கும் பொழுது 3 பிப்ரவரி 1969 அன்று மரணமடைந்தார். அவர் புகையிலையை உட்கொள்ளும் பழக்கமுடையவராக இருந்ததால் இந்நோய் தீவிரமடைந்து மரணமடைந்தார். அவரின் இறுதி மரியாதையில் பெருந்திரளான மக்கள் கலந்து கொண்டனர். இந்நிகழ்வு கின்னஸ் உலக புத்தகத்தில் இடம் பெற்றது. இறுதி மரியாதையில் சுமார் 1 கோடியே 50 லட்சம் பேர் கலந்து கொண்டு இறுதி மரியாதை செலுத்தினர். இவரின் உடல் சென்னை மெரினா கடற்கரையில் அடக்கம் செய்யப்பட்டது.

இவரின் நினைவைப் போற்றும் வகையில் இவ்விடம் அண்ணா சதுக்கம் என்ற பெயரில் பொது மக்கள் அஞ்சலி செலுத்தும் வகையில் அமைக்கப்

பட்டுள்ளது. தமிழ்நாடு அரசு அண்ணாவின் நினைவாக இவர் வாழ்ந்த காஞ்சிபுரம் இல்லத்தை பேரறிஞர் அண்ணா நினைவு இல்லம் என்கிற பெயரில் நினைவுச் சின்னமாக மாற்றியுள்ளது. இங்கு அண்ணா அமர்ந்த நிலையிலான சிலை வைக்கப்பட்டுள்ளது. அண்ணாவின் வாழ்க்கை வரலாறு தொடர்பான புகைப்படங்கள் கண்காட்சியாக வைக்கப் பட்டுள்ளது.

தென்னாட்டின் அரசியல் வரலாற்றில் திராவிட அரசியலை நிலை நிறுத்தியவர், சமதர்மம் சமுதாயம் நிலவ, எல்லாமும் எல்லாருக்கும் கிடைக்க வேண்டும், தமிழினம் தலைநிமிர்ந்து நடக்க வேண்டும் என்று உழைத்தவர் பேரறிஞர் அண்ணா. 1967 ஆம் ஆண்டு தமிழகத்தின் அரசியலில் வெள்ளி முளைத்தது. பேரறிஞர் அண்ணா முதலமைச்ச ரானார். பேரறிஞர் அண்ணா முதல் அமைச்சராக பணியாற்றிய காலத்தில் திராவிட முன்னேற்ற கழக அரசு செய்த சாதனைகள் திராவிட ஆட்சியின் தனித்தன்மையை உலகிற்கு உணர்த்தின.

திராவிட முன்னேற்றக் கழகத்தின் ஆட்சியில் பேரறிஞர் அண்ணா செய்த அற்புதமான சாதனைகள் சில :

1. 1967ல் பேரறிஞர் அண்ணா முதலமைச்சர் ஆனதும் மெட்ராஸ் ஸ்டேட் என்று இருந்ததை தமிழ்நாடு என்று பெயரிட்டார்.
2. தந்தை பெரியாரின் கொள்கையான சுயமரியாதை திருமணங்கள் செல்லுபடியாகும் என அரசாணையை கொண்டு வந்தார்.
3. தமிழக மக்களின், மாணவர்களின் இந்தி எதிர்ப்பு உணர்ச்சியை மனதில் கொண்டு, இந்தியத் துணைக் கண்டம் முழுவதும் மும்மொழித் திட்டம் அமுலில் இருந்தபோது தமிழில் இரு மொழித் திட்டம் கொணர்ந்து தமிழ், ஆங்கிலம் இரண்டு மட்டும்தான் இங்கு இந்திக்கு இடமில்லை என்று தீர்மானம் இயற்றினார்.
4. பதவி ஏற்கும் போது கடவுள் பெயரால் என்று சொல்லி பதவி ஏற்காது மனசாட்சி படி உளமார எனச் சொல்லி பதவி ஏற்றார்.
5. அண்ணா அரசு அமைந்ததும் ஆகாஷ்வாணி என்பது வானொலி என அழைக்கப்பட்டது.
6. ஏழை, எளியோருக்கு பயன்படும் வகையில் சென்னை, கோவை இரு நகரங்களிலும் ரூபாய்க்கு 1 படி அரிசி வழங்கியது.

7. புன்செய் நிலங்களுக்கு நிலவரி ரத்து செய்யப்பட்டது.

8. பேருந்துகள் அரசுடமை ஆக்கப்பட்டது.

9. பி.யு.சி வரையில் ஏழைகளுக்கு இலவசக் கல்வி அளிக்க ஏற்பாடு செய்யப்பட்டது.

10. பேருந்துகளில் திருக்குறள் இடம் பெறச் செய்தது.

11. கலப்பு திருமணம் செய்து கொள்வோரை ஊக்கப்படுத்தும் விதத்தில் தங்க விருது அளிக்கப்பட்டது.

12. சென்னையில் உள்ள குடிசை வாசிகளுக்கு தீ பிடிக்காத வீடுகள் கட்டித் தந்தார்.

13. 1968ல் இரண்டாவது உலகத்தமிழ் மாநாடு சென்னையில் நடத்தினார்.

14. கடற்கரைச் சாலையில் தமிழ்ச் சான்றோர்களுக்கு சிலை நிறுவினார்.

15. அரசு அலுவலங்களில் உள்ள கடவுள் படங்களை நீக்க உத்தர விட்டார்.

16. சென்னை செகரட்டரியேட் என்பதை தலைமைச் செயலகம் என மாற்றியமைத்தார்.

17. விதவைத் திருமணம் செய்து கொள்வோருக்கு வேலை வாய்ப்பில் முன்னுரிமை வழங்கினார்.

❖

17
மு. கருணாநிதி

சமூக நீதிக்கான இயக்கத்தை வெற்றிகரமான அரசியல் கட்சியாக மாற்றி முதல் தலைமுறை அரசியல்வாதி களில் முக்கிய மாணவர் கருணாநிதி. கருணாநிதியின் நெடிய அரசியல் வாழ்வை சமீபத்திய வரலாற்றைப் பிரதி பலிக்கும் கண்ணாடிகளில் ஒன்றாகவே குறிப்பிடலாம். நாட்டின் பிற பகுதி களுடன் ஒப்பிடுகையில் தமிழ்நாட்டில் சமூக நீதி இயக்கத்தின் சாதனைகளையும் இந்தியாவில் கூட்டரசைக் கட்டமைப் பதில் திராவிட இயக்கத்தின் பங்களிப்பு களையும் வெளிக்காட்டும் கண்ணாடி அவருடைய வாழ்க்கை!

மக்கள் தொகையில் மிகச்சிறிய எண்ணிக்கையை கொண்ட சாதிய அடுக்கு களில் கீழே இருக்கும் ஒரு சமூகத்தி

லிருந்து வந்து, இவ்வளவு உயர்ந்த இடத்தை கருணாநிதி தக்க வைத்திருப்பது சமூகப் புரட்சியே அன்றி வேறல்ல. அந்தப் புரட்சிக்கு அவரும் காரணமாக இருந்திருக்கிறார். தமிழ்நாட்டின் ஆட்சியதிகாரம் இரு திராவிடக் கட்சிகளையும் தாண்டிச் செல்லாமல் இருக்க சமூகநீதி இயக்கமே முக்கியமான காரணம். தமிழ்நாட்டில் சமூகநீதி இயக்கம் வலுவாக காலூன்றியதற்கான முக்கியமான காரணங்களில் ஒன்று, அதன் பலன் பிற்படுத்தப்பட்ட வகுப்பைச் சேர்ந்த வசதி படைத்தவர்களுக்கு மட்டுமே பலன் தந்ததோடு நிற்கவில்லை என்பதோயாகும். தமிழ் நாட்டின் இடஒதுக்கீடு 50%க்கும் அதிகமாக உயர கருணாநிதி முக்கியமான காரணம். சமூகநீதி அரசியலை அரசுத் திட்டங்களாக உருமாற்றியது அவருடைய இன்னொரு முக்கியமான சாதனை.

சமூக நலத்திட்டங்களை செயல்படுத்துவதில் தி.மு.க., அ.தி.மு.க., இடையில் ஆரோக்கியமான போட்டி எப்போதும் நிலவியது. இதனால் தான் சமூக நலத்திட்ட அமலாக்கத்திலும் வளர்ச்சியிலும் இந்திய அளவில் தமிழ்நாடு முன்னே நிற்கிறது. இந்திய ஜனநாயகத்துக்கு திராவிட இயக்கத் தின் நிரந்தரமான பங்களிப்பு என்றால் அது 'இந்தி - இந்து - இந்துஸ்தான்' என்ற தேசியவாதத்தை ஏற்க மறுத்து அது உறுதியாக நிற்பதுதான். கருணாநிதியின் ஆட்சியில் மாநில அரசு ஒருபோதும் மத்திய அரசுக்கு கீழான அரசாக செயல்பட்டதேயில்லை.

மத்திய - மாநில உறவு தொடர்பாக அவர் நியமித்த ராஜமன்னார் குழுவின் பரிந்துரைகளை மத்திய அரசு நிராகரித்தாலும் கூட்டாட்சியை வலுப் படுத்துவதற்கான கதவை அது திறந்தது. சுதந்திர தினத்தன்று தேசியக் கொடியை ஏற்றும் உரிமையைப் பெற்றுக் கொடுத்தவரும் அவரே. தன்னுடைய ஆட்சியையே விலையாகக் கொடுத்து நெருக்கடி நிலை அமலாக்கத்துறைத் துணியோடு எதிர்த்த முதல்வர் என்று வரலாற்றில் என்றும் கருணாநிதி நினைவு கூறப்படுவார். கஸ்தூரி அய்யங்கார் என்ற அந்த பள்ளித் தலைமை ஆசிரியருக்கு ஒரு அதிர்ச்சி யூட்டும் சம்பவமாகத் தானே அது இருக்கும்!

தனக்குப் பள்ளியில் அனுமதி இல்லை என்றால் கமலாலயம் தெப்பக் குளத்தில் விழுந்து உயிரை மாய்த்துக் கொள்வேன் என்று தன்னை மிரட்டிய அந்த சிறுவன் அவருக்கு ஒரு அதிசயம் தான். அந்தச் சிறுவன் கருணாநிதி தன்னை அனுமதிக்காத எந்தச் சட்டத்தையும் உடைத்து

உள்ளே செல்ல ஒரே வழி எதிர்த்து நின்று போராடுவதுதான் என்பதை எப்படியோ அந்தச் சிறுவயதிலேயே கண்டு கொண்டார். அதை வெற்றி கரமாக சாதித்து ஐந்தாம் வகுப்புக்குள் அடி எடுத்து வைத்தவர் தன் வாழ்நாள் இறுதி வரையிலும் அந்தப் போர்க்குணத்தை விடவே இல்லை. திருக்குவளை கிராமம் திருவாரூர் பக்கம். 1924 ஜுன் 3 அன்று முத்து வேலர் - அஞ்சுகம் தம்பதியின் மூன்றாவது குழந்தையாகப் பிறந்தவர் தான் தட்சிணாமூர்த்தி என்கிற கருணாநிதி.

இவருக்கு முன்னதாகப் பிறந்த இருவரும் பெண் பிள்ளைகள். பெரிய நாயகம், சண்முக சுந்தரம் என்று இருவர். இவர்களில் சண்முக சுந்தரத்தின் புதல்வர்கள் முரசொலி மாறனும் செல்வமும். பெரிய நாயகத்தின் மகன் இயக்குநர் அமிர்தம். எளிய விவசாயக் குடும்பத்தைச் சேர்ந்த முத்துவேலர் சிறந்த கவிஞர். பண்டிதரை விட அழகாக கதை சொல்லக்கூடியவர். தந்தையிடமிருந்து தான் ஆரம்பத்தில் நிறையக் கற்றார் கருணாநிதி. கருணாநிதியின் பள்ளி வாழ்க்கையில் அவரை வசீகரித்த நூல் ‘பனகல் அரசர்’ என்பதாகும். சுமார் 50 பக்கங்களைக் கொண்ட இந்நூலின் செய்திகள் கருணாநிதியை மிகவும் சிந்திக்கத் தூண்டியது.

பிராமணரல்லாதோர்க்கு அரசியல், பணிகளில் இடஒதுக்கீடு, தேவதாசி ஒழிப்புச் சட்டம், கோயில்ளைத் தனியாரிடமிருந்து மீட்டது போன்ற ஏராளமான நன்மைகளை செய்திருந்தது நீதிக்கட்சி. உயர்சாதி ஆதிக்கம் ஓங்கி வளர்ந்திருந்த தஞ்சை மண்ணில் ஒரு வைதீக, ஆனால் பிற்படுத்தப் பட்ட குடும்பத்தில் பிறந்த கருணாநிதியின் மனதில் பனகல் அரசரும், திராவிடர்களின் முதல் இயக்கமும் இறுக அணைத்துக் கொண்டது என்றே கூறலாம். அதே சமயத்தில் தலைவர்களைப் பொறுத்தமட்டில் கருணாநிதி யின் உள்ளத்தில் நீங்கா இடம் பெற்றிருந்தார்கள் பெரியாரும், அண்ணாவும். பெரியார் ஆசிரியராக இருந்த குடியரசு இதழ் பள்ளிப் பாடங்களை விட கருணாநிதியின் சிந்தையில் புகுந்தன. அப்போது கருணாநிதிக்கு 14 வயது. நண்பர்களுடன் தினந்தோறும் மாலைப் பொழுதுகளில் ‘வாருங்கள் எல்லோரும் போருக்கு சென்றிடுவோம்! வந்திருக்கும் இந்திப் பேயை விரட்டிடுவோம்’ என்று முழக்கமிட்டு ஊர்வலத்துக்கு தலைமையேற்று நடத்துவது வழக்கம்.

அண்ணாதுரை ஆசிரியராக வலம் வந்த ‘திராவிட நாடு’ இதழில் கருணாநிதி எழுதிய முதல் கட்டுரை 1942ல் வெளிவந்தது. ‘இளமைப் பலி’

எனும் தலைப்பில் அந்தக் கட்டுரையை எழுதிய போது கருணாநிதிக்கு வயது 18. திருவாரூரில் கட்டுரை ஆசிரியராக கருணாநிதியை சந்தித்த அண்ணா ஆச்சரியப்பட்டார். அனுபவத்துக்கு மீறிய அந்தக் கட்டுரை அமைந்திருந்தது கண்டு பாராட்டியதுடன் கருணாநிதி எழுதுவதை விட்டு படிப்பதில் அதிக கவனம் செலுத்த அறிவுரை கூறினார்.

ஆனால் கலை, இலக்கியம், அரசியல் என்று பொது வாழ்க்கையி லேயே அதிக நேரத்தை செலவிட்ட கருணாநிதிக்கு காதலும் வந்தது. ஆனால் அந்த முதல் காதல் கைகூடவும் இல்லை. சுயமரியாதைக் காரனுக்கு பெண் இல்லை என்றனர் காதலியின் பெற்றோர்.

சீர்திருத்த திருமணத்துக்கு வீட்டில் பார்த்த பெண் வீட்டார் ஒப்புக் கொண்டதையடுத்து 1944ல் கருணாநிதி - பத்மா திருமணம் நடந்தது. அடுத்த வாரமே 10 நாட்கள் பிரச்சாரத்துக்கு புறப்பட்டு விட்டார் கருணாநிதி. பத்மாவதிக்கு பிறந்த ஆண் குழந்தைதான் மு.க. முத்து. பத்மா 1948ல் காலமானார். செப்டம்பர் 15, 1948ல் தயாளு அம்மாளை கருணாநிதி திருமணம் செய்து கொண்டார். இவர்களின் பிள்ளைளே அழகிரி, ஸ்டாலின், செல்வி, தமிழரசு. மூன்றாவது மனைவியாக ராஜாத்தி அம்மாளுக்கு பிறந்தவர் கனிமொழி.

1948ல் நடந்த திராவிடர் கழக மாநாட்டின் முதல் நாள் கலவரத்தில் முடிந்தது. அதற்குப் பின்னர் நடந்த தாக்குதலில் சுய நினைவு இழந்து, சாக்கடையோரத்தில் தூக்கி வீசப்பட்ட கருணாநிதியை ஒரு மூதாட்டி காப்பாற்றியிருந்தார். பெரியாரே அடிபட்ட இடங்களில் மருந்து தடவியது கலைஞரின் நெஞ்சை நெகிழச் செய்தது. பெரியாரிடத்தில் குடியரசு துணையாசிரியரால் ஓராண்டு பயின்று முடித்த நேரத்தில் ராஜகுமாரி படத்துக்கு எழுத கருணாநிதிக்கு அழைப்பு வந்தது.

படத்தின் நாயகன் எம்.ஜி.ஆர். கருணாநிதி - எம்.ஜி.ஆர் என்ற இரு ஆளுமைகளும் திராவிட இயக்கத்தை சினிமா மூலம் பட்டிதொட்டிகளி லெல்லாம் கொண்டு சென்றனர். ஆனால் கருணாநிதி எழுதி வெளிவந்த அபிமன்யு (1948) படத்தின் டைட்டில் கார்டில் அவர் பெயர் இடம் பெற வில்லை. இதையடுத்து திருவாரூருக்குத் திரும்பி விட்டார் கருணாநிதி. துண்டுத் தாளில் வெளிவந்து கொண்டிருந்த முரசொலி வார இதழாக உருவெடுத்தது.

●

தேசிய அரசியல் சதுரங்கத்தில் தவிர்க்கவே முடியாதவராகத் திகழ்ந்த ராஜதந்திரி கருணாநிதி. வாய்ப்பு - உழைப்பு இரண்டும் சேர்ந்துதான் அவருக்கு மேடை அமைத்துக் கொடுத்தன. கருணாநிதி இதுநாள் வரைக் கட்டிக் காத்த திராவிட இயக்கத்தின் மூல உணர்வுகள் மீது எந்த மாசும் படியாமலும் கடல் கொள்ளையர்களால் அவை கைப்பற்றப்படாமலும் திராவிட இயக்கம் அதன் இளைய தலைமுறையால் கரை சேர்க்கப்பட வேண்டும். இயக்கத்தின் நிறுவனர்கள் விரும்பியபடி இந்தியக் கூட்டாட்சி என்ற துறைமுகத்தை அது சென்றடைய வேண்டும்.

பெரியாரிடமிருந்து அண்ணா சுவீகரித்துக் கொண்ட திராவிட இயக்கம் கொள்கைப்படி மத்திய அரசு என்பது மைய அரசு தானே தவிர உச்ச அரசு அல்ல. அண்ணாவின் கூட்டாட்சிக் கொள்கை என்பது ஒரு தேசிய கனவு. அண்ணாவின் மரணம் திராவிட இயக்கத்தைத் தாண்டியும் ஒரு பேரிழப்பு என்றாலும் கருணாநிதியின் அரசியல், அண்ணாவின் அரசியலை அடியொற்றியதாக அமைந்தது.

ஏழைகளுக்கு ஆதரவான, விவசாயிகளுக்கு ஆதரவான சாமானிய மக்களுக்கு ஆதரவான, சாதியத்துக்கும் மதவாதத்துக்கும் எதிரான கொள்கைகளின் வழியே ஆட்சியதிகாரத்தை அணுகுவது அந்த அரசியல். தமிழ்நாட்டில் தி.மு.க., அ.தி.மு.க., இரண்டும் மாறி மாறி ஆண்டு வருவதால் தொடர்ந்து ஆட்சிப் பீடத்திலேயே இருக்கிறது திராவிட இயக்கம். மாநிலக் கட்சிகள் இணைந்து ஒரு வலுவான தேசியக் கூட்டணியை உருவாக்க வேண்டும் என்ற தேசியக் கனவு தி.மு.க.விடம் எப்போதும் உண்டு. கூட்டணி ஆட்சியின் மூலமாக உண்மையான கூட்டாட்சி முறைக்கு இந்நாட்டை அழைத்துச் செல்லும் கனவு அது.

டெல்லியில் *1970*ல் நடைபெற்ற தேசிய வளர்ச்சிக்குழுக் கூட்டத்தில் கலைஞர் மாநில சுயாட்சி குறித்துப் பேசியது தொடர்பாக மறுநாள் இந்துஸ்தான் டைம்ஸ் இப்படி எழுதியிருந்தது. கூட்டாட்சிக்கும் கூட்டணியாட்சிக்கும் உள்ள வேறுபாட்டுக்கு ஒரு புதிய விளக்கத்தைக் கொடுத்திருக்கிறார் கலைஞர். "லெனின் சோவியத் ஒன்றியத்தை பல்வேறு சமமான தேசிய சோவியத் குடியரசுகளின் அரசியல் ஒன்றியமாகவே பார்த்தார். அண்ணா வழியில் வந்த கலைஞரும் அப்படியே பார்த்தார்."

மாநிலங்கள் சமமான கூட்டாளிகளாகக் கருதப்படும் வரையிலும் அரசியலமைப்புச் சட்டத்தில் மாற்றம் வேண்டும் என்பது தி.மு.க.வின் தொடர் முழக்கங்களில் ஒன்று. ஒருபுறம் கூட்டாட்சிச் சூழலை உருவாக்க அரசியலமைப்புச் சட்டப்படியான மாற்றங்களுக்குத் தொடர்ந்து தி.மு.க. முயற்சித்து வந்தாலும் மறுபுறம் மத்திய அரசியல் மாநிலக் கட்சிகளும் பிரதான பங்கு வகிக்கும் கூட்டணி அரசை அமைப்பதன் மூலம் மாநிலங் களுக்கான முக்கியத்துத்தை பெறும் முயற்சிகளிலும் அது இறங்கியது.

1971லிலேயே காங்கிரஸுடனான கூட்டணி மூலம் தேசிய அரசியலில் தி.மு.க. அடியெடுத்து வைத்து விட்டாலும் 1988 செப்டம்பர் 17 அன்று கலைஞர் முன்னின்று உருவாக்கிய தேசிய முன்னணி, அகில இந்திய அரசியல் அளவில் ஒரு முக்கியமான முன்னெடுப்பாகும். காங்கிரஸ், பாஜகவுக்கு மாற்றான முக்கியமான ஒரு முயற்சி இது. ஏழு கட்சிகள் சேர்ந்து அமைத்த இக்கூட்டணி, விரைவில் வி.பி.சிங் தலைமையில் ஆட்சி யும் அமைந்தது. போதிய எண்ணிக்கை பலமின்மை, ஒற்றுமையின்மை ஆகியவற்றோடு வி.பி.சிங் முன்னெடுத்த வரலாற்று நடவடிக்கையான பிற்படுத்தப்பட்டோருக்கான இட ஒதுக்கீடும் சேர்ந்து அவருடைய ஆட்சியை 11 மாதங்களிலேயே முடிவுக்கு கொண்டு வந்தன.

அடுத்து 1996ல் ஐக்கிய முன்னணியை கட்டுவதில் பெரும் பங்கு வகித்தார் கலைஞர். இக்கூட்டணியும் ஆட்சியில் அமர்ந்தது. தேவ கௌடா, குஜ்ரால் என்ற இரு பிரதமர்களைத் தேர்ந்தெடுப்பதில் முக்கிய பங்காற்றி னார் கலைஞர். ஆனாலும் ஒற்றுமையின்மை இரு ஆண்டுகளுக்குள் ஆட்சியையும் இக்கூட்டணியையும் கலைத்தது. இதற்குப் பின் நிலை யான ஆட்சி எனும் தேசிய நலனைக் கொண்டு பாஜக தலைமை யிலான தேசிய ஜனநாயக் கூட்டணியிலும் பின்னர் காங்கிரஸ் தலைமை யிலான ஐக்கிய முற்போக்கு கூட்டணியிலும் இடம் பெற்றது தி.மு.க.

மாநிலங்களுக்கான உரிமையைப் பறைசாற்றும் வகையில் கர்நாடகத்தில் இன்று மாநிலங்களுக்கு கொடி உரிமை பேசப்படுகிறது. இதனை 52 வருடங்களுக்கு முன்பே 1970ல் பேசியவர் கலைஞர். அன்றைக்கு இக்கோரிக்கையைக் கடுமையாக எதிர்ப்பவர்களாக இருந்தவர்கள் ஸ்தாபன காங்கிரஸும், இன்றைய பாஜகவின் தாயான ஜனசங்கமும் என்றாலும் டெல்லியில் 1970 ஆகஸ்ட் 27ல் பத்திரிகை யாளர்கள் முன் தமிழக அரசின் கொடி எப்படி இருக்கும் என்றுதான் வடிவமைத்த

மாதிரியை முதல்வர் கலைஞர் வெளியிட்டார்.

தேசியக்கொடி மேல் பக்கத்திலும், தமிழகத்தின் இலச்சினையான கோபுர முத்திரை வலது பக்கத்தின் கீழ்முனையிலும் இருக்கும் வகையில் அந்த மாதிரி இருந்தது. இப்பிரச்சினையில் அச்சமயம் தீர்வு ஏதும் கணப்படவில்லை. இந்நிலையில் 'சுதந்திர தின விழாவில் தேசிக் கொடியை ஏற்றும் உரிமையை முதல்வர்களுக்கு வழங்க வேண்டும்' என்று வலியுறுத்த தொடங்கினார் கலைஞர். பிரதமர் இந்திரா இதனை ஏற்றார். இதன் விளைவாகவே மாநில முதல்வர்கள் கொடியேற்றும் உரிமையை இன்று பெற்றிருக்கிறார்கள்.

'தி.மு.க. தேசிய இயக்கமாக நிலைக்கும் இந்தியாவின் அரசியல் ஜாதகத்தை இந்த இயக்கம் கணிக்கும்' என்று பேசினார் கலைஞர். அது உண்மை. இந்திய மாநிலங்கள் எதிர்காலத்தில் பெறப்போகும் அப்படியான உரிமைகள் எல்லாவற்றுக்குமான அடித்தளக் கற்களை அமைத்தவர்களின் வரிசையில் கலைஞரின் பெயர் கட்டாயம் இருக்கும். தேசிய இனங்களுக்குத் தங்களுக்கான எதிர்காலத்தை தீர்மானித்துக் கொள்வதற்கான சுய நிர்ணய உரிமை வேண்டும் என்ற எண்ணமே திராவிட இயக்கத்தின் 'திராவிட நாடு' முழக்கத்தின் மைய ஆதாரவமாக இருந்தது. இந்திய சுதந்திரத்துக்கு முன்னர் தொடங்கிய இந்தக் கருத்தாக்கம் பின்னரும் நீடித்தது. புதிய ஆட்சியில் இந்தி பேசும் மாநிலங்களின் கையே ஓங்கியிருந்ததும் தென்னிந்தியா தன்னுடைய மாறுபட்ட கலாச்சாரத்துக்கு ஏற்ப அரசியலிலும் தனிப்போக்கை கொண்டிருந்ததும் இதற்கான நியாயங்களாக இருந்தன.

ஆனால் பிரிவினைவாதச் சட்டசத்தின் பெயரால் நேரு இப்படியான கோரிக்கைகளையும் அதற்குப் பின்னிருந்த அமைப்புகளையும் முடக்க முற்பட்டபோது, அடுத்த நிலையில் உயிர் பெற்ற முழக்கமே 'மாநில சுயாட்சி.' சுதந்திரத்துக்கு முன்பிருந்தும் சுதந்திர இந்தியாவின் உருவாக்கத்தின் போதும் மாநிலங்களுக்கு அதிகமான உரிமைகளைக் கோரும் 'மாநிலங்களின் உரிமை' விவாதம் ஏற்கனவே இருந்தது என்றாலும், அண்ணாவின் இந்தக் கோரிக்கை புதுஉத்வேகத்தைக் கொடுத்து. 'மத்தியில் கூட்டாட்சி மாநிலத்தில் சுயாட்சி' என்ற கலைஞரின் சொல்லாடல் புது வடிவைக் கொடுத்தது.

அண்ணாவின் கனவை நிறைவேற்றும் வகையில் தான் பதவியேற்ற வுடனேயே 1969 மார்ச் 17ல் டெல்லி பத்திரிக்கையாளர்களை சந்தித்த கலைஞர், ‘மத்திய மாநில அரசுகளின் அதிகாரங்கள் குறித்து ஆராய ஒரு குழு அமைக்கப்படும் என்று அறிவித்தார். அப்படி ஆராய உருவாக்கப் பட்ட குழுவே நீதிபதி ராஜமன்னர் தலைமையில் ஏ.லட்சுமணசாமி முதலியார், பி.சந்திரா ரெட்டி ஆகியோரை உறுப்பினர்களாகக் கொண்டு உருவாக்கப்பட்ட குழுவாகும். பல தரப்பினரிடமும் கருத்துக்களைத் திரட்டிய இக்குழு 383 பக்கங்களைக் கொண்ட தன்னுடைய அறிக்கையை 1971 மே 27ல் அளித்தது.

மத்திய மாநில பிரச்சனைகள் எழுப்பப்படும் போதெல்லாம் தீர்வாக வைக்கப்படும் ஒரு மகா சாசனமாக, அரிய ஆவணமாகப் பேசப்படும் ராஜமன்னர் குழுவின் பரிந்துரைகளில் முக்கியமான அம்சங்கள் சில :

1. அரசியலமைப்புச் சட்டத்தின் 7வது இணைப்பிலுள்ள அதிகாரப் பட்டியல்களின் பொருளடக்கத்தை மாற்றியமைத்து, மாநிலங் களுக்கும், சட்டமியற்றும் அதிகாரத்தை வழங்க வேண்டும்.

2. மாநிலங்களுக்கான வருவாயை அதிகப்படுத்த வேண்டும். வரிச் சீர்திருத்தம் வேண்டும்.

3. மாநில அரசுகளின் ஆலோசனையைப் பெற்றே ஆளுநர் நியமிக்கப் பட வேண்டும். அதே போல உயர்நீதிமன்ற நீதிபதிகளை நியமிக்கும் போது மாநில அரசு ஆளுநர், உயர்நீதிமன்றத் தலைமை நீதிபதி ஆகியோரின் கருத்துகள் முக்கியமாகக் கருதப்பட வேண்டும்.

4. நெருக்கடி நிலை அறிவிப்பு தொடர்பாக முடிவெடுக்கும்போது மாநிலங்களில் மன்றத்துடன் கலந்தாலோசித்தே முடிவு எடுக்கப்பட வேண்டும்.

5. மாநிலங்களவையில் அனைத்து மாநிலங்களுக்கும் சமமான எண்ணிக்கையில் பிரதநிதித்துவம் வழங்க வேண்டும்.

6. அரசியலமைப்புச் சட்டத்தில் திருத்தம் செய்ய வேண்டுமென்றால் மூன்றில் இரு பங்கு மாநில சட்டமன்றங்கள் அதை ஏற்க வேண்டும்.

7. இப்படி பொது ஒழுங்கு, வணிகம், மொழி, பொது ஊழியங்கள் அது முன் வைத்த பலபரிந்துரைகள் மத்திய மாநில உறவுக்கு ஒரு அருமை

யான வழிகாட்டியாகவும், பன்மைத்துவத்தை பாதுகாக்கும் வழிமுறையாகவும் இன்றும் பார்க்கப்படுகிறது.

ராஜமன்னர் குழுவின் பரிந்துரைகளை முன்வைத்து இந்திரா காந்தி தலைமையிலான அரசுக்கு அழுத்தம் கொடுத்தார் கலைஞர். வட இந்தியாவில் கட்சி வேறுபாடுகளுக்கு அப்பாற்பட்டுக் கடும் அதிர்வு களை உண்டாக்கினாலும், பிரதமர் இந்திராகாந்தி, 'பரிசீலித்து நடவடிக்கை எடுக்கப்படும்' என்று பதில் கடிதம் அனுப்பினார். அதற்குப் பின் 1984ல் நீதிபதி சர்க்காரியா தலைமையில் மத்திய மாநில உரிமைகளை ஆராய குழு அமைத்தார் இந்திராகாந்தி. தொடர்ந்து மாநில உரிமைகளை முன்னிறுத்தி ஆந்திராவில் என்.டி.ராமராவ், அஸாமில் மகந்தா ஆகியோர் நடத்திய மாநாட்டில் இந்த ராஜமன்னருக்கு அறிக்கை விவாதப் பொருளாக இருந்தது.

காஷ்மீரில் ஃபரூக் அப்துல்லா நடத்திய மாநாட்டில், 'வெளியுறவு, பாதுகாப்பு, தொலைத்தொடர்பு, நிதி போன்ற துறைகளை மட்டும் மத்திய அரசு வைத்துக் கொண்டு மற்ற அதிகாரங்களை மாநிலங்களுக்கு வழங்க வேண்டும்' என்று தீர்மானம் நிறைவேற்றப்பட்டது. அதற்குப் பின்னர் மேற்கு வங்க முதல்வர் ஜோதிபாசு அரசும், 'ராஜமன்னர் குழுவின் அடிப்படையில் மாநிலங்களுக்கு அதிகாரங்கள் வேண்டும்' என்று மத்திய அரசுக்கு அறிக்கை அனுப்பியது. கர்நாடாக முதல்வர் ராம கிருஷ்ண ஹெக்டே இது குறித்துப் பேச தென் மாநில முதல்வர்கள் மாநாட்டைக் கூட்டினார்.

இலங்கை உள்நாட்டுப் போருக்கு தீர்வு காணும் வகையில், திம்புவில் நடைபெற்ற பேச்சுவார்த்தையின் போதும் கூட ராஜமன்னர் குழுவின் அறிக்கை அடிப்படையில் விவாதங்கள் நடந்தன. அதன்பின் வாஜ்பாய் பிரதமராக இருந்த போது 2002ல் நீதிபதி வெங்கடாச்சலையா தலைமை யிலும் மன்மோகன்சிங் பிரதமராக இருந்த போது 2010ல் நீதிபதி பூன்ச் தலைமையிலும் குழு அமைக்கப்பட்டு, மத்திய மாநில உறவுகள் குறித்தான விரிவான அறிக்கை பெறப்பட்டது. இந்திரா, வாஜ்பாய், மன்மோகன்சிங் எல்லோருடைய இப்படியான நகர்வுகளின் பின்னணி யிலும் தி.மு.க.வின் அழுத்தம் இருந்தது. கலைஞரின் தொலைநோக்குப் பார்வையும் இதில் பிரதிபலித்தது.

தந்தை பெரியாருடன் பிணக்கு ஏற்பட்டதைத் தொடர்ந்து தி.க. விலிருந்து விலகி 1949ல் பெரியாரின் பிறந்த நாளான செப்டம்பர் 17 அன்று தி.மு.க.வை அண்ணா உருவாக்கியபோது உற்ற துணையாகியிருந்தார் மு.கருணாநிதி. வெள்ளையனை வெளியேற்றிய காங்கிரசை அப்புறப் படுத்துவதென்பது அத்தனை எளிதான ஒன்றானது இல்லை. இன்னும் கூற வேண்டுமானால் அது தற்கொலைக்கு ஒப்பானது. ஆம், அப்படிப் பட்ட காலம். இச்சூழலில்தான் பெரியாரும் காங்கிரசுடன் சேர்ந்து கொண்டு தி.மு.க.வை கடுமையாக எதிர்த்தார். இருபத்தைந்து வயது நிரம்பிய கருணாநிதி அப்போது கட்சியின் பிரச்சாரக் குழு உறுப்பின ராக்கியிருந்தார் அண்ணா.

சமதர்ம சமுதாயத்தின் அன்றைய தேவைகளான சாதி மறுப்பு, ஏழை பணக்காரன் பேதம் மறுப்பு, மூடநம்பிக்கை மீதான சாடல் போன்ற வற்றை அண்ணாத்துரையின் வேலைக்காரி, நல்லதம்பி, ஓர் இரவு, போன்ற திரைப்படங்கள் அன்றைக்கு முழங்கிக் கொண்டிருந்தன. கருணாநிதியின் சிந்தனைத் தாக்கம் இவற்றை இணைத்துக் கொண்டு இவற்றோடு அன்றைய அரசியல் சீர்கேடுகளையும் அம்பலத்திற்கு கொண்டு வந்தன.

கருணாநிதி - எம்.ஜி.ஆர் கூட்டணியில் வெளியான ராஜகுமாரி, மந்திரிகுமாரி, மருத நாட்டு இளவரசி, படங்கள் பெரும் வெற்றி பெற்றன. பராசக்தி படத்தில் சமூக அநீதிகளை எதிர்த்து நெருப்பைக் கக்கிய கருணாநிதியின் வசனங்கள் அவரைப் புகழின் உச்சத்துக்கு கொண்டு போனது. திக்குமுக்காடச் செய்த கருணாநிதியின் திரை உலக தாக்குதல் களால் காங்கிரஸ் கட்சி திணறியது. 'அம்பாள் எந்தக் காலத்திலடா பேசினாள் அறிவு கெட்டவனே' என்ற பகுத்தறிவுப் பிரச்சாரம், தெய்வ நம்பிக்கை கொண்டவர்களையும் வசீகரித்தது. இசைத்தட்டுகள் ஒலித்த இடங்களில் பராசக்தியின் வசன ஒலித்தட்டுகள் ஒலிக்கத் தொடங்கின. கருணாநிதியையும் பராசக்தியையும் எதிர்த்துத் தீர்மானம் நிறைவேற்றும் நிலைக்குத் தள்ளப்பட்டவர்கள் காங்கிரஸ்காரர்கள்.

அண்ணாவைப் போலவே பேச்சால் தன் வயப்படுத்தும் வித்தையையும் கருணாநிதி கற்றிருந்தார். அமைப்பு ரீதியான ஆற்றலும் கொண்டவர் என்பதால் கட்சியில் குழு மனப்பான்மை, கட்சி வளர்ச்சியின்மை போன்ற பிரச்சனைகள் ஏற்பட்டால் சரி செய்ய அவரையே அனுப்பினார்

அண்ணா. திராவிட இயக்கம் தன்னுடைய வருங்காலத்துக்கு ஊறு விளைவிக்குமோ என்று அஞ்சி 1944-45ல் அண்ணாவின் 'சிவாஜி கண்ட இந்து ராஜ்யம்' நாடகத்திலிருந்து எம்.ஜி.ஆர் விலகிக் கொண்டதும், அதன் பிறகு அந்த நாடகத்தில் நடித்த கணேசன் பின்னர் சிவாஜி கணேசனாக உருவெடுத்ததும் வரலாறு.

அதே எம்.ஜி.ஆர் தன்னை திராவிட இயக்கத்தோடும் கருணாநிதி யோடும் இறுக இணைத்துக் கொண்ட வித்தையும் நடந்தது. இருவரும் இணைந்து, உருவாக்கிய மலைக்கள்ளன் (1954) அவர்களின் கூட்டணியை பறைசாற்றியது. அவ்வாண்டு ஒரு நாடக நிகழ்ச்சியில் 'புரட்சி நடிகர்' என்று எம்.ஜி.ஆருக்குப் பட்டம் சூட்டினார் கலைஞர். தன்னுடைய 80 ஆண்டுகால பொது வாழ்வில் கருணாநிதி சந்தித்த சவால்களும், அவற்றைத் தாண்டி அவர் புரிந்த சாதனைகளும் இந்தியாவில் மிக அரிதானவை.

75 திரைப்படங்கள், நாடகங்கள், குறளோவியம், சங்கத்தமிழ், தொல் காப்பியப் பூங்கா, இரண்டு லட்சம் பக்கத்துக்கும் அதிகமான எழுத்துக் கள், ஆயிரக்கணக்கான பொதுக் கூட்டங்கள், பலமுறைசிறைவாசம், போராட்டங்கள், ஐந்து முறை முதலமைச்சர் மற்றும் எதிர்கட்சி தலைவர் அனுபவங்கள் என நீண்டு செல்லும் பட்டியல் வேறு எந்த இந்தியத் தலைவருக்கும் இருக்குமா என்பது சந்தேகமே! அரசியல் கூட்டணி யுகத்தில் கருணாநிதி கடுமையான குற்றச் சாட்டையும் எதிர்கொள்ளாமல் இல்லை.

வாஜ்பாய் காலத்தில் பா.ஜ.க.வுடன் அவர் வைத்த கூட்டணி தி.மு.க. வின் மதச்சார்பின்மைப் பயணத்தில் ஒரு கலங்கம் ஆனது. மன்மோகன் சிங் ஆட்சிக்காலத்தில் 2ஜி அலைக்கற்றை ஏல முறைக்கேடு, குடும்ப அரசியல் குற்றச்சாட்டுகளுக்கு பெரும் விலையைக் கொடுக்க நேர்ந்தது. அதே போல 2008-09 இலங்கை இறுதிப்போரின் போது, தி.மு.க ஈழத் தமிழர் களுக்காக எவ்வளவு காரியங்களை முன்னெடுத்த போதிலும் போதுமான அளவு துணை நிற்கவில்லை என்ற கடும் விமர்சனத்திற் குள்ளானார் கருணாநிதி. விளைவாக 2011 சட்டமன்றத் தேர்தல், 2014 மக்களவைத் தேர்தல்களில் பெரும் பின்னடைவை சந்தித்தது கட்சி, ஆனால் 2016 சட்டமன்றத் தேர்தலில் மீண்டும் தி.மு.க வை ஆட்சியில் அமரச் செய்தார்.

கருணாநிதி அரசியலின் அடி நாதமே சுயமரியாதை தான் என்பதற்கான அடையாளங்கள், அவரது ஆரம்ப வாழ்க்கையிலிருந்தே பிரகாசிக்கத் தொடங்கி விட்டன. கருணாநிதியை அவருடைய தந்தை முத்துவேலர் உள்ளூர் பள்ளிக்கூடத்தில் சேர்த்து ‘வித்யாரம்பம்’ நிகழ்ச்சியை விமர்சையாகக் கொண்டாடினார். இசையிலும் தன் மகன் சிறந்து விளங்க வேண்டுமென விரும்பினார். அந்த இசைப் பயிற்சிக்காலம் தான் கருணாநிதிக்கு சமூக இழிவுகள் எவை என்று அடையாளம் காட்டின.

சமூகத்தில் சாதி அடிப்படையில் வர்ணசிரம அடுக்குகள் இருப்பதும் கருணாநிதிக்கு புரிந்தது. இசை வகுப்புகள் ஆலயங்களில் தான் நடக்கும். இடையில் துண்டு மட்டும் கட்டிக் கொள்ள வேண்டும். மேலுக்கு துண்டு அணியக் கூடாது என்று அவருக்கு அறிவுறுத்தப்பட்டது. தோளில் துண்டு போடக் கூடாது, காலுக்கு செருப்பு அணியக் கூடாது என்றும் கட்டுப்பாடுகள் விதிக்கப்பட்டன. ‘இசை வகுப்புகள் தான் உண்மையில் எனக்கு அரசியல் வகுப்புகளாக இருந்தன. சாதிகளின் படிநிலைகளில் மேலே இருந்த சிலர், பெரும்பாலான மக்களைத் தாழ்ந்தவர்களாகவும், தங்களை உயர்ந்தவர்களாகவும் கருதிக் கொண்டு, குரூரமான மகிழ்ச்சியோடு மட்டம் தட்டுவதைப் பார்த்தேன். பெரும்பாலான மக்களை தாம் இழிவாக நடத்துகிறோம் என்ற உணர்வு கூட அவர்களுக்கு இல்லை’ என்று கருணாநிதி நினைவு கூறியுள்ளார்.

கண்ணியத்துடன் நடத்தப்படாத இடத்தில் அவரால் தொடர்ந்து இசை படிக்க முடியவில்லை. அங்கே கற்றுத்தரப்பட்ட பாடல்கள் முக்தியடைவது குறித்தும் இறுதியாகத் தெரிந்து கொள்ள வேண்டிய உண்மைகள் பற்றியும் தான் இருந்தன. ஆனால் மக்களுடைய சமூக நிலையோ அவர்களுடைய சாதி வர்க்க அடிப்படையிலேயே தீர்மானிக்கப்படுவதாக இருந்தது.

யார் எங்கே அமர்வது, என்ன விதமான பாடல்களைப் பாடுவது, எந்த இடத்தில் யார் பாட வேண்டும் என்பதெல்லாம் சாதி அடிப்படையிலேயே தீர்மானிக்கப்பட்டன. ‘நான் பிறந்த இடத்தில் மேல்தட்டு மக்களில் நல்ல மனம் கொண்டவர்கள் இல்லாமல் இல்லை. ஆனால் அவர்களுடைய செயல்கள் சீழ் பிடித்த புண்ணுக்கு புனுகு தடவுவதைப் போலத்தான் இருந்தன.

சமூகப் புறக்கணிப்பு, அவமதிப்பு என்றால் என்ன என்று அவர்களுக்கு தெரியாது. அவமதிப்புக்குள்ளானவரால்தான் புரையோடிய இந்தப் புண்ணுக்கு அறுவை சிகிச்சை தான் தீர்வு என்று சிந்திக்க முடியும். திருக்குவளையில் பயின்ற அந்த மூன்று ஆண்டுகளில் இந்தச் சிந்தனை தான் எனக்கு ஏற்பட்டது' என்று பதிவு செய்துள்ளார் கருணாநிதி. மகனின் உணர்வுகளைப் புரிந்து கொண்ட முத்துவேலர், இசையில் அவர் பெற்ற பயிற்சியை முடித்துக் கொள்ள சம்மதித்தார். அதற்கு ஈடாக படுக்கச் செல்லும் போது ஏராளமான கதைகளையும், பாடல்களையும் சொல்லிக் கொடுத்தார். அப்பாவிடமிருந்து கேட்டுக் கொண்ட புராண தொன்ம கதைகளே பின்னாளில் முழுநேர அரசியல்வாதியாக மாறும் போது கை கொடுத்தன. பிராமணர் அல்லாதார் இயக்கத்தின் விரிவான பரப் பெல்லையை ஊன்றிப் பின்பற்றினால்தான், கருணாநிதியின் வாழ்க்கை யையும், போராட்டங்களையும், சாதனைகளையும் அவருக் கிருந்த வரம்புகளையும், தோல்விகளையும் புரிந்து கொள்ள முடியும்.

பிராமணர் அல்லாதார் இயக்கம், பிராமணர்களின் கல்வி, செல்வம், அந்தஸ்து ஆகியவற்றைப் பார்த்து பொறாமையால் உருவானது அல்ல, மிகுந்த கவனத்தோடு உருவாக்கப்பட்ட அரசியல் இயக்கம். அண்ணா, இரா.நெடுஞ்செழியன், க. அன்பழகன், கே.ஏ. மதியழகன் போன்ற தி.மு.க.வின் முன்னணித் தலைவர்களைப் போல பல்கலைக்கழகத்தில் பயின்றவர் அல்ல கருணாநிதி. ஆனால் தான் பேச வேண்டிய பொருளை யும், அதற்கான மொழியையும் நன்கு கையாண்டு புலமையைக் காட்ட வேண்டிய நிலையில் இருந்தவர்.

சுயமரியாதை என்ற உணர்வில் அவருக்கிருந்த உறுதி காரணமாகவே சொந்தமாக 'முரசொலி' பத்திரிகையை நடத்தினார். இதே போல கருணாநிதியின் உயிர்மூச்சு போல அமைந்தது சமூக நீதி விவகாரம். சாதி அடிப்படையிலான இட ஒதுக்கீட்டுடன் நின்று விடாமல் சமூக நீதிக்காக செய்ய வேண்டிய பணிகளை அவர் தொடர்ந்து வலியுறுத்தி வந்தார். மாநில உணர்வு என்பது மாநிலங்களுக்கு அதிகாரம் கோரும் உத்தி. அதைக் குறுகிய வாதம் என்று கருதுவது தவறு. நியாயமானதும் பறிக்க முடியாததுமான உரிமைகளைக் கேட்பது தனிநாடு கோரிக்கையோ, பிரிவினை கோரிக்கையோ அல்ல. மத்திய அரசுடன் பொருந்தக் கூடிய கூட்டாட்சி அமைப்பின் மையக் கருத்துதான் இந்த உரிமைகளும், கோரிக்கைகளும். சுருக்கமாகச் சொன்னால் மாநிலத்தில் சுயாட்சி,

மத்தியில் கூட்டாட்சி நிலவ வேண்டும் என்று தெளிவுபடுத்தியவர் கருணாநிதி.

கருணாநிதியுடைய சமூகநீதிக் கொள்கையின் ஒரு அம்சம்தான் தமிழகத்தின் அனைத்து வீடுகளுக்கும் மின் இணைப்பு. அனைத்துக் கிராமங்களுக்கும் சாலைகள் மற்றும் பேருந்துப் போக்குவரத்து வசதி என்ற திட்டங்களாகும். தமிழகத்தில் 1969லேயே கிராமப் புறங்களில் 100% மின் இணைப்புகள் வழங்கத் தீவிரம் காட்டினார் கருணாநிதி. இந்த இலக்கை அடைந்ததில் தமிழகம்தான் முதலிடம் வகித்தது. "நகர்ப்புற - கிராமப்புற வேறுபாட்டை சுட்டிக்காட்ட மின் இணைப்பு நல்ல உதாரணம். அனைத்து வகை ஏற்றத்தாழ்வுகளையும் போக்குவதில் எங்களுக்கிருக்கும் உறுதி காரணமாக அனைத்து கிராமங்களுக்கும் மின் இணைப்பு வழங்குவது எங்களுடைய முன்னுரிமைக் கடமையாக இருக்கிறது" என்று குறிப்பிட்டார் கருணாநிதி.

●

அனைத்து சாதியினரும் அர்ச்சகர் ஆகும் சட்டத்தை கடந்த 2.10.70ல் அப்போதைய முதலமைச்சர் கருணாநிதி சட்டப் பேரவையில் நிறை வேற்றினார். எனினும் பல்வேறு வழக்குகள் சட்டப் போராட்டங்கள் காரணமாக இந்த சட்டத்தை அப்போது தி.மு.க.வால் நிறைவேற்ற முடிய வில்லை. பெரியாரின் ஆசையாக இந்தத் திட்டத்தை கருணாநிதி குறிப்பிட்டார். பெரியார் உயிருடன் இருக்கும் போது இந்த சட்டத்தை நிறைவேற்ற முடியவில்லை என்றும் பெரியாரின் நெஞ்சில் தைத்த முள் என்றும் இதனை கருணாநிதி எப்போதும் குறிப்பிடுவார்.

தற்போது 51 ஆண்டுகள் கழித்து பெரியாரின் கனவையும், கலைஞரின் சட்டத்தையும் நிறைவேற்றியுள்ளார் தமிழக முதலமைச்சர் மு.க. ஸ்டாலின். அனைத்து சாதியினரும் அர்ச்சகர் ஆகலாம் திட்டத்தின் கீழ் 58 பேரை அர்ச்சகராக நியமனம் செய்து முதலமைச்சர் மு.க.ஸ்டாலின் பணி ஆணை வழங்கினார். அனைத்து சாதியினரும் அர்ச்சகராகும் திட்டம் 2021 ஆகஸ்ட் 14ல் சென்னையில் தொடங்கி வைக்கப்பட்டது. இதில் சிறப்பு விருந்தினர்களாக குன்றக்குடி பொன்னம்பல அடிகளார், சாந்தலிங்க மருதாசல அடிகள், குமரகுருபரசுவாமிகள், சீரவை ஆதினம், ஆன்மீகச் சொற்பொழிவாளர் சுகி.சிவம், மற்றும் அமைச்சர்கள் மா.சுப்பிரமணியன், கே.என்.நேரு, சேகர்பாபு ஆகியோர் பங்கேற்றனர்.

விழாவில் பங்கேற்ற முதல்வர் மு.க.ஸ்டாலின் அர்ச்சகர் பயிற்சி முடித்த 29 ஓதுவார்கள் உட்பட 58 பேருக்கு பணி நியமன ஆணைகளை வழங்கினார். இவர்கள் சென்னை மயிலாப்பூர், கபாலீஸ்வரர் கோயில், திருச்சி சமயபுரம் மாரியம்மன் உள்ளிட்ட 58 கோயில் பணியாளர்களாக நியமனம் செய்யப்பட்டுள்ளனர்.

சமூக நீதிக்கான இயக்கத்தை வெற்றிகரமான அரசியல் கட்சியாக மாற்றிய முதல் தலைமுறை அரசியல்வாதிகளில் முக்கியமானவர் கருணாநிதி. கருணாநிதியின் நெடிய அரசியல் வாழ்வை சமீபத்திய வரலாற்றைப் பிரதிபலிக்கும் கண்ணாடிகளில் ஒன்றாகவே குறிப்பிட லாம். நாட்டின் பிற பகுதிளுடன் ஒப்பிடுகையில் தமிழ்நாட்டில் சமூகநீதி இயக்கத்தின் சாதனைகளையும் இந்தியாவில் கூட்டரசைக் கட்டமைப்ப தில் திராவிட இயக்கத்தின் பங்களிப்புகளையும் வெளிக்காட்டும் கண்ணாடி அவருடைய வாழ்க்கை. மக்கள் தொகையில் மிகச் சிறிய எண்ணிக்கையை கொண்ட சாதிய அடுக்குகளில் கீழே இருக்கும் ஒரு சமூகத்திலிருந்து வந்து, இவ்வளவு உயர்ந்த இடத்தை கருணாநிதி தக்க வைத்திருப்பது சமூகப் புரட்சியே அன்றி வேறல்ல. அந்தப் புரட்சிக்கு அவரும் காரணமாக இருந்திருக்கிறார்.

தமிழ்நாட்டின் திராவிட இயக்கம் நாட்டின் பிற பகுதியில் உள்ள இயக்கங்களுக்கு ஒரு வழிகாட்டி. அரை நூற்றாண்டாகத் தமிழ்நாட்டின் ஆட்சியதிகாரம் இரு திராவிடக் கட்சிகளையும் தாண்டிச் செல்லாமல் இருக்க சமூக நீதி இயக்கமே முக்கியமான காரணம். தமிழ்நாட்டில் சமூக நீதி இயக்கம் வலுவாக காலூன்றியதற்கான முக்கியமான காரணங்களில் ஒன்று, அதன் பலன் பிற்படுத்தப்பட்ட வகுப்பைச் சேர்ந்த வசதி படைத்த வர்களுக்கு மட்டும் பலன் தந்ததோடு நிற்கவில்லை என்பதேயாகும். தி.மு.க. குறிப்பாக அண்ணா வழிவந்த கருணாநிதி மாநில சுயாட்சிக் கோரிக்கையை ஒரு தேசிய முழக்கமாகவே வளர்த்தெடுத்தவர்.

1950ல் இந்திய அரசியலமைப்புச் சட்டம் காஷ்மீருக்கு வழங்கிய அதிகாரங்களைப் போன்ற அதிகாரங்களையே எல்லா மாநிலங்களுக்கும் கேட்கிறது தமிழகம். அதைத்தான் மாநில சுயாட்சி என்று தி.மு.க குறிப்பிடுகிறது. சுதந்திர இந்தியாவின் மேல்முனையில் இருக்கும் காஷ்மீருக்கும் கீழ் முனையில் இருக்கும் தமிழ்நாட்டுக்கும் வரலாற்றின் ஆரம்பத்திலிருந்தே அநேக ஒற்றுமைகள் இருந்து வருவதை அடுக்கலாம்.

தனித்த மொழி, தனித்த கலாச்சாரம், தனித்த அடையாளம் மட்டுமல்ல இரு பிராந்தியங்களுமே தனிநாடு கேட்டவை. இன்று உச்சபட்ச மாநில சுயாட்சிக்கான உரத்த குரலை ஒலிப்பவை. நமது தேசத்துக்கென்று ஒரு கூட்டாட்சி அமைப்பு இருக்கும்போதிலும் நம்முடைய நாடாளுமன்ற அமைப்பும் அரசு நிர்வாகமும் நடைபெறும் விதத்தைப் பார்க்கும்போது ஒரு விசயம் தெளிவாகப் புலப்படும். அது மத்திய மாநில அரசுகளுக்கான தராசுத்தட்டுகள் இணையாக நிற்கவில்லை என்பதேயாகும்!

•

தமிழ்நாட்டின் இடஒதுக்கீடு 50%க்கும் அதிகமாக உயர கருணாநிதி முக்கியமான காரணம். சமூகநீதி அரசியலை அரசுத் திட்டங்களாக உருமாற்றியது அவருடைய இன்னொரு முக்கியமான சாதனை. சமூக நலத்திட்டங்களை செயல்படுத்துவதில் தி.மு.க., அ.தி.மு.க. இடையில் ஆரோக்கியமான போட்டி எப்போதும் நிலவியது. இதனால்தான் சமூக நலத்திட்ட அமலாக்கத்திலும் வளர்ச்சியிலும் இந்திய அளவில் நாடு முன்னே நிற்கிறது. இந்திய ஜனநாயகத்துக்கு திராவிட இயக்கத்தின் நிரந்தரமான பங்களிப்பு என்றால் அது ‘இந்தி - இந்து - இந்துஸ்தான்’ என்ற தேசியவாதத்தை ஏற்க மறுத்து அது உறுதியாக நிற்பதுதான்.

கருணாநிதியின் ஆட்சியில் மாநில அரசு ஒருபோதும் மத்திய அரசுக்கு கீழான அரசாக செயல்பட்டதேயில்லை. மத்திய மாநில உறவு தொடர் பாக அவர் நியமித்த ராஜமன்னர் குழுவின் பரிந்துரைகளை மத்திய அரசு நிராகரித்தாலும் கூட்டாட்சியை வலுப்படுத்துவதற்கான கதவை அது திறந்தது. சுதந்திர தினத்தன்று தேசியக் கொடியை ஏற்றும் உரிமையைப் பெற்றுக் கொடுத்தவரும் அவரே. தன்னுடைய ஆட்சியையே விலையாகக் கொடுத்து நெருக்கடி நிலை அமலாக்கத்தைத் துணியோடு எதிர்த்த முதல்வர் என்று வரலாற்றில் என்றும் கருணாநிதி நினைவு கூறுப்படுவார்.

சுதந்திர இந்தியாவில் திராவிடக் கட்சிகள் சார்பில் கடந்த 55 ஆண்டுகளில் தமிழகத்தை நீண்ட காலம் முதல்வராக மட்டுமல்லாமல் எதிர்கட்சித் தலைவராகவும் பணியாற்றியவர் மு.கருணாநிதி. புதிய சட்டங்களைக் கொண்டு வருவதிலும் தங்களுக்கு உடன்பாடில்லாத சட்டங்களை எதிர்ப்பதிலும் பெரும் பங்காற்றியவர் கலைஞர். இந்தியாவில் சுதந்திரத்திற்குப் பின்னர், நாடாளுமன்றத்திலும் சட்டமன்றத்திலும் இயற்றப்பட்ட சட்டங்கள் ஆயிரக்கணக்கில் உண்டு. அப்படி இயற்றப்

பட்ட சட்டங்கள் நடைமுறையில் எந்த அளவிற்குப் பயன்பட்டன. அவற்றைச் செயல்படுத்தும் அதிகார வர்க்கம் எந்த அளவிற்கு சட்டங்களை செயல்படுத்த முற்பட்டன என்பதை ஆய்வு செய்த பின்பே அச்சட்டத்தின் சாதனை பற்றி முழக்கமிட முடியும்.

பொதுவாக சட்டம் என்பது ஒரு அரசை அல்லது ஆட்சியாளரை மதிப்பிடும் குறியீடாகவே சட்ட வரலாறு பார்க்கிறது. சமூகநீதி குறித்தும், பெண்ணுரிமை குறித்தும் தொழிலாளர் உரிமை பற்றியும் விவசாயிகளின் நலன் குறித்தும் திராவிடக் கட்சிகள் ஏராளமான சட்டங்களைக் கொண்டு வந்துள்ளன. தி.மு.க.வை ஆட்சிப் பொறுப்பில் ஏற்றி அடுத்த இரண்டாண்டுகளில் அண்ணா மறைந்து விட்டாலும் அந்தக் குறுகிய காலகட்டத்தில் சரித்திர முக்கியத்துவம் வாய்ந்த சில சட்டங்களை நிறைவேற்றி நல்ல துவக்கத்தை அவர் கொடுத்துச் சென்றார்.

'திருமணம் என்பது வாழ்க்கை ஒப்பந்தம். அதில் சமயச் சடங்குகளைப் புகுத்துவது தவறு' என்று மக்கள் மேடைகளில் பிரச்சாரத்தினை நடத்தி வந்த இயக்கம் திராவிட இயக்கம். 1955 இந்துத் திருமணச் சட்டப்படி 'மணப்பெண்ணிற்கு மணமகன் தாலிகட்டியிருக்க வேண்டும் மற்றும் சமயச் சடங்குகளை நடத்தியிருக்க வேண்டும்' அதுவே சட்டப்படியான திருமணம் என்றது. 1968ல் தி.மு.க கொண்டு வந்த இந்து திருமணச் சட்டத்தில் ஒரு புரட்சிகரமான திருத்தத்தைக் கொண்டு வந்தது. அதன் விளைவாக தாலி கட்டாத திருமணங்களும், சமயச் சடங்குகள் இல்லாத திருமணங்களும் சட்டப்படி செல்லும் என்றானது.

சீர்திருத்த திருமணங்களுக்கும் சுயமரியாதைத் திருமணங்களுக்கும் சட்ட அதிகாரம் கொடுத்ததோடு திருமணம் எனும் பிணைப்பை சமயச் சார்பிலிருந்து விடுவித்த சட்டம் அது. இந்தியாவிலேயே இப்படிப்பட்ட ஒரு சட்டப்பிரிவு வேறு எந்த மாநிலத்திலும் இன்று வரை இல்லை. காங்கிரஸ் ஆட்சியானது நிலச்சீர்திருத்தம் தொடர்பாக பேசி வந்தாலும் அதற்கான எந்த நடவடிக்கையும் எடுக்கவில்லை. கடுமையான போராட்டங்களின் விளைவாக 1961ல் தமிழ்நாடு நிலச் சீர்திருத்த (உச்ச வரம்பு நிர்ணயம்) சட்டம் கொண்டு வரப்பட்டது.

ஒரு தனி நபருக்கான நில உச்ச வரம்பாக 30 ஸ்டாண்டார்டு ஏக்கர் நிலம் நிர்ணயிக்கப்பட்டது. ஆனால் பயன் இல்லை. 1970ல் தி.மு.க அரசு மிகுந்த துணிச்சலோடு உச்ச வரம்பிற்கான அளவை 15 ஸ்டாண்டார்டு ஏக்கராகக்

குறைத்தது. இதன் மூலம் கணிசமான நிலங்கள் கையகப்படுத்தபட்டு, விவசாயத் தொழிலாளர்களுக்கும், சிறுவிவசாயிகளுக்கும் பகிர்ந்தளிக்கப் பட்டது. கீழ்வெண்மணியில் 1968ல் பட்டியலின மக்கள் 44 பேர் தீயிட்டுக் கொல்லப்பட்டது ஒரு கொடூர வரலாற்றுச் சம்பவம் ஆகும். இதனைத் தொடர்ந்து அன்றைய முதல்வர் அண்ணா ஓய்வுபெற்ற நீதிபதி கணபதியாபிள்ளை தலைமையில் ஒரு விசாரணை ஆணையத்தை அமைத்தார்.

'வெண்மணி உள்ளிட்ட வழக்கு தஞ்சை மாவட்டத்திலுள்ள விவசாயத் தொழிலாளர்களுக்கு நியாயமான கூலி நிர்ணயத்திற்கு அரசு முயற்சிக்க வேண்டும்' என்று அவர் கொடுத்த பரிந்துரையின் விளைவாக 1969ல் தமிழ்நாடு விவசாயத் தொழிலாளர்கள் நியாயமான கூலிச் சட்டம் நிறைவேற்றப்பட்டது. இதன் பின்னர் கிழக்குத் தஞ்சை மாவட்டத்தி லுள்ள விவசாயத் தொழிலாளர்களுக்கு மற்ற மாவட்டங்களிலுள்ள தொழிலாளர்களைவிட அதிகமான கூலி நிர்ணயம் செய்யப்பட்டதோடு பண்ணையார் முறையும் ஒழிக்கப்பட்டது.

1967ல் தி.மு.க. அரசு ஆட்சிக்கு வந்தவுடன் பல்வேறு தொழிலாளர் போராட்டங்களைச் சந்திக்க நேரிட்டது. சில இடங்களில் துப்பாக்கி சூடு நடத்தப்பட்டது. இதனால் தொழிலாளர் பிரச்சனைகளில் ஓரளவுக்கு கவனம் செலுத்த முற்பட்டதோடு, சில குறிப்பிட்ட தொழிலாளர் சட்ட திருத்தங்களையும் கொண்டு வந்தனர். தொழிலாளர்கள் தியாகத்தை நினைவுகூறும் மே தினத்தைக் கொண்டாடும் வகையில் அன்றைக்கு கட்டாய விடுமுறை அளிக்கும் சட்டத்திருத்தும் 1969ல் நிறைவேற்றப் பட்டது. இன்றும் இந்தியாவில் வேறெந்த மாநிலத்திலும் ஊதியத்துடன் கூடிய மே தின விடுமுறை இல்லை.

தொழிலாளர்கள் தங்களது நிர்வாகத்தால் வேலை நீக்கம் செய்யப் படும்போது, அவர்கள் அப்பிரச்சினையைத் தொழிலாளர் நீதிமன்றங் களுக்கு எடுத்துச் செல்வதற்கு அரசாங்கத்தின் அனுமதி தேவைப்பட்டது. அரசோ பல பணி நீக்க வழக்குகளை தொழிலாளர் நீதிமன்றத்திற்கு அனுப்ப அனுமதி மறுக்கும். 1982ல் ஆவின் தொழிலாளர்கள் 1800 பேர் ஒரே நாளில் பணி நீக்கம் செய்யப்பட்டனர். அந்த வழக்கையும் கூட தொழிலாளர் நீதிமன்றத்தின் விசாரணைக்கு அனுமதிக்க அரசு மறுத்து விட்டது. 1988ல் தொழில் தகராறுச் சட்டத்தில் கொண்டு வரப்பட்ட

திருத்தம், ஒரு தொழிலாளி வேலை நீக்கம் செய்யப்பட்டால், நேரடியாக தொழிலாளர் நீதிமன்றம் செல்வதற்கான உரிமைக்கு வழிவகுத்தது.

ஒரு தொழிலாளி வேலையை விட்டு தற்காலிகமாக பணிநீக்கம் செய்யப்பட்டால் அவருக்கு வாழ்க்கைப்படி வழங்குவது என்பது முன்னதாக சம்பந்தப்பட்ட நிறுவனத்தின் விருப்பத்தின் அடிப்படையில் அமைந்திருந்தது. ஒரு சில நிறுவனங்களில் மட்டுமே பாதிச் சம்பளம் கொடுக்கும் வழக்கம் இருந்தது. 1981ல் கொண்டு வரப்பட்ட தமிழ்நாடு சட்டம் இதற்கு முற்றுப் புள்ளி வைத்தது. 'தற்காலிகப் பணி நீக்கப்பட்ட தொழிலாளிக்கு முதல் 90 நாட்களுக்குள் 50% ஊதியம், 180 நாட்களுக்குள் 75% ஊதியம், 180 நாட்களுக்கு மிகைப்பட்டால் 100% ஊதியம் கொடுக்க வேண்டும்' என்று இச்சட்டம் கூறியது. தொழிலாளர்கள் அநியாயமாக தொடர்ச்சியாகத் தற்காலிகப் பணி நீக்கத்தில் விதைக்கப்படுவதை இது தடுத்து நிறுத்தியது. இத்தகைய சட்டப்பிரிவு மத்தியத் தொழிலாளர் சட்டப்பிரிவில் கூட இல்லை.

தொழிலாளர்களைத் தொடர்ந்து தற்காலிகப் பணியாளர்களாக வைத்துக் கொள்ளும் நடைமுறை பல தொழில் நிறுவனங்களில் கடைப் பிடிக்கப் பட்டது. தொழிலாளர்களுக்கு பணிநிரந்தர வாய்ப்பைப் புறக்கணிப்ப தோடு அவர்களை குறைந்த சம்பளத்தில் வைத்து நிறுவனங்கள் வதைக்கவும் இந்நிலை அவர்களுக்கு உதவியது. 1981ல் கொண்டு வரப்பட்ட தமிழ்நாடு தொழில் நிறுவனங்கள் (தொழிலாளருக்கு நிரந்தரப் பணி அளிக்கும்) சட்டம், ஒரு தொழில் நிறுவனத்தில் 480 நாட்கள் தொடர்ச்சியாகப் பணியாற்றும் ஒரு தொழிலாளி, தானாகவே நிரந்தரமாக்கப்படுவார் என்று கூறியது.

இத்தகைய சட்டம் இன்ற வேறெந்த மாநிலத்திலும் நடைமுறையில் இல்லை. அதேபோல அமைப்பு ரீதியாக திரட்டப்படாத தொழிலாளர் களுக்கான நலவாரியங்களை அமைக்கும் உடல் உழைக்கும் தொழிலாளர் கள் சட்டத்திருத்தம் 1982ல் கொண்டு வரப்பட்டது.

மற்ற மாநிலங்களில் உள்ளாட்சிக்கான தேர்தல்களில் பெண்களுக்கு மூன்றில் ஒரு பங்கு இடங்கள் ஒதுக்கீடு செய்யப்பட்டிருக்கும் நிலையில், தமிழ்நாட்டில் 2016 ஆம் வருடம் உள்ளாட்சிகளுக்கான இடங்களில் 50% இடங்கள் ஒதுக்கப்பட்ட சட்டத்திருத்தம் கொண்டு வந்ததன் மூலம் இப்பிரச்சனையில் இந்தியாவிற்கே வழிகாட்டியாக தமிழகம் மாறியது.

1971ல் இந்து அறநிலைத்துறைச் சட்டம் திருத்தப்பட்டு 'எந்தச் சாதிப் பிரிவினராக இருப்பினும், அவர்கள் திருக்கோயில்களின் வழிபாட்டு முறைகளை முறையாக கற்றுத் தேர்ந்திருப்பின் அவர்களை அர்ச்சகர் களாக நியமிப்பதற்குத் தடையில்லை' எனும் சட்டத்திருத்தம் கொண்டு வரப்பட்டது.

துரதிருஷ்ட வசமாக உச்சநீதிமன்றம் அர்ச்சகர் நியமனத்தில் பரம்பரை உரிமையை ஆகமம் என்ற பெயரில், நிலைநாட்டி 2015ல் இச்சட்டத் திருத்தத்தை ரத்து செய்து விட்டது. 2022 ஆம் ஆண்டு இவ்வழக்கின் இறுதித் தீர்ப்பு வெளியானது. இதில் அனைத்து சாதியினரும் அர்ச்சகராக லாம் என்னும் வழக்கில் அரசு வெளியிட்ட விதிகள் செல்லும் என்று உயர்நீதி மன்றம் அதிரடித் தீர்ப்பு வழங்கியுள்ளது. அதே வேளை ஆகம விதிப்படியே அர்ச்சகர்கள் நியமிக்கப்பட வேண்டும் என்றும் ஆகம விதிகள் முறையாகப் பின்பற்றபடுகின்றனவா என்பதைக் கண்டறிய ஐந்து பேர் கொண்ட குழு நியமிக்கப்பட வேண்டும் என்று தெரி வித்துள்ளது.

கிராமங்களில் இருந்து ஒதுக்கி காலனிகளில் வைக்கப்பட்டிருந்த பட்டிய லின மக்களின் தேவைகளுக்கு அவர்களுக்கான வளர்ச்சித் திட்டங் களுக்கு அரசுக்கு நிலம் தேவைப்பட்டது. ஆனால் சிறிய அளவு நிலங் களைக் கூட கையகப்படுத்த முடியாமல் நீதிமன்றங்களில் வழக்குகள் தொடுக்கப்பட்டன. பட்டியலின மக்களுக்கு வீட்டுமனைகள் வழங்குதல், காலனிகளிலிருந்து பிரதான சாலைகளுக்கு செல்வதற்கு இணைப்பு சாலைகள் அமைத்தல், அவர்களுடைய இடிபாடுகளை கூட விரிவு படுத்துதல் இப்படியான திட்டங்கள் கூட நிலமில்லாமல் முடங்கிக் கிடந்தன.

இவற்றையெல்லாம் களைவதற்காக 1978ல் நிலம் கையகப்படுத்தும் (அரிஜன நலத்திட்டங்களுக்காக) சட்டம் நிறைவேற்றப்பட்டது.

இடையில் நீதிமன்றத்தால் ரத்து செய்யப்பட்டு, மேல்முறையீட்டில் மீண்டும் 1955ல் உயிர்பெற்ற சட்டம் இது. விளைவாக பட்டியலின மக்களுக்குத் தேவையான வசதிகள் செய்வதற்கான நிலங்கள் எளிதாகக் கையகப்படுத்தப்பட்டன. நிறைய மேம்பாட்டுப் பணிகள் நடைபெற்றன. நகர்ப்புறங்களில் குடிசைப்பகுதிகளில் வாழும் மக்களுக்குப் புதிய குடியிருப்புகளை அமைத்துத் தருவதற்கான வாரியம் அமைக்கும் சட்டம்

1971ல் நிறைவேற்றப்பட்டது. அதுதான் தமிழ்நாடு குடிசைப் பகுதிகள் சட்டம். இதன் மூலம் பல்லாயிரக்கணக்கான மக்களுக்கு அடுக்குமாடி குடியிருப்புகள் கட்டித் தரப்பட்டன.

●

தேசிய இனங்களுக்குத் தங்களுக்கான எதிர்காலத்தை தீர்மானித்துக் கொள்வதற்கான சுயநிர்ணய உரிமை வேண்டும் என்ற எண்ணமே திராவிட இயக்கத்தின் 'திராவிட நாடு' முழக்கத்தின் மைய ஆதாரமாக இருந்தது. இந்திய சுதந்திரத்துக்கு முன்னர் தொடங்கிய இந்தக் கருத்தாக்கம் பின்னரும் நீடித்தது. புதிய ஆட்சியில் இந்தி பேசும் மாநிலங்களின் கையே ஓங்கியிருந்ததும் தென்னிந்தியா தன்னுடைய மாறுபட்ட கலாச்சாரத்துக்கு ஏற்ப அரசியலிலும் தனிப் போக்கை கொண்டிருந்ததும் இதற்கான நியாயங்களாக இருந்தன. ஆனால் பிரிவினை வாதச் சட்டத்தின் பெயரால் நேரு இப்படியான கோரிக்கைகளையும், அதற்குப் பின்னிருந்த அமைப்புகளையும் முடக்க முற்பட்டபோது, அடுத்த நிலையில் உயிர்பெற்ற முழக்கமே 'மாநில சுயாட்சி.'

சுதந்திரத்துக்கு முன்பிருந்தும் சுதந்திர இந்தியாவின் உருவாக்கத்தின் போதும் மாநிலங்களுக்கு அதிகமான உரிமைகளைக் கோரும் 'மாநிலங்களின் உரிமை' விவாதம் ஏற்கனவே இருந்தது என்றாலும் அண்ணாவின் இந்தக் கோரிக்கை புது உத்வேகத்தைக் கொடுத்தது. 'மத்தியில் கூட்டாட்சி மாநிலத்தில் சுயாட்சி' என்ற கலைஞரின் சொல்லாடல் புது வடிவைக் கொடுத்தது. அண்ணாவின் கனவை நிறைவேற்றும் வகையில் தான் பதவியேற்றவுடனேயே 1969 மார்ச் 17ல் டெல்லி பத்திரிக்கையாளர்களை சந்தித்த கலைஞர், "மத்திய மாநில அரசுகளின் அதிகாரங்களை குறித்து ஆராய ஒரு குழு அமைக்கப்படும் என்று அறிவித்தார்." அப்படி ஆராய உருவாக்கப்பட்ட குழுவே நீதிபதி ராஜமன்னர் தலைமையில் ஏ.லட்சுமணசாமி முதலியார், பி.சந்திராரெட்டி ஆகியோரை உறுப்பினர்களாகக் கொண்டு உருவாக்கப்பட்ட குழுவாகும்.

பல தரப்பினரிடமும் கருத்துக்களைத் திரட்டிய இக்குழு 383 பக்கங்களைக் கொண்ட தன்னுடைய அறிக்கையை 1971 மே 27ல் அளித்தது. மத்திய மாநில பிரச்சனைகள் எழுப்பப்படும் போதெல்லாம் தீர்வாக வைக்கப்படும் ஒரு மகா சாசனமாக, அரிய ஆவணமாகப் பேசப்படும் ராஜமன்னர் குழுவின் பரிந்துரைகளில் முக்கியமான அம்சங்கள் சில :

1. அரசியலமைப்புச் சட்டத்தின் 7வது இணைப்பிலுள்ள அதிகாரப் பட்டியல்களின் பொருளடக்கத்தை மாற்றியமைத்து, மாநிலங் களுக்கும், சட்டமியற்றும் அதிகாரத்தை வழங்க வேண்டும்.
2. மாநிலங்களுக்கான வருவாயை அதிகப்படுத்த வேண்டும். வரிச் சீர்திருத்தம் வேண்டும்.
3. மாநில அரசுகளின் ஆலோசனையைப் பெற்றே ஆளுநர் நியமிக்கப் பட வேண்டும். அதே போல உயர்நீதிமன்ற நீதிபதிகளை நியமிக்கும் போது மாநில அரசு, ஆளுநர், உயர்நீதிமன்றத் தலைமை நீதிபதி ஆகியோரின் கருத்துகள் முக்கியமாகக் கருதப்பட வேண்டும்.
4. நெருக்கடி நிலை அறிவிப்பு தொடர்பாக முடிவெடுக்கும்போது மாநிலங்களவை மன்றத்துடன் கலந்தாலோசித்தே முடிவு எடுக்கப் பட வேண்டும்.
5. மாநிலங்களவையில் அனைத்து மாநிலங்களுக்கும் சமமான எண்ணிக்கையில் பிரதிநிதித்துவம் வழங்க வேண்டும்.
6. அரசியலமைப்புச் சட்டத்தில் திருத்தம் செய்ய வேண்டுமென்றால் மூன்றில் இரு பங்கு மாநில சட்டமன்றங்கள் அதை ஏற்க வேண்டும்.
7. இப்படி பொது ஒழுங்கு, வணிகம், மொழி, பொது ஊழியங்கள் அது முன் வைத்த பலபரிந்துரைகள் மத்திய மாநில உறவுக்கு ஒரு அருமை யான வழிகாட்டியாகவும், பன்மைத்துவத்தை பாதுகாக்கும் வழிமுறையாகவும் இன்றும் பார்க்கப்படுகிறது.

ராஜமன்னர் குழுவின் பரிந்துரைகளை முன்வைத்து இந்திரா காந்தி தலைமையிலான அரசுக்கு அழுத்தம் கொடுத்தார் கலைஞர். வட இந்தியாவில் கட்சி வேறுபாடுகளுக்கு அப்பாற்பட்டுக் கடும் அதிர்வு களை உண்டாக்கினாலும், பிரதமர் இந்திராகாந்தி, 'பரிசீலித்து நடவடிக்கை எடுக்கப்படும்' என்று பதில் கடிதம் அனுப்பினார். அதற்குப் பின் 1984ல் நீதிபதி சர்க்காரியா தலைமையில் மத்திய, மாநில உரிமை களை ஆராய குழு அமைத்தார் இந்திராகாந்தி. தொடர்ந்து மாநில உரிமை களை முன்னிறுத்தி ஆந்திராவில் என்.டி.ராமராவ், அஸாமில் மகந்தா ஆகியோர் நடத்திய மாநாட்டில் இந்த ராஜமன்னருக்கு அறிக்கை விவாதப் பொருளாக இருந்தது.

காஷ்மீரில் ஃபரூக் அப்துல்லா நடத்திய மாநாட்டில், 'வெளியுறவு, பாதுகாப்பு, தொலைத்தொடர்பு, நிதி போன்ற துறைகளை மட்டும் மத்திய அரசு வைத்துக் கொண்டு மற்ற அதிகாரங்களை மாநிலங்களுக்கு வழங்க வேண்டும்' என்று தீர்மானம் நிறைவேற்றப்பட்டது. அதற்குப் பின்னர் மேற்கு வங்க முதல்வர் ஜோதிபாசு அரசும், 'ராஜமன்னர் குழுவின் அடிப்படையில் மாநிலங்களுக்கு அதிகாரங்கள் வேண்டும்' என்று மத்திய அரசுக்கு அறிக்கை அனுப்பியது. கர்நாடாக முதல்வர் ராம கிருஷ்ண ஹெச்டே இது குறித்துப் பேச தென் மாநில முதல்வர்கள் மாநாட்டைக் கூட்டினார்.

இலங்கை உள்நாட்டுப் போருக்கு தீர்வு காணும் வகையில், திம்புவில் நடைபெற்ற பேச்சு வார்த்தையின் போதும் கூட ராஜமன்னர் குழுவின் அறிக்கை அடிப்படையில் விவாதங்கள் நடந்தன. அதன்பின் வாஜ்பாய் பிரதமராக இருந்தபோது 2002ல் நீதிபதி வெங்கடாச்சலையா தலைமை யிலும் மன்மோகன் சிங் பிரதமராக இருந்தபோது 2010ல் நீதிபதி பூன்ச் தலைமையிலும் குழு அமைக்கப்பட்டு, மத்திய மாநில உறவுகள் குறித்தான விரிவான அறிக்கை பெறப்பட்டது. இந்திரா, வாஜ்பாய், மன்மோகன் சிங் எல்லோருடைய இப்படியான நகர்வுகளின் பின்னணி யிலும் தி.மு.க.வின் அழுத்தம் இருந்தது. கலைஞரின் தொலைநோக்குப் பார்வையும் இதில் பிரதிபலித்தது.

●

"தமிழ் மக்களுக்குப் பணியாற்ற என் தலையில் இருக்கும் கிரீடத்தை வேண்டுமானால் யாரேனும் பறிக்க முடியும். ஆனால், என் கையில் இருக்கும் போர்வாளை யாராலும் பறிக்கமுடியாது" என 1969ல் முதன் முறையாக தமிழ்நாட்டின் முதலமைச்சராகப் பொறுப்பேற்றுக் கொண்ட போது கலைஞர் கருணாநிதி இப்படித்தான் பேசினார். அரை நூற்றாண்டுக்கும் மேலான அரசியல் வரலாற்றில் தவிர்க்க முடியாத ஒரு நெருப்பு உச்சரிப்பு கருணாநிதி எனும் பெயர்.

தனது காலம் முழுவதுக்குமான தமிழகத்தின் எதிர்ப்புக்குரல் கருணாநிதிக்கு உரிமையானது. தன்னம்பிக்கையின் உந்து சக்தியாக ஒரு இனத்தின் ஒட்டுமொத்த தலைவனாக போராளியாக, உரிமையாளராக தமிழகத்தில் தன்னை என்றென்றும் நிலைநிறுத்திக் கொண்டவர் கலைஞர். 'பள்ளியில் சேர்க்காவிட்டால் கமலாயக்குளத்தில் குதித்து

தற்கொலை செய்து கொள்வேன்' என தனது பள்ளிப் பருவத்தில் பள்ளித் தலைமை ஆசிரியரை மிரட்டியது முதல் 94 வயதில் தனது இறுதி மூச்சை நிறுத்திக் கொண்ட தருணத்தில், அவரது உடல் அடக்கத்துக்காக தி.மு.க.வினர் நீதிமன்றத்தின் படியேறி போராடி நீதி பெற்றது வரை, கருணாநிதியின் அரசியல் வாழ்வும் தனிமனித வாழ்வும் சட்டப் போராட்டங்களின் ஓயாத சத்தும் நிறைந்தவை என்றால் மிகையில்லை!

பெயருக்கு ஒரு முதலமைச்சராக மட்டுமே இருந்து விட்டுப் போனவர் அல்ல கருணாநிதி. அனுதினமும் அரசியல் காற்றைச் சுவாசித்து வந்த கருணாநிதிக்கு பெரியார், அண்ணா, உள்ளிட்ட தலைவர்களுடன் நெருக்கமாக பழகும் வாய்ப்புகள் இருந்ததால் படம் போட்ட தங்கமாக தன்னை அனுதினமும் ஒளிர வைத்துக் கொண்டிருந்தார். இந்தியர் அனைவரும் உற்றுப் பார்த்து வியந்து மயங்கும் அளவுக்கு அரசியல் களத்தில் உயர்ந்து சட்டப் பேரவையில் பொன்விழா கண்டவர் கருணாநிதி. அரசியல்களத்தில் வாள் சுழற்றும் அனைவருக்கும் அரிச்சுவடி யாக இவரது வாழ்க்கை திறந்த புத்தகமாகக் திகழ்கிறது.

திருவாரூர் அருகே உள்ள திருக்குவளையில் முத்துவேலர் அஞ்சுகம் தம்பதிக்கு 1924 ஜூன் 3 ஆம் தேதி பிறந்த கருணாநிதி சுயமரியாதைச் சுடராகவே வளர்ந்து உலகுக்கு ஒளிபரப்பினார். மாணவர்களைத் திரட்டி, மொழிப் போராட்டத்தில் பங்கெடுத்தார். துண்டுப் பிரசுரம், சுவரொட்டி என்று அரசியல் அரிச்சுவடி வாசித்தார். மாணவனாக இருந்து கொண்டே மாணவநேசன் என்ற கையெழுத்தைப் பத்திரிகையைத் தொடங்கினார். இதுதான் பின்னாளில் முரசொலியாக மாறியது. பெரியாரின் குடி அரசு இதழில் துணை ஆசிரியராகப் பணியாற்றினார். 'ஆமையைக் காக்க ஓட்டைப் படைத்த இறைவன், சாலை ஓரங்களில் வாழும் ஏழைக்கு ஏன் ஒரு வீட்டைப் படைக்கவில்லை?' என்று புரட்சித் தீயாக கேள்வி எழுப்பினார்.

பராசக்தியில் 'கோயிலே குழப்பம் விளைவித்தேன். பூசாரியைத் தாக்கி னேன். கோயில் கூடாது என்பதற்காக அல்ல. கோயில் கொடியவர்களின் கூடாரமாக இருக்கக் கூடாது என்பதற்காக' என்று கருணாநிதி எழுதிய உணர்ச்சிமிக்க வசனங்கள் சமூகத்தில் கொந்தளிப்பை ஏற்படுத்தியது.

கருணாநிதிக்கு சிறு வயதிலிருந்தே நாடக தொடர்பும், நாடகம் எழுது வதில் இருந்த ஆர்வமும், குடி அரசு இதழில் பணியாற்றிக் கொண்டிருந்த

காலத்தில் சினிமாவுக்கான வாய்ப்பை கொண்டு வந்து சேர்த்தது. பெரியாரின் சம்மதத்தோடு திரைத்துறைக்கு நகர்ந்தார் கருணாநிதி. அவருக்கு வசனம் எழுத முதல் வாய்ப்பு 'ராஜகுமாரி' படத்துக்கு கிடைத்தது. முரசொலியை அச்சுப் பத்திரிகையாக மாற்றும் பணிகளில் ஈடுபட்டார். பெரியார் - மணியம்மை ஆகியோர்களின் திருமண விவகாரத்தில் ஏற்பட்ட கருத்து மோதலால் பெரியாரிடமிருந்து விலகிய அண்ணா அப்போதுதான் தி.மு.கவை தொடங்கினார்.

தி.மு.க அறிவிக்கும் போராட்டங்களில் நேரடியாகப் பங்கேற்றுக் கொண்ட வெகுஜன மக்களின் ஆதரவைத் திரட்ட சினிமாவிலும் தொடர்ந்து கருணாநிதி இயங்கி வந்தார். முதன்முறையாக பொதுத் தேர்தலில் 1957ல் களமிறங்கியது தி.மு.க. சொந்தத் தொகுதியான நாகை யில் போட்டியிட விரும்பனார் கருணாநிதி. ஆனால் குளத்தலையைக் கொடுத்தார் அண்ணா. வென்றார் கருணாநிதி. 1962 தேர்தலிலும் வென்றார் கலைஞர். 'வரலாற்றின் முதல் பகுதியை நான் எழுதினேன். பிற்பகுதியை என் தம்பி கருணாநிதி எழுதுவார்' என்றார் அண்ணா.

1967ல் காங்கிரசை வீழ்த்தி ஆட்சியைக் கைப்பற்றியது திமுக. விலைவாசி உயர்வு, மொழிப்போர், ஆட்சிக்கு எதிரான அதிருப்தி என்றும் எல்லாமு மாகச் சேர்ந்து காங்கிரசை தோற்கடித்திருந்தது. மக்கள் கோரிக்கைகளை யெல்லாம் ஒவ்வொன்றாக நிறைவேற்றிக் கொண்டிருந்த நேரத்தில் முதலமைச்சர் அண்ணாவின் மறைவு பேரிடியானது. கட்சியின் மூத்த தலைவர்கள் பலரும் கருணாநிதி பக்கம் இருந்த நிலையில் தற்காலிக முதல்வராக இருந்த நாவலர் நெடுஞ்செழியன் பதவி விலக கருணாநிதி முதல்வரானார். கருணாநிதி கட்சித் தலைவரானார். நாவலர் நெடுஞ் செழியன் பொதுச் செயலாளரானார். கருணாநிதி வகித்த பொருளாளர் பதவி எம்.ஜி.ஆரிடம் சென்றது.

அதுநாள்வரை இருந்த காங்கிரஸ் எதிர்ப்பு கொள்கையின் நிலைப் பாட்டில் மாற்றம் ஏற்பட்டது. உறவுக்கு கை கொடுப்போம், உரிமைக்கு குரல் கொடுப்போம் என்றார் கலைஞர். இதன் பிறகே சுதந்திரத் தினத்தன்று ஆளுநர் தேசியக் கொடி ஏற்றும் நடைமுறை மாற்றப்பட்டு முதலமைச்சராக இருந்த கருணாநிதியின் முயற்சியால் மாநில முதல்வர்கள் தேசிய கொடியேற்றும் நடைமுறை அமலுக்கு வந்தது. அனைத்து சாதியினரும் அர்ச்சகராகலாம் என்ற அர்ச்சகர் சட்டம்

கொண்டு வந்து நிறைவேற்றினார் கருணாநிதி.

இந்திரா காங்கிரசுடன் கூட்டணி வைத்து 1971ல் ஆட்சியைத் தக்க வைத்தார் கருணாநிதி. இந்த முறை தி.மு.க வென்ற இடங்கள் 183. அதற்கு முன்பு வரை அத்தனை இடங்கள் எந்த ஒரு கட்சியும் பெற்றிருக்கவில்லை. அத்தகைய பிரம்மாண்ட வெற்றி அது. இந்த காலகட்டத்தில் தான் தமிழ்நாட்டில் புரட்சிகர திட்டங்கள் பல செயல்படுத்தப்பட்டன. குறிப்பாக மனிதனை மனிதனே இழுத்துச் செல்லும் கை ரிக்ஷாவை ஒழிக்க கருணாநிதி 'கைரிக்ஷா ஒழிப்புத்திட்டம்' கொண்டு வந்தார்.

நெருக்கடிநிலைக்குப் பிறகு நடைபெற்ற தேர்தலில் அ.தி.மு.க. வெற்றி பெற்றது. அடுத்து வந்த 13 ஆண்டுகள் அதாவது தாம் இறக்கும் வரை தமிழகத்தின் முதலமைச்சராக இருந்தார் எம்.ஜி.ஆர்.

அத்தருணத்தில் வலுவான எதிர்கட்சித் தலைவராக மக்களின் உரிமைக்காக குரல் எழுப்பினார். சட்டமன்றத்தில் ஆளுங்கட்சியின் ஒவ்வொரு அசைவையும் உன்னிப்பாக கவனித்து கேள்வி எழுப்புவது, விமர்சிப்பது, சட்டமன்றத்துக்கு உள்ளும் புறமும் போராட்டங்கள் நடத்தி அரசுக்கு அரசியல் அழுத்தம் கொடுப்பது என்று வீரியமிக்க எதிர்க் கட்சி அரசியலை கையிலெடுத்தார் கருணாநிதி. எம்.ஜி.ஆர் மறைவுக்கு பிறகு வந்த தேர்தலில் தி.மு.க மீண்டும் அரியணை ஏறியது.

எண்பதாண்டு கால பொது வாழ்க்கை. தி.மு.க எனும் கட்சி வென்றாலும், தோற்றாலும், ஆட்சிக்கு வந்தாலும் சரி, எதிர்க்கட்சியாக இருந்தாலும் சரி, கருணாநிதி போட்டியிட்ட அனைத்து சட்டமன்ற தேர்தலிலும் வெற்றி. அடுத்தடுத்து அலுப்பில்லாமல் அறுபது ஆண்டுகளுக்கு கருணாநிதியை இந்த தமிழகம் சட்டமன்ற உறுப்பினராக்கியிருக்கிறது. ஐந்துமுறை முதலமைச்சர் நாற்காலியில் அமரச் செய்து அழகு பார்த்திருக்கிறது.

95 ஆண்டு காலம் இந்த தமிழ்ச் சமூகத்தோடு கருணாநிதியின் வாழ்க்கை பின்னிப் பிணைந்திருக்கிறது. ஆயினும் என்ன தன்னுடைய இன்னுயிர் நீங்கிய போது மண்ணில் அடங்கி ஓய்வு பெற கருணாநிதி எனும் அரசியல் போராளி ஆறடி மண்ணைப் பெற அதிரடி யான சட்டப் போராட்டத் தினை அன்று நள்ளிரவில் நடத்திட வேண்டியிருந்ததை இந்த பூவுலகம் முழுவதும் விழித்த விழி மூடாது நெஞ்சின் படபடப்பு ஓயாது பார்த்துக் கொண்டிருந்தது.

உலகின் நீண்ட அழகிய கடற்கரையில் ஒன்றான மெரீனா கடற்கரையில், தமிழ் மண்ணுக்காக போராடுவதற்கென்றே பிறந்த போராளிக்கு அவர் நடத்திய கடைசி சட்ட போராட்டம் தந்தது வெற்றி எனும் தீர்ப்பை. கருணாநிதி தன்னுடைய பேராளுமையை நிரூபிக்க கடைசி வரை போராடியதை தமிழ் மண்ணில் எவரும் மறந்து விட முடியாது.

திராவிட நாடு எனும் தனிப்பெரும் கனவோடு அரசியல் களம் புகுந்த பெரியார் அண்ணா வழியில் வந்த கருணாநிதி மத்தியில் கூட்டாட்சி மாநிலத்தில் சுயாட்சி என்ற முழக்கத்தோடு யதார்த்தம் உணர்ந்த சித்தாந்த வழிகளை சமரசத்தோடு ஏற்றுக் கொண்டவர். அண்ணா வழி யில் மாநிலங்களுக்கு முக்கியத்துவம் அளிப்பதாக இந்திய அரசமைப்புச் சட்டம் மாற்றியமைக்கப்பட வேண்டும் என்று கருணாநிதி நாட்டிலேயே முதன்முறையாக மாநில சுயாட்சியை வலியுறுத்தி சட்டமன்றத்தில் தீர்மானம் நிறைவேற்றினார். மாநிலங்களுக்கு என்று கொடி கேட்டவர் தமிழ்நாட்டுக்கு என்று ஒரு தனிக்கொடியையும் முன்மொழிந்தார்.

கூட்டாட்சிக்கான பாதைபோல கூட்டணிகளைக் கையாண்டவர் இந்தியாவின் கூட்டணியுகத்துக்கு வித்திட்டவர்களில் ஒருவரானார் கருணாநிதி. அவர் முன்னெடுத்த சமூகநீதி ஆட்சிக் கொள்கை அதுவரை அரசுப் பணியைப் பார்த்திராத ஒரு பெரும் கூட்டத்தை அரசு அலுவலகங் களுக்குள் நிறைத்தது. போர்க்குண மிக்க சட்டப் போராளியான கருணாநிதிக்கு ஜனநாயகத்தின் மீது அழுத்தமும் அபாரமுமான பிடிமானம் இருந்தது உண்மை. மாற்றுக் கருத்துக்களுக்கு என்றென்றும் மனதார வரவேற்பும் அங்கீகாரத்தையும் சட்டமன்றங்களில் ஏற்படுத்தித் தந்தவர் கருணாநிதி.

விளிம்பு நிலை சமூகத்தினருக்கு கட்சிப் பதவிகளில் இட ஒதுக்கீட்டை கொண்டு வந்தார். எந்த ஒரு சமூகமும் பெரிதாக தலைதூக்கி விடாத படியும் அதே சமயம் எல்லாச் சமூகங்களுக்கும் பிரதிநிதித்துவம் கிடைக்கும் படியும் செய்வதில் கருணாநிதி திறமையாக செயல்பட்டார். கருணாநிதி வாழ்ந்த வாழ்க்கை என்பது முற்றிலும் எல்லை கடந்த, இலக்கணம் மீறிய, காவியத்தன்மை மிளிர்ந்த, அபூர்வ கலவைமிக்க வாழ்க்கையாகும். சண்ட மாருதம் செய்து ஓய்ந்த அந்த நூற்றாண்டுப் போராளியின் புகழ்பாட ஒவ்வொருவருக்குள்ளும் ஏதேனும் ஒரு கதை

ஒளிந்து கொண்டுதான் இருக்கும் என்பதை எவரும் மறுக்க முடியாது.

கலைஞர் தன் வாழ்நாள் முழுவதும் சட்டப் போராட்டங்களை ஏந்தியபடி நீதிமன்றத்தோடு இணைந்தே பணியாற்றியுள்ளார். அவர் தனது அண்ணன் அண்ணாவின் அருகிலேயே ஓய்வெடுக்கும் உரிமையை கோரியிருந்தார். ஆனால் அ.தி.மு.க. அரசு மறுத்தது. இதனால் இறந்தும் சட்டப் போராட்டம் நடத்தி தனது அண்ணனின் அருகிலேயே ஓய்வெடுக்கும் உரிமையை போராடி வென்றார். இன்னும் கூற வேண்டு மானால் கல்லறை புகுந்த பின்பும் கருணாநிதியின் சட்ட போராட்டம் தொடரத்தான் செய்கிறது. மதுரையில் கலைஞர் சிலை வைக்க அ.தி.மு.க. அரசு மறுத்தபோதும் சட்டப் போராட்டம் நடத்தி தனக்கான சிலை வைத்திடும் உரிமையை போராடி பெற்றுள்ளார். இறந்த பின்னரும் கூட கலைஞரின் சட்டப்போராட்டம் முற்றுப் பெறவில்லை!

தத்துவங்கள், பாதைகள் வெவ்வேறு என்றாலும், இந்திய வரலாற்றை அணுகும் பார்வையில் காங்கிரஸ், பாஜக, கம்யூனிஸ்ட் கட்சிகள் மூன்றுமே டெல்லியிலிருந்தே இந்தியாவைப் பார்க்க விரும்புகின்றன. மாநிலங்களை கிளைகளாக அல்லாமல், அவற்றை இந்த இந்தியப் பெரு மரத்தின் ஆன்மாவாகப் பார்க்கும் பார்வையை தி.மு.கவே முன் வைக்கிறது. அண்ணா வழிவந்த கருணாநிதி 1971ல் டெல்லியின் முன் வைத்த 'ராஜமன்னர் குழு அறிக்கை' ஒரு மாற்று அரசியல் சட்டத்துக்கான மொழிவு. 1974ல் தமிழ்நாடு சட்டமன்றத்தில் தி.மு.க நிறைவேற்றிய மாநில சுயாட்சித் தீர்மானம் ஒரு மாற்று அரசியல் பாதைக்கான தொடக்கப் பிரகடனம்.

இந்தியா என்ற வரையறைக்குட்பட்டு மாநிலங்களுக்கான இங்கு வாழும் பல்வேறு தேசிய இனங்களுக்கான உச்சபட்ச அதிகாரப் பகிர்வுச் சாத்தியங் களைத் தமிழகம் முன் வைக்கிறது. அரசியலமைப்பில் மட்டு மல்லாமல், சமூகத்தைப் பார்க்கும் பார்வையிலேயே டெல்லியிடமிருந்து திட்ட வட்டமான மாற்றுப்பார்வை ஒன்று தனக்கிருப்பதையும் திராவிட இயக்கம் வழி தமிழகம் வெளிப்படுத்தியிருக்கிறது. சாதியப் பாகுபாடுகள் தான் இந்தியாவின் தலையாய பிரச்சினை என்ற உண்மையைத் தொடர்ந்து இந்த நூற்றாண்டுகளாக முகம் கொடுத்துக் கொண்டிருக் கிறது திராவிட இயக்கம்.

இந்தியாவின் வெகுஜன அரசியல் தளத்தில் சாதிய மேலாதிக்கத்துக்கு எதிரான வெற்றிகரமான ஒரே அரசியல் இயக்கம் அதுவே. பிராமணியத்துக்கு எதிரான பிரகடனத்தோடு ஒற்றைத்துவ அலையில் சிக்கிவிடாமல் ஒரு மாற்று அரசியல் கலாச்சாரத்தை முன்னெடுத்து இந்திய அரசியலில் வெற்றி பெற்றிருக்கும் ஒரு இயக்கம் வேறு இங்கு ஏது? இந்தி மயமாக்கப்பட்ட சுதந்திர இந்தியாவின் தேசியவாதம் இத்தனை ஆண்டுகளில் நாடெங்கிலும் உண்டாக்கி இருக்கும் மோசமான விளைவுகளில் ஒன்று உள்ளூர் அடையாள அழிவு! விளைவாக சாதிய, மத அடையாளங்கள் பெற்றிருக்கும் கூடுதல் பலம்! இன்று தமிழ்நாட்டில் சாதி - மத வரையறைகளைத் தமிழர் என்ற அடையாளத்தால் கடக்க வாய்ப்புள்ள சாத்தியங்கள் ஏனைய பல மாநிலங்களில் கிடையாது.

குழந்தைக்கு பெயர் சூட்டுதல் முதல் சுயமரியாதைத் திருமணங்கள் வரை வாழ்வியலில் தமிழ் அடையாள மாற்றுக்கலாச்சாரத்தை திராவிட இயக்கம் வளர்த்தெடுத்ததற்கு இதில் முக்கியமான பங்குண்டு. இந்தி ஆதிக்கத்துக்கு எதிராக உறுதியாக நின்ற திராவிட இயக்கம் ஆங்கிலத்தை ஒரு மாற்றாக முன்னிறுத்தியதன் விளைவுகளை பொருளாதாரத்தில் அறுவடை செய்து கொண்டது. இந்திய நிலப்பரப்பில் வெறும் 3.95% (1.3 லட்சம் சதுர கி.மீ) மட்டுமே கொண்டது தமிழ்நாடு, ஒன்றிணைந்த ராஜஸ்தான், மத்திய பிரதேசம், மகாராஷ்டிரம் இந்த மாநிலங்களோடு ஒப்பிடுகையில் பாதி கூட கிடையாது.

மக்கள் தொகையில் அதிகம் என்றாலும் நிலப்பரப்பளவில், குஜராத், ஆந்திரம், கர்நாடகத்தையும் விடவும் சிறியது. இன்றைய தமிழ்நாட்டின் வளர்ச்சி எப்படி சாத்தியமானது? எல்லோரையும் உள்ளடக்கிய வளர்ச்சிப் பார்வை! விவசாயத்தைப் புறக்கணித்து விடாத வளர்ச்சியை முன்னெடுத்து தமிழகம். 1970களின் தொடக்கத்திலேயே நில உச்ச வரம்புச் சட்டத்தின் மூலம் நிலப் பகிர்வைக் கொண்டு வந்தார் கருணாநிதி.

இதன் விளைவாக தமிழகத்தின் 98% பேர் சிறு விவசாயிகள் ஆயினர். நேரடிக் கொள்முதல் நிலையங்கள், இலவச மின்சாரம், உழவர் சந்தைகள், குறைந்த வட்டியிலான வங்கிக்கடன், சுமை பெருகிய காலத்தில் கடன் தள்ளுபடி சிக்கனப் பாசனத் திட்டத்தில் கவனம் என்று விவசாயிகளுக்கு உகந்த சூழலை உருவாக்குவதிலும் தி.மு.க. தொடர்ந்து கவனம்

அளித்தது. உலகமயமாக்கல் சூழலில் முந்திக் கொள்வதிலும் தமிழகம் முன்னே நின்றது. தகவல் தொழில் நுட்பத்துறைக்கான கொள்கையை நாட்டுக்கே முன்னோடியாக 1997ல் கருணாநிதி கொண்டு வந்ததை எவரும் மறுக்க முடியாது.

கலைஞர் என்ற பட்டத்திற்கு முழுமையான பொறுத்தமுடையவர் கலைஞர். எதிர்மறை அரசியலை எப்போதும் நேர்மறையாக செய்து வெற்றி கண்டவர் கலைஞர். அவருக்கு அன்றே தெரியும் விவேகானந்தரை குமரி முனையிலிருந்து அப்புறப்படுத்த முடியாது என்பது. எனவேதான் வள்ளுவனை அங்கே வானுயர நிறுவினார்.

கலைஞர் நன்கறிவார், வால்மீகி ராமாயண உபநிடங்களை நிறுத்தச் சொல்ல முடியாது என்று. எனவேதான் திருக்குறளை முன்னிலைப் படுத்தினார்.

கலைஞர் தீர்க்கமாக அறிவார். சீதையின் செயலை விமர்சிக்க முடியாது என்று. ஆகையால்தான் கண்ணகியின் கற்புத் திறத்தை காட்சிப்படுத்தி னார் பரவலாக.

நன்றாகவே அறிவார் கலைஞர் மகாபாரதத்தை திரையிட்டு மணக்க முடியாதென்று.

எனவேதான் சிலப்பதிகாரத்தை வெகுஜன காவியமாக பகிரங்கப் படுத்தினார்.

●

காலம் கடந்தும் அனைவரின் வாழ்விலும் நீங்காத இடம் பெற் றிருக்கும் கலைஞர் கருணாநிதி தமிழர்களுக்கும், தமிழுக்கும் அளித்த பெருங் கொடைகள் ஏராளம். மு.கருணாநிதி அறிமுகப்படுத்திய திட்டங்கள் காலத்தை வென்று நிற்பதற்கு அவர் தீட்டிய திட்டங்களில் சிறப்பே சாட்சியாகும்.

கலைஞர் அறிமுகப்படுத்திய திட்டங்கள் :

- தமிழ்நாடு குடிசை மாற்று வாரியம் மற்றும் தமிழ்நாடு குடிநீர் வடிகால் வாரியம் உருவாக்கப்பட்டது.
- கை ரிக்ஷாவின் பயன்பாடு ஒழிக்கப்பட்டு சைக்கிள் ரிக்ஷா

அளிக்கப்பட்டது. ஒரு மனிதனை மற்றொரு மனிதன் ரிக்ஷாவில் வைத்து தள்ளிச் செல்லும் முறையை ஒழித்தார்.

- சின்னஞ்சிறு கிராமங்களுக்கும் கூட சாலை வசதிகள் உருவாக்கப் பட்டது. தனியார் வசம் சிக்கியிருந்த போக்குவரத்துறை அரசுடைமை ஆக்கப்பட்டது.
- சிப்காட் தொழில் வளாகங்கள் உருவாக்கப்பட்டது.
- சிட்கோ தொழில் வளாகங்கள் கொண்டு வரப்பட்டது.
- மாநிலத்தின் பல்வேறு இடங்களில் தொழில் நுட்ப பூங்காக்கள் உருவாக்கப்பட்டது.
- சேலத்தில் உருக்காலை கொண்டு வரப்பட்டது.
- தமிழக கிராமங்கள் அனைத்திற்கும் மின்சார வசதி உருவாக்கப் பட்டது.
- 14600 கோடி ரூபாய் மதிப்பிலான சென்னை மெட்ரோ திட்டம் கலைஞர் கருணாநிதியால் கொண்டு வரப்பட்டதாகும்.
- 108 ஆம்புலன்ஸ் சேவைகள் அறிமுகப்படுத்தப்பட்டது.
- அரசு ஊழியர் குடும்ப நலத்திட்டம் உருவாக்கப்பட்டது.
- தமிழக காவல துறையினருக்கு ஆணையம் அமைக்கப்பட்டது.
- மே 1ம் தேதி ஊதியத்துடன் கூடிய அரசு விடுமுறை அறிவிக்கப் பட்டது.
- விவசாயிகளுக்கு இலவச மின்சாரம் உருவாக்கப்பட்டது.
- உழவர் சந்தைகள் அமைக்கப்பட்டு விளைபொருட்கள் இடைத் தரகர்கள் இல்லாமல் வாடிக்கையாளர்களுக்கு கிடைக்க ஏற்பாடு செய்யப்பட்டது.
- விவசாயிகளுக்காக 7000 கோடி ரூபாய் கடனை தள்ளுபடி செய்து அறிவித்தது. கிராமப்புற வளர்ச்சிக்கென நமக்கு நாமே திட்டம் உருவாக்கப்பட்டது.
- கிராமப்புற மேம்பாட்டிற்கான அண்ணா மறுமலர்ச்சித் திட்டங்கள் அறிமுகப்படுத்தப்பட்டது.
- தி.மு.க கட்சியின் மூத்த பெண் தலைவர் மூவலூர் ராமாமிர்தம் அவர்களின் நினைவாக ஏழைப் பெண்களுக்கு திருமண உதவித் திட்டம்.

- கைம்பெண்களின் மறுமணத்தை ஊக்குவிக்கும் விதமாக கைம்பெண் மறுமண உதவித்திட்டம் ஆகியவற்றை கொண்டு வந்தார்.
- அரசு வேலை வாய்ப்புகளில் பெண்களுக்கு 30% இட ஒதுக்கீடு அளிக்கப்பட்டது.
- சொத்தில் பெண்களுக்கு சம உரிமை சட்டம் நிறைவேற்றப்பட்டது.
- 33% பெண்களுக்கான இடஒதுக்கீடு அளிக்கப்பட்டு மிகவும் வெற்றிகரமாக உள்ளாட்சித் தேர்தல்கள் நடத்தப்பட்டது.
- கர்ப்பிணிப் பெண்களுக்கு மாதம் ஆயிரம் ரூபாய் நிதி உதவி அளிக்கப்பட்டது.
- ஏழைப் பெண்களுக்கு இலவச எரிவாயு இணைப்புடன் கூடிய எரிவாயு அடுப்புகள் வழங்கப்பட்டது.
- மனோன்மணியம் சுந்தரம்பிள்ளை அவர்களின் பாடலை தமிழ்த் தாய் வாழ்த்தாக அறிவித்து 1970களில் இருந்து அனைத்து பொது நிகழ்ச்சிகளிலும் பாடப்பட்டது.
- ஆளுநர்கள் இல்லாமல் குடியரசு தினம் மற்றும் சுதந்திர தினம் போன்ற நாட்களில் மாநில முதல்வர்கள் கொடியேற்ற வழிவகை செய்யப்பட்டது.
- தமிழ் படித்தவர்களுக்கு அரசு வேலைகளில் முன்னுரிமை அளிக்கும் வகையில் 20% இட ஒதுக்கீடு வழங்கியவர் கருணாநிதி.
- அனைத்து சாதியினரும் அர்ச்சகராகலாம் என்ற அறிவிப்பினை வெளி யிட்டவர் கலைஞர்.
- பிற்படுத்தப்பட்டவர்களுக்கு 31 சதவீதம், தாழ்த்தப்பட்ட மக்களுக்கு 18 சதவீதம் இடஒதுக்கீடு வழங்கப்பட்டது.
- அனைத்து சமூகத்தினரும் சேர்ந்து வாழும் வகையில் சமத்துவ புரங்கள் தமிழகமெங்கும் உருவாக்கப்பட்டன.
- இஸ்லாமிய சமூகத்தினருக்கு 3.5% இட ஒதுக்கீட்டினை அளித்தார்.
- உருது பேசும் இஸ்லாமியர்களை பிற்படுத்தப்பட்டவர்கள் பட்டியலில் இணைத்தார்.
- ஆதி திராவிட மக்களுக்கு இலவச வீடுகள் கட்டித் தரப்பட்டது.
- கலப்புத் திருமணங்கள் பெருமளவில் ஊக்குவிக்கப்பட்டது. கலப்புத் திருமணம் செய்து கொள்பவர்களுக்கு ஊக்கத்தொகை தந்து

கௌரவம் செய்தது தி.மு.க அரசு.

- பொறியாளர் பட்டப் படிப்பிற்கு நடைமுறையில் இருந்த நுழைவுத் தேர்வினை ரத்து செய்தது.
- மாணவர்களுக்கு இலவச பஸ்பாஸ் வழங்கப்பட்டது.
- மதிய சத்துணவில் இரண்டு முட்டை தந்து சிறப்பு ஆணை வெளி யிடப்பட்டது.
- நெல்லையில் மனோன்மணியம் பல்கலைக்கழகம் தொடங்கி சேலத்தில் பெரியார் பல்கலைக்கழகம் சென்னையில் எம்.ஜி.ஆர் மருத்துவப் பல்கலைக் கழகங்கள் கட்டப்பட்டது.
- ஒகேனக்கல் கூட்டுக் குடிநீர் திட்டம் கொண்டு வரப்பட்டது.
- தென்கிழக்கு ஆசியாவின் மிகப் பெரிய நூலகமான அண்ணா நூற்றாண்டு நினைவு நூலகத்தினை நிறுவியவர் கலைஞர் கருணாநிதி.
- பிச்சைக்காரர்கள் மற்றும் தொழுநோயாளிகளுக்கான மறுவாழ்வு மையங்கள் கொண்டு வரப்பட்டது.
- ஊனமுற்றோர் மறுவாழ்வுத் திட்டத்தினை கொண்டு வந்தார்.
- மருத்துவக் காப்பீட்டுத் திட்டம் அல்லது கலைஞர் காப்பீட்டுத் திட்டம் கொண்டு வரப்பட்டது.
- மக்களுக்கு இலவச கண் மருத்துவ முகாம்கள் நடத்தப்பட்டு பின்னர் இலவச கண் கண்ணாடிகள் வழங்கப்பட்டது.
- அரவாணிகள் என்று அழைக்கப்பட்ட மூன்றாம் பாலினத்தினவர் களை திருநங்கைகள் திருநம்பிகள் என்று பெயர் சூட்டி அவர்களுக் கான தனி நலவாரியம் அமைக்கப்பட்டது.
- நாட்டுப்புறக் கலைஞர்களுக்கான நலவாரியத்தினையும் அமைத்துக் கொடுத்தது தி.மு.க தலைமை.
- மொழிப் போராட்டத்தில் பங்கேற்ற வீரர்களுக்கு ஓய்வூதியம் அளிக்கப்பட்டது.
- சுதந்திரப் போராட்ட தியாகிகளுக்கான ஓய்வூதியத்தை உயர்த்தி அறிவித்தது.
- ஏழை மக்களுக்கு இலவச வேஷ்டி சேலைகள் கலைஞர் ஆட்சியில் தான் வழங்கப்பட்டது.

- ➢ நேரடி நெல் கொள்முதல் மையங்கள் அமைக்கப்பட்டது.
- ➢ இஸ்லாமியர்களுக்கான உருது அகாடமி உருவாக்கப்பட்டது.
- ➢ சென்னையில் போக்குவரத்து நெரிசலைக் கட்டுப்படுத்த 23 மேம்பாலங்கள் கட்டப்பட்டது.
- ➢ ஒப்பந்த பணியாளர்கள் மற்றும் போக்குவரத்துதுறை ஊழியர்களுக்கு ஓய்வூதிய திட்டங்கள் அறிமுகப்படுத்தப்பட்டன.
- ➢ 420 பேரூராட்சிகள் உருவாக்கப்பட்டது.
- ➢ ராமநாதபுரம் பரமக்குடி கூட்டுக் குடிநீர் திட்டம் கொண்டு வரப்பட்டது.
- ➢ மதுரையில் உயர்நீதிமன்ற கிளை நிறுவப்பட்டது.
- ➢ ராஜராஜன் ஆயிரமாவது ஆண்டுவிழா வெகு விமர்சையாக கொண்டாடப்பட்டது.
- ➢ இலவச வண்ண தொலைக்காட்சிப் பெட்டி வழங்கப்பட்டது.

●

2018 ஜூலை 30ம் நாள் தி.மு.க தொண்டர்களால் மறக்க முடியாத நாள். மாலை ஆறுமணி, சென்னை காவேரி மருத்துவமனையில் அனுமதிக்கப் பட்டிருந்த தி.மு.க. தலைவர் மு.கருணாநிதியின் உடல் நலம் குறித்து மோசமான தகவல்கள் பரவத் தொடங்கின. அடுத்த ஒரு மணி நேரத்திற் குள்ளேயே மிக வேகமாக தி.மு.க. தொண்டர்கள் மருத்துவமனை முன்பு குவிந்தனர். மாலை 7.30 மணியளவில் மருத்துவமனையின் வாயில் பகுதி முழுவதும் தி.மு.க தொண்டர்களின் தலை மட்டுமே தென்பட்டது. கருணாநிதியின் உடல்நலம் மோசமடைந்தது என்ற செய்திகள் தொலைக்காட்சியில் ஒளிபரப்பாக ஆரம்பிக்க மருத்துவமனை முன்பு கோஷங்கள் எழத் துவங்கின. 'எழுந்து வா.. எங்கள் தலைவா எழுந்து வா.. எழுந்துவா அண்ணாவின் தம்பியே எழுந்து வா.' என்ற கோஷங்களை மாறி மாறி தி.மு.க தொண்டர்கள் தொடர்ந்து எழுப்ப ஆரம்பித்தனர்.

அதே நேரத்தில் மழையும் பெய்ய ஆரம்பித்தது. அந்த மழையில் நின்ற படி பல தொண்டர்கள் அழுதபடி கோஷங்களை எழுப்பிக் கொண்டே இருந்தனர். இந்த நிலையில் இரவு 9.45 மணியளவில் காவேரி மருத்துவ மனையின் அறிக்கை வெளியானது. இந்த அறிக்கையில் கருணாநிதியின்

உடல்நலம் பின்னடைவைச் சந்தித்தது உண்மைதான் என்றாலும் தற்போது மருந்துகளின் உதவியால் அவரது உடல்நலம் மேம்பட்டு வருவதாக கூறப்பட்டிருந்தது. தி.மு.க தொண்டர்கள் மரணத்தின் பிடியிலிருந்து மீண்டு விட்டதாகவே நம்பினர்.

ஆனால் அவர்கள் நம்பிக்கை இழக்கும் வண்ணமாக காவேரி மருத்துவமனையில் அதற்கடுத்து அடுத்து ஒவ்வொரு இரவும் இதுபோல தொடர்ந்து கோஷங்களை எழுப்பி வந்தனர். கலைஞரது உடல் நிலையில் தொடர்ந்து ஏற்ற இறக்கங்கள் இருந்த நிலையில் ஆகஸ்ட் 5ம் தேதியிலிருந்து கருணாநிதியின் உடல்நிலை தொடர் பின்னடைவை சந்திக்க ஆரம்பித்தது. அன்றைக்கு அவரது மனைவி தயாளு அம்மாள் மருத்துவமனைக்கு அழைத்து வரப்பட்டார். அவர் கருணாநிதியைப் பார்த்துவிட்டு வீட்டுக்குச் சென்றார்.

ஆகஸ்ட் 6 ஆம் தேதியன்றும் கருணாநிதியின் உடல்நலத்தில் எந்தவித முன்னேற்றமும் இல்லை. ஆகஸ்ட் 7 ஆம் தேதியன்று காலையில் இருந்தே காவேரி மருத்துவனை முன்பாக தொண்டர்கள் குவிய ஆரம்பித்தனர். பிற்பகலில் முதலமைச்சர் எடப்பாடி கே.பழனிச்சாமியை மு.க.ஸ்டாலின், மு.க.அழகிரி ஆகியோர் சந்தித்து பேசினர். மாலை ஐந்து மணியளவில் மருத்துவமனை வெளியிட்ட அறிக்கையில் மு.கருணாநிதியின் உடல் நிலை கவலைக்கிடமாக இருப்பதாகக் கூறப்பட்டது. இந்த அறிக்கை வெளியானதும் மருத்துவமனை முன்பாக கூடியிருந்த தொண்டர்கள் கதறி அழ ஆரம்பித்தனர்.

இந்த அறிக்கை வெளியான சிறிது நேரத்திலேயே மு.கருணாநிதியின் மகள் செல்வி, மு.க.ஸ்டாலின் மனைவி துர்கா ஆகியோர் மருத்துவமனையை விட்டு வெளியேறி கோபாலபுரம் வீட்டிற்குச் சென்றனர். மருத்துவமனை வளாகத்தைச் சுற்றி பெரும் எண்ணிக்கையில் காவல் துறையினர் குவிக்கப்பட்டனர். அதிரடிப்படையும் வரவழைக்கப்பட்டது. மாநிலம் முழுவதும் காவல் துறையினர் உஷார்படுத்தப்பட்டனர். மு.கருணாநிதி மரணமடைந்து விட்டார் என்ற அறிவிப்பை மாலை 6.40 மணியளவில் காவேரி மருத்துவமனையில் வெளியிடப்பட்டது. மருத்துவமனையில் கூடியிருந்த தி.மு.க தொண்டர்களின் கூக்குரல் பேரவையாக எதிரொலித்தது. ஆனால் மறைந்த தலைவரின் உடலை எங்கே நல்லடக்கம் செய்வது என்பது குறித்து எந்த அறிவிப்பும் வெளி

யாகவில்லை. இதனால் தொண்டர்கள் மத்தியில் தொடர்ந்து சலசலப்பு நீடித்தபடியே இருந்தது.

இந்த நிலையில் தமிழக அரசின் தலைமைச் செயலாளர் கிரிஜா வைத்தியநாதன் ஒரு அறிக்கையை வெளியிட்டார். அதில் கருணாநிதியின் உடலை அடக்கம் செய்ய சென்னை சர்தார் படேல் சாலையில் காமராஜர் நினைவிடத்திற்கு அருகே இரண்டு ஏக்கர் நிலத்தை ஒதுக்கீடு செய்ய அரசு தயாராக இருப்பதாக கூறப்பட்டிருந்தது. தி.மு.க.வின் சார்பில் அண்ணா நினைவிடத்துக்கு அருகில் இடம் ஒதுக்கப்பட கோரப்பட்டிருந்தாலும் சட்டச் சிக்கல்களின் காரணமாக அங்கே இடம் ஒதுக்க முடியவில்லையென்றும் தெரிவிக்கப்பட்டிருந்தது.

இந்தச் செய்தி பரவியதும் இரவு எட்டு மணியளவில் காவேரி மருத்துவ மனை முன்பாகக் கூடியிருந்த தொண்டர்கள் அரசுக்கு எதிராக கோஷங் களை எழுப்ப ஆரம்பித்தனர். அதற்கடுத்து காவேரி மருத்துவமனை முன்பாக வைக்கப்பட்டிருந்த இரும்புத் தகடுகளைத் தூக்கியெறிந்தும், அடித்து நொறுக்கியும் தங்கள் எதிர்ப்பைக் காண்பித்தனர். இதையடுத்து காவல்துறை தடியடியில் இறங்கியது. இதற்கு சில நிமிடங்கள் ஆம்புலன்ஸ் மூலம் மு.கருணாநிதியின் உடல் மருத்துவமனையிலிருந்து கோபாலபுரம் இல்லத்திற்கு கொண்டு செல்லப்பட்டது.

சாலையின் இருபுறமும் தொண்டர்கள் கூட்டம் அலை மோதியதால் ஒன்றரைக் கிலோமீட்டர் தூரத்தை கடக்க ஒருமணி நேரத்திற்கு மேலானது. இரவு 11 மணியளவில் கோபாலபுரம் இல்லத்தில் மு.கருணாநிதியின் உடல் அஞ்சலி செலுத்துவதற்காக வைக்கப்பட்டது. அதே நேரத்தில் பொதுமக்கள் அஞ்சலி செலுத்துவதற்காக ராஜாஜி ஹாலை தயார் செய்யும் பணிகள் துவங்கின. தி.மு.க.வின் முன்னாள் அமைச்சர்கள் இந்தப் பணியில் ஈடுபட ஆரம்பித்தனர். அதிகாலை 1 மணி வரை கோபாலபுரம் இல்லத்திலிருந்த அவரது உடல் பிறகு சி.ஐ.டி காலனி இல்லத்திற்கு கொண்டு செல்லப்பட்டது. அங்கிருந்து அதிகாலை மூன்று மணியளவில் ராஜாஜி ஹாலுக்குப் புறப்பட்டது. காலை 4 மணியளவி லிருந்தே தொண்டர்கள் தலைவருக்கு இறுதி அஞ்சலி செலுத்த அனுமதிக்கப்பட்டனர்.

இதற்கிடையில் மு.கருணாநிதியின் உடலை மெரீனா கடற்கரையில் நல்லடக்கம் செய்ய அனுமதிக்க வேண்டுமென தி.மு.க.வின் சார்பில்

வழக்கு தொடரப்பட்டது. அதற்கு அனுமதியளித்து நீதிமன்றம் உத்தர விட செய்தி வெளியானதும் ராஜாஜி ஹாலின் முன்பாக கூடியிருந்த தொண்டர்கள் கதறலுடன் கோஷங்களை எழுப்பினர்.

மு.க.ஸ்டாலின், துரைமுருகன் உள்ளிட்ட தலைவர்கள் இந்தச் செய்தியைக் கேட்டுக் கதறியழுதனர். இதற்குப் பிறகு மறைந்த முதலமைச்சர் சி.என். அண்ணாதுரையின் நினைவிடத்திற்குப் பின்னால் ஒரு இடம் குறிக்கப்பட்டு கருணாநிதியின் உடலை நல்லடக்கம் செய் வதற்கான ஏற்பாடுகள் துவங்கப்பட்டன.

ஆகஸ்ட் 8 ஆம் தேதி மாலை ராஜாஜி ஹாலிலிருந்து மு.கருணாநிதியின் பூத உடலை ஏற்றிய வாகனம் வாலாஜா சாலை வழியாக அண்ணா நினைவிடத் திற்கு வந்தடைந்தது. அங்கு அவரது குடும்பத்தினர் முக்கியத் தலைவர்கள் கூடியிருக்க அரசு மரியாதையுடன் அவரது உடலை நல்லடக்கம் செய்தவற்கான ஏற்பாடுகள் துவங்கின. அவரது உடலைப் போர்த்தியிருந்த தேசிய கொடி மடிக்கப்பட்டு மு.க.ஸ்டாலினிடம் வழங்கப்பட்டது.

கண்ணாடிப் பேழையில் வைக்கப்பட்டிருந்த அவரது உடல் 'ஓய்வெடுக்காமல் உழைத்தவன் இதோ ஓய்வு கொண்டிருக்கிறான்' என்ற வாசகம் பொறிக்கப்பட்ட சந்தனப் பேழைக்கு மாற்றப்பட்டது. ராணுவ வீரர்கள் 21 குண்டுகளை முழக்கிய பிறகு சந்தனப் பேழை இரவு 7 மணியளவில் நல்லடக்கம் செய்யப்பட்டது.

❖

18
வி. பி. சிங்

சமூக நீதி தொடர்பான பிரச்சனைகளில் தீர்வு காணும் முயற்சிகளில் தேசிய அளவில் பயணித்தவர் வி.பி.சிங். 1989ஆம் ஆண்டு வி.பி.சிங்கின் அரசாங்கம் எஸ்சி - எஸ்டி சட்டத்தை அமல்படுத்தியது. இச்சட்டமானது பட்டியல் சாதிகள் மற்றும் பழங்குடியினருக்கு எதிரான வன் கொடுமைகளைத் தடுக்கிறது. அப்போதுள்ள சட்டங்களின் விதிகள் இந்தக் குற்றங்களை சரிபார்க்க போதுமானதாக இல்லை என்று கண்டறியப்பட்டபோது இச்சட்டம் இயற்றப்பட்டது. பட்டிய லிடப்பட்ட சாதிகள் மற்றும் பழங்குடி யினருக்கு எதிரான தொடர்ச்சியான மொத்த அவமானங்கள் மற்றும் குற்றங் களை அங்கீகரித்து பட்டியலிடப்பட்ட சாதிகள் மற்றும் பழங்குடியினர் அட்டூழி

யங்கள் தடுப்புச் சட்டம் 1989ஐ பாராளுமன்றம் நிறைவேற்றியது.

இந்தச் சமூகங்கள், சமூகத்தில் அன்னியத்துடனும் சுயமரியாதை யுடனும், அச்சம் அல்லது வன்முறை அல்லது ஆதிக்க சாதியினரின் ஒடுக்கு முறையின்றி வாழ வழிவகை செய்யும் செயலுக்குமான முயற்சிகள் மூலம் அவர்களுக்கு நீதி வழங்குவதற்கான அரசாங்கத்தின் நோக்கத்தை வி.பி.சிங் கொண்டு வந்த சட்டத்தின் நோக்கங்கள் தெளிவாக வலியுறுத்துகின்றன. இச்சட்டத்தின் மூலம் தீண்டாமை நடைமுறை யானது அதன் வெளிப்படையான மற்றும் மறைவான வடிவத்தில் அறியக்கூடிய மற்றும் கட்டுப்படுத்த முடியாத குற்றமாக மாற்றப் பட்டது. மேலும் அத்தகைய குற்றத்திற்கு கடுமையான தண்டனை வழங்கப்படுகிறது. இந்தச் சட்டம் ஒருவழியாக சர்ச்சைகளுடன் நிறை வேற்றப்பட்டது.

வி.பி.சிங் எனப்படும் விஸ்வநாத் பிரதாப்சிங் 1989 முதல் 1990 வரை இந்தியாவின் 7வது பிரதமராகவும் மண்டாவின் 41வது ராஜாபகதூராக வும் இருந்த இந்திய அரசியல்வாதியும் சமூகநீதி போராளியுமாவார். இந்து ராஜ்புத் ஜமீன்தார் குடும்பத்தின் மூன்றாவது குழந்தையாக வி.பி.சிங் 1931 ஜுன் 25ல் பிறந்தார். அலகாபாத் மாவட்டத்தில் பெலன் ஆற்றங்கரையில் இவரது பிறந்த இடம் அமைந்துள்ளது. மாண்டாவைச் சேர்ந்த ராஜா பகதூர் ராம்கோபால்சிங் என்பவரால் தத்தெடுக்கப்பட்டு வாரிசு ஆனார். அவர் 1914ல் தனது 10வது வயதில் மாண்டாவின் ராஜா பகதூர் ஆனார். அவரது முன்னோர்கள் மாணிக்கபூரின் முன்னோடி மாநிலத்தின் ஆட்சியாளர்களாக இருந்தனர்.

இவரது குடும்பம் மாண்டா ஜமீன்தாரின் ஹர்வார் குலத்தைச் சேர்ந்தது. இவர் டேராடூனில் உள்ள கர்னல் பிரவுன் கேம் பிரிட்ஜ் பள்ளி யில் தனது கல்வியை பெற்றார். அலகாபாத் பல்கலைக் கழகத்தில் கலை மற்றும் சட்டத்தில் இளங்கலை பட்டம் பெற்றார். பின்னர் புனே பல்கலைக் கழகத்தில் பெர்குசன் கல்லூரியில் இயற்பியலில் இளங்கலை பட்டம் பெற்றார். வி.பி.சிங் பிரதமராக இருந்த காலத்தில் இந்தியா பிற்படுத்தப் பட்ட சாதியினருக்கான மண்டல கமிஷன் அறிக்கையை அமல்படுத்தி னார். இது சட்டத்திற்கு எதிராக பெரும் எதிர்ப்புகளுக்கு வழிவகுத்தது.

இவர் 62வது திருத்தத்தை உருவாக்கி பட்டியல் சாதி மற்றும் பழங்குடியினர் சட்டத்தை இயற்றினார். இவருடைய காலத்தில் ருபையா

சயீத் கடத்தல் நடந்தது. அதன் தொடர்ச்சியாக பயங்கரவாதிகள் விடுவிக்கப்பட்டனர். 1990ல் காஷ்மீர் பள்ளத் தாக்கிலிருந்து காஷ்மிரி இந்துக்களின் இழிவான வெளியேற்றம் நடந்தது.

ராமர் ரத யாத்திரைக்கு வி.பி.சிங் எதிர்ப்பு தெரிவித்ததைத் தொடர்ந்து தேசிய முன்னணிக்கான ஆதரவை பாஜக திரும்பப் பெற்றது. மேலும் இவரது அரசாங்கம் தோல்வியடைந்தது. நம்பிக்கையில்லா வாக்கெடுப்பு நடைபெற்றது 1990 நவம்பர் 7ல் வி.பி.சிங் ராஜினாமா செய்தார். இவரது பதவிக்காலம் 343 நாட்கள் மட்டுமே நீடித்தது. வி.பி.சிங் 1991 தேர்தலில் தேசிய முன்னணியின் பிரதமர் வேட்பாளராக இருந்தார். ஆனால் தோற்கடிக்கப்பட்டார். 1992ல் பாபர் மசூதி இடிப்புக்கு எதிராக வி.பி.சிங் குரலெழுப்பினார். 1996க்குப் பின் வி.பி.சிங் அரசியல் பதவிகளில் இருந்து ஓய்வு பெற்றார்.

1980 ஆம் ஆண்டு ஜனதாவின் இடையீட்டுக்குப் பிறகு இந்திராகாந்தி மீண்டும் தேர்ந்தெடுக்கப்பட்ட போது வி.பி.சிங் உத்தரப் பிரதேசத்தின் முதலமைச்சராக நியமிக்கப்பட்டார். 1983ல் சில முக்கியமான கொள்ளைக்காரர்களின் சரணடைதலை அவர் தனிப்பட்ட முறையில் மேற்பார்வையிட்டார். பெஹ்மாய் படுகொலை நாடு முழுவதும் சீற்றத்தைத் தூண்டி அதன்மூலம் வி.பி.சிங் கொலைகளை அடுத்து ராஜினாமா செய்தார். போலீஸ் என்கவுண்டரில் பூலான் தேவியைக் கொல்ல வேண்டாம் என்று காவல்துறை அதிகாரிகளுக்கு அறிவுறுத்தி அவள் உயிரைக் காப்பாற்றினார் பூலான்தேவி சரணடைந்தார்.

உத்தரப்பிரதேச முதல்வர் பதவியில் இருந்து அவர் ராஜினாமா செய்த பிறகு 1984 ஆம் ஆண்டு ராஜ்யசபா தலைவராக நியமிக்கப்பட்டார் வி.பி.சிங் 1987 வரை அவர் பதவி வகித்தார். அமிதாப் பச்சனால் காலியான அலகாபாத் தொகுதிக்கு இடைத்தேர்தலில் வெற்றி பெற்று மக்களவை யில் நுழைந்தார் வி.பி.சிங். ராஜீவ்காந்தி மற்றும் இந்திராகாந்திக்கு மிகவும் நெருக்கமானவராகக் கருதப்பட்டார் வி.பி.சிங். போபர்ஸ் ஒப்பந்தத்தில் ஊழலுக்கு அவர் எதிர்ப்பு தெரிவித்ததால் மிஸ்டர் க்ளீன் என்று அறியப் பட்டார்.

1989 மக்களவைத் தேர்தலில் வெற்றி பெற்று இந்தியப் பிரதமரானார் சிங். இடதுசாரிகளின் கூட்டணிக்கு துணையாக நின்றார். ராஜீவ் காந்தியை பதவியிலிருந்து இறக்க பாரதீய ஜனதா கட்சி 1989 தேர்தலில் வி.பி.சிங்

பக்கம் நின்றது. எல்.கே அத்வானியின் ரதயாத்திரையின் நடுவில் அவருக்கு எதிராக கைது வாரண்ட் பிறப்பித்து வி.பி.சிங் தைரிய மாக செயல்பட்டார். வி.பி.சிங் இந்திய தேசிய காங்கிரசின் மூத்த மற்றும் சக்தி வாய்ந்த தலைவர்களில் ஒருவராக பட்டியலில் உள்ளார். பாதுகாப்பு, வெளியுறவு மற்றும் நிதி போன்ற முக்கிய அமைச்சக பதவிகளை அவர் வகித்துள்ளார்.

1984 பொதுத் தேர்தலில் ராஜீவ் காந்தியின் ஆணையைத் தொடர்ந்து புதுதில்லிக்கு அழைக்கப்பட்டார். இந்தியாவின் பத்தாவது அமைச்சரவை யில் நிதியமைச்சர் பதவிக்கு சிங் நியமிக்கப்பட்டார். அவர் நிதியமைச்ச ராக இருந்த காலத்தில் தங்க வரியைக் குறைத்து பறிமுதல் செய்யப்பட்ட தங்கத்தின் ஒரு பகுதியை போலீசாருக்கு கொடுத்து தங்கக் கடத்தலைக் குறைப்பதை மேற்பார்வையிட்டார். வணிகத்தின் மீதான அரசாங்க ஒழுங்குமுறைகளைக் குறைப்பதற்கும் வரி மோசடி வழக்கு தொடரவும் சிங்கின் முயற்சிகள் பரவலான பாராட்டைப் பெற்றன.

வி.பி.சிங் இந்தியாவின் 16வது வெளி விவகார அமைச்சராக நியமிக்கப் பட்டார். ஆனால் அவர் மிகக் குறுகிய நாட்களே அப்பதவியை வகித்தார். அருண் நேரு மற்றும் ஆரிப் முகமதுகான் ஆகியோருடன் இணைந்து வி.பி.சிங் ஜன்மோர்சா என்ற எதிர்க்கட்சியை உருவாக்கினார். 1988 அக்டோபர் 11 அன்று அசல் ஜனதா கூட்டணியின் தலைவர் ஜெயப் பிரகாஷ் நாராயணனின் பிறந்த நாளில், ஜன்மோர்ச்சுா, ஜனதா கட்சி, லோக்தளம் மற்றும் காங்கிரஸ் (எஸ்) ஆகியவற்றின் இணைப்பின் மூலம் ஜனதா தளத்தை வி.பி.சிங் நிறுவினார்.

ராஜீவ்காந்தி அரசை எதிர்க்கும் அனைத்து மத்திய வாதக் கட்சிகளையும் ஒன்றிணைக்கும் வகையில் ஜனதா தளத்தின் தலைவராக வி.பி.சிங் தேர்ந்தெடுக்கப்பட்டார். திராவிட முன்னேற்றக் கழகம், தெலுங்கு தேசம் கட்சி, அசாம் கணபரிஷத் உள்ளிட்ட பிராந்திய கட்சி களுடன் ஜனதா தளத்தின் எதிர்க்கட்சிக் கூட்டணி உருவானது. தேசிய முன்னணி என்று அழைக்கப்பட்டது. ராஜீவ் காந்திக்கு மாற்றாக காங்கிரசுக்கு எதிர் அணியினர் வி.பி.சிங்கையே தூய்மையான மாற்று பிரதம வேட்பாளராக முன்னிருத்தி இருந்த போதிலும் டிசம்பர் 1, 1989 அன்று வி.பி.சிங் நாடாளுமன்றத்தின் நடு அவையில் தேவிலாவை பிரதமர் பதவிக்கு பரிந்துரைத்தார்.

ஆனால் அரியானாவின் ஜாட் தலைவரான தேவிலால் பிரதமர் பதவியை ஏற்க மறுத்து பெருந்தன்மையாக வி.பி.சிங்கையே பிரதமர் பதவிக்கு பரிந்துரைத்தார். ஆனால் ஜனதா தளத்தின் கட்சிக்குள்ளேயே வி.பி.சிங்கின் பிரதமர் பதவிக்கு போட்டியாளராக விளங்கிய தேவிலா வின் நெருங்கிய நண்பரான சந்திரசேகருக்கு பிரதமர் பதவியை தர மறுத்ததை பல கட்சியினருக்கு நடுவே ஆச்சரியத்தை ஏற்படுத்தியது. ஏனென்றால் கருத்தாருமித்த பிரதமர் வேட்பாளராக தேவிலால் வருவார் என சில தலைவர்கள் அவரிடம் கூறியதே.

அவர் காங்கிரசில் பல பதவிகளில் நேர்மையாக செயல்பட்டு வந்த ராஜீவ்காந்தியின் அரசின் மீது பல ஊழல் குற்றச்சாட்டுகளை கண்டு பிடித்து எதிர்த்த அமைச்சர் வி.பி.சிங்கை பிரதமருக்கான தகுதி வேட்பாள ராக அறிவித்து விட்டு நாடாளுமன்ற கூட்டத்திலிருந்து வெளியேறிய தேவிலால் அமைச்சரவையிலும் பங்கு பெறவும் மறுத்துவிட்டார். காங்கிரஸ் அல்லாத கட்சிகளுடன் இணைந்து மத்தியில் மெரார்ஜி தேசாயின் ஜனதா கட்சிக்கு பிறகு இரண்டாவது முறை கூட்டணி அமைத்தவர் என்ற பெருமையும் வி.பி.சிங்குக்கு உண்டு.

வி.பி.சிங் டிசம்பர் 2, 1989லிருந்து நவம்பர் 10, 1990 வரை இந்தியாவின் பிரதம மந்திரியக இருந்தார். பதவியேற்ற சிலநாட்களிலேயே அரசு நெருக்கடிகளை சந்தித்தது. காஷ்மீர் தீவிரவாதிகள் அப்போதைய உள்துறை மந்திரி முப்திமுகமது சையதின் மகளை கடத்திச் சென்றனர். தீவிரவாதிகளின் நிபந்தனைக்கிணங்க சில தீவிரவாதிகளை அரசு விடுதலை செய்து அமைச்சரின் மகளை மீட்டது. மாநில பிரிவினைவாதி களுக்கு எதிராக அரசு கடும் நடவடிக்கை எடுக்கவில்லை என கருதிய பாஜகவின் வற்புறுத்தலினால் சர்ச்சைக்குரிய முன்னாள் அதிகாரியான ஜக்மோகனை ஜம்முகாஷ்மீர் மாநில ஆளுநராக நியமித்தார்.

அதிகாரபூர்வ மற்ற காஷ்மீர் இஸ்லாம் தலைவரான மிர்வாச்சின் மரண ஊர்வலத்தின்போது நடந்த துப்பாக்கிச் சூடு நடத்த ஜக்மோகன் உத்தரவு கொடுத்ததன் விளைவாக காஷ்மீர் தீவிரவாதம் மேலும் பரவ காரணமாக இருந்தார். வி.பி.சிங் பொற்கோயிலுக்கு சென்று இந்திரா காந்தி அரசில் நடைபெற்ற புளூஸ்டார் நடவடிக்கைக்காக மன்னிக்கும் படி வேண்டினார். இலங்கையிலிருந்து இந்திய அமைதி காக்கும் படையை வி.பி.சிங் விலக்கிக் கொண்டார்.

இதற்கு முன்பு காங்கிரசின் எமர்ஜென்சியை எதிர்த்து தொடங்கப் பட்ட ஜெயபிரகாஷ் நாராயணனின் ஜனதாகட்சி ஆட்சியில் அக்கட்சி பிரதமர் மொரார்ஜிதேசாய் கொண்டு வந்த மண்டல் ஆணைக்குழுவை அவர் பரிந்துரை செய்து நடைமுறை செய்வதுக்குள் கட்சியில் ஏற்பட்ட ஒற்றுமையின்மையால், பிரதமர் தலைமை சரண்சிங் வசம் வந்துவிட, சிறிது காலத்திலேயே ஜனதா கட்சி ஆட்சி 1980 ஆம் ஆண்டு கவிழ்ந்ததால், 1990ல் பத்து வருடங்களுக்குப் பிறகு ஜனதா கட்சியின் நீட்சியாக மாறிய ஜனதா தளம் ஆட்சியில் வி.பி.சிங் தலைமையில் மண்டல்கமிஷன் பரிந்துரை உயிர்பெற்றது.

தேசிய அளவில் சமூகநீதி தொடர்புடைய கருத்துக்களையும் பிரச்சனை களையும் முன்னெடுத்துச் செல்ல முடிவு செய்து மண்டல கமிஷன் பரிந்துரைகளை நடைமுறைபடுத்த முடிவு செய்தார். இத்திட்ட மானது பிற்படுத்தப்பட்ட மக்களுக்கு பொதுத்துறை அமைப்பு மத்திய அரசாங்கம் சார்ந்த வேலை வாய்ப்புகள் குறிப்பிட்ட விழுக்காடு இடங்களை ஒதுக்கீடு செய்ய மண்டல் கமிஷன் பரிந்துரைத்தது. இந்த மண்டல் கமிஷன் இடஒதுக்கீடு வேலைவாய்ப்பு திட்டம் பிற்படுத்தப் பட்ட மக்களுக்கு சலுகையாகவும் சாதகமாகவும் இருந்தாலும், உயர்சாதி மக்களுக்கு இந்த இட ஒதுக்கீட்டில் எந்த பலனும் இல்லாததால் கடும் எதிர்ப்பு நிலை ஏற்பட்டு வட இந்தியாவில் பல மதகலவரங்களும் தீ குளிப்பு உயிர் பலி போராட்டங்களும் நடந்தேறியதால் வி.பி.சிங் ஆட்சியை பல எதிர்கட்சி தலைவர்கள் விமர்சித்தனர்.

ஆனால் இந்த மண்டல கமிஷன் பரிந்துரையை அமல்படுத்தியதாலும், அப்போது வட இந்தியாவில் நடந்த ராமர் யாத்திரையை தடுத்து நிறுத்தி கைது செய்யப்பட்டதால் ஜனதா தளம் ஆட்சிக்கு பாஜக அளித்து வந்த ஆதரவை விலக்கிக் கொண்டதால் வி.பி.சிங் பிரதமர் பதவியை இழந்து ஜனதா தளம் ஆட்சி கவிழ்ந்தது. இட ஒதுக்கீடு தொடர்பான வழக்கில் 1992 ஆம் ஆண்டு நவம்பர் மாதம் மத்திய அரசின் மண்டல் கமிஷன் உத்தரவு செல்லும் என்று சுப்ரீம் கோர்ட் தீர்ப்பு கிரிமிலேபர் முறையில் வழங்கிய போது, இந்த தீர்ப்பு வரலாற்றுச் சிறப்புமிக்கது.

பல்லாண்டுகளாக மத்திய அரசாங்கம் சம்பந்தப்பட்ட வேலைகளில் சுரண்டப்பட்டு வந்தவர்களுக்கு இந்தத் தீர்ப்பு பெரும் சவுக்கடி என்று கூறினார் வி.பி.சிங். தனது முயற்சிக்கு கிடைத்த மகத்தான வெற்றி என்று

மகிழ்ச்சி தெரிவித்தார். மண்டல கமிஷன் நாயகன் என்று புகழாரம் சூட்டினார் கலைஞர் கருணாநிதி. வி.பி.சிங் ஆட்சியின்போது 1989ல் அம்பானி, லார்சன் மற்றும் டூப்ரோ நிறுவனத்தின் தலைவராக பொறுப்பேற்றுக் கொண்டார். 1990ல் லார்சன்டூப்ரோ நிறுவனத்தின் முழு நிர்வாகத்தை கைப்பற்ற திருபாய் அம்பானியின் ரிலையன்ஸ் குழுமம் மேற்கொண்ட முயற்சிகளை அரசு நிதி நிறுவனங்களான ஆயுள் காப்பீட்டு நிறுவனம் மற்றும் பொது காப்பீட்டு நிறுவனம் ஆகியவை தடுத்தன.

லார்சன்டூப்ரோ நிறுவனத்தின் நிர்வாகத்தை கைப்பற்ற முடியாது என்பதை உணர்ந்து கொண்ட அம்பானி, அந்நிறுவனத்தின் செயற்குழு தலைவர் பதவியிலிருந்து விலகிக் கொண்டார். அதைத் தொடர்ந்து இந்திய ஸ்டேட் வங்கியின் டி.என். கோஸ் தலைவராக பொறுப்பேற்றுக் கொண்டார். வி.பி.சிங் 17 ஆண்டுகளாக ரத்தப் புற்றுநோயால் அவதிப் பட்டு வந்தார். மேலும் அவருக்கு சிறுநீரக கோளாறும் இருந்து வந்தது. வி.பி.சிங் உடல்நலக் குறைவால் 27 நவம்பர் 2008 அன்று மரணம் அடைந்தார்.

●

மன்னர் பரம்பரையில் பிறந்து காங்கிரஸ் பேரியகத்தின் அசைக்க முடியாத தூணாக உருவெடுத்தவர் விஸ்வநாத் பிரதாப் சிங் எனும் வி.பி.சிங். ராஜீவ்காந்திக்கு எதிராக கலகம் எழுப்பி காங்கிரசை தூக்கி எறிந்து விட்டு காஷ்மீர் முதல் கன்னியாகுமரி வரையிலான ஜனநாயக சக்திகளோடு கைகோர்த்து மகத்தான ஐக்கிய முன்னணியைக் கட்டி எழுப்பியவர். அன்று மாநிலங்களின் மாபெரும் தலைவர்களாக திகழ்ந்த கருணாநிதி, என்.டி.ராமாராவ் என அத்தனை சக்திகளையும் ஒன்று திரட்டி இந்திய அரசியலின் தலைஎழுத்தை தலைகீழாக்கிய மகத்தான அரசியல் தலைவர் வி.பி.சிங்.

மத்திய அரசுப்பணிகளில் இதர பிற்படுத்தப்பட்டோருக்கான 27% இட ஒதுக்கீட்டை அமல்படுத்தும் மண்டலகுழு பரிந்துரைகளை தடைகளை உடைத்து நிறைவேற்றி காட்டியவர். இதற்காக தமது ஆட்சி அதிகாரத்தையே பறிகொடுத்தவர். அதனால்தான் சமூகநீதிக் காவலர் என தமிழகம் காலந்தோறும் வி.பி.சிங்கைப் போற்றுகிறது. வி.பி.சிங் பிரதம ராக இருந்தபோது வழங்கிய கொடைகள் வரலாற்றுச் சிறப்புமிக்கவை. காவிரி நடுவர் மன்றம் அமைத்திட அவர் உறுதுணையாக இருந்தார். 1980

முதல் 1982 வரை உத்தரப் பிரதேச மாநில முதலமைச்சராக விளங்கிய வி.பி.சிங் அந்த காலகட்டத்தில் உத்தரப் பிரதேசத்தின் சில மாவட்டங் களில் வழிப்பறிச் சம்பவங்கள் அதிகரித்து வருவதை கட்டுப்படுத்த முடியாததற்கு பொறுப்பேற்று முதலமைச்சர் பதவியிலிருந்து விலகினார்.

வி.பி.சிங் பாதுகாப்பு அமைச்சராக இருந்த போதுதான் ஸ்வீடனைச் சேர்ந்த போஃபர்ஸ் நிறுவனத்திடம் இந்தியா ஆயுதம் வாங்குவதற்காக இந்தியாவின் பிரதமர் ராஜீவ்காந்தி உள்ளிட்ட மூத்த காங்கிரஸ் அரசியல்வாதிகள் லஞ்சம் வாங்கியதாக குற்றச்சாட்டு எழுந்தது. போர்ஃபர்ஸ் பீரங்கி வாங்கியதில் முறைகேடு நடந்ததாக வி.பி.சிங் கடுமை யாக பிரச்சாரம் செய்தார். பிரதமர் ராஜீவ்காந்தி வி.பி.சிங்கை பதவி நீக்கினார். 1989ல் நடந்த நாடாளுமன்றத் தேர்தலில் தேசிய முன்னணி யில் அங்கம் வகித்த தி.மு.க. ஒரு மக்களவைத் தொகுதியில் கூட வெற்றி பெறவில்லை. எனினும் தி.மு.க.வைச் சேர்ந்த முரசொலி மாறனுக்கு அமைச்சரவையில் இடம் வழங்கினார் வி.பி.சிங்.

கொள்ளையர்களை கட்டுப்படுத்துவதிலும், வரி ஏய்ப்பை தடுப்பதி லும், ஊழலை எதிர்ப்பதிலும் ஏற்கனவே உறுதியோடு நின்ற வி.பி.சிங் பிரதமரானபோது பிற்படுத்தப்பட்ட மற்றும் ஒடுக்கப்பட்ட மக்கள் சமூக, அரசியல், பொருளாதார விடுதலையை அடைவதிலும் உறுதி யோடு நின்றார். பிரதமராக பதவி விலகிய வி.பி.சிங் அதன்பிறகு கலந்து கொண்ட கூட்டங்களில் திட்டமிட்டுத் தாக்குதல்கள் நடத்தப்பட்டன. தேசிய முன்னணியின் சார்பில் அவர் கிழக்கு உத்தரபிரதேசத்தில் சுற்றுப் பயணத்தை தொடங்கிய போது, கோரக்பூரில் வி.பி.சிங் பேசிக் கொண்டிருந்த மேடையின் மீது கற்கள் வீசப்பட்டன. வி.பி.சிங் அருகில் நின்றிருந்த சரத்யாதவும், அஜீத் சிங்கும் பலத்த காயமடைந்து மருத்துவ மனைக்கு அனுப்பப்பட்டார்கள்.

‘நான் உங்கள் முன்னால் ரத்தமும் சதையுமாக நின்று கொண்டிருக் கிறேன். என் முன்னால் வந்து உங்கள் விருப்பப்படி தாக்குங்கள். ஆனால் நான் ஏற்றுக் கொண்டிருக்கிற சமூகநீதிக் கொள்கையில் நான் உறுதி யாகவே நிற்கிறேன்’ என்று முழங்கினார்.

ஏற்றுக்கொண்ட கொள்கையில் இறுதிவரை உறுதியாக நின்றவர் வி.பி.சிங். பிரதமராகப் பதவி விலகிய பிறகு அவர் எந்தப் பதவியையும் விரும்பவில்லை. தானாகத் தேடிவந்த போதும் கூட ஏற்றுக் கொள்ள

வில்லை. பதவி விலகல் என்பது வி.பி.சிங்கைப் பொறுத்தவரை அவரது அரசியல் வாழ்வு முழுவதும் தொடர்ந்து வந்த ஒன்று. வி.பி.சிங் உத்தரப்பிரதேச முதல்வராக பொறுப்பேற்றபோது 'கறைபடியாத கரங்கள்' என்ற எடுத்த நற்பெயர் அவர் அரசியலின் இறுதிக்காலம் வரை தொடர்ந்தது. காங்கிரஸ் தலைமை தனக்கு உயரிய பதவிகளை அளித்தாலும் விசுவாசம் காட்டுபவராக இல்லாமல் தனது மனசாட்சியின் படியே பணியாற்றியவர் அவர். நிதியமைச்சராக பதவி வகித்தபோது வரி ஏய்ப்பில் ஈடுபட்ட தொழிலதிபர்களின் கோபத்துக்கும் அவர்களோடு நெருக்கம் காட்டிய கட்சி தலைமையின் கோபத்துக்கும் ஆளானார். விளைவாக நிதியமைச்சர் பொறுப்பிலிருந்து விடுவிக்கப்பட்டு பாதுகாப்புத் துறை அமைச்சரானாக்கப்பட்டார்.

வி.பி.சிங்கின் நடவடிக்கைகளுக்கு கடிவாளம் போடுவதற்காகவே ராஜீவ்காந்தி பாதுகாப்புத் துறையை வழங்கினார். ஆனால் அதுவே ராஜீவ்காந்தி மீதான ஊழல் குற்றச்சாட்டை வெளிக் கொணரவும் விவாதிக்கவும் காரணமாயிற்று. சுதந்திர இந்தியாவின் முதலாவது பிற்படுத்தப்பட்டோர் ஆணையத் தலைவரான காகா கலேல்கரை காந்தியவாதியாக மட்டுமே அறிகிறோம். அவரது அறிக்கையை மத்திய அரசு கடைசி வரைக்கும் கண்டு கொள்ளவே இல்லை. இரண்டாவது பிற்படுத்தப்பட்டோர் ஆணையமும் அதற்கு தலைவராகப் பொறுப்பு வகித்த பி.பி.மண்டலுமே இன்றும் விவாதப் பொருளாக இருக்கிறார்கள். மண்டல குழுவின் பரிந்துரைகள் நிறைவேற்றப்பட்டதே அதற்குக் காரணம்.

நாட்டின் ஏழாவது பிரதமராகப் பதவி வகித்த வி.பி.சிங் பத்தாண்டு காலம் கிடப்பில் போடப்பட்டிருந்த அந்தப் பரிந்துரைகளை நிறைவேற்றியதற் காக தனது பிரதமர் பதவியையே விலையாக கொடுக்க வேண்டியிருந்தது. ஆனால் செயற்கரிய செயலைச் செய்து முடித்த மனநிறைவோடு பதவி விலகினார்வி.பி.சிங். இந்திய அரசியலில் தனித்தன்மை கொண்ட ஆளுமைகளுள் ஒருவர் வி.பி.சிங். இட ஒதுக்கீட்டுப் போராளி என்றும் இவரை அழைக்கிறார்கள். ஜவஹர்லால் நேரு காலத்தில் காங்கிரசில் இணைந்து அரசியலில் ஈடுபடத் தொடங்கிய வி.பி.சிங் இந்திராகாந்தி, ராஜீவ்காந்தி ஆகியோர் தலைமையிலான மத்திய அரசில் பல்வேறு துறைகளுக்கும் அமைச்சராக விளங்கியுள்ளார்.

அதன்பின் எதிரெதிர் துருவங்களான பாரதிய ஜனதா மற்றும் இடது சாரிகளின் ஆதரவோடு ஆட்சி செய்த வி.பி.சிங் தேசிய அளவிலான அரசியல் கூட்டணிகளுக்கு முன்னோடியாகவும் திகழ்ந்தார். கூட்டணி ஆட்சிக்காலம் இட ஒதுக்கீடு தொடர்பான உறுதியான நடவடிக்கைகளுக் காகவும் வி.பி.சிங் என்றென்றும் நினைவு கூறுப்படுகிறார். வி.பி.சிங் உருவாக்கிய மண்டல கமிஷன் அறிக்கையால் ஏற்பட்ட எழுச்சியை திசை திருப்ப இராமர் கோயில் கட்டும் விவகாரத்தை கையில் எடுத்தது பாஜக. அயோத்தியில் பாபர் மசூதி இருக்கும் இடத்தில் இராமர்கோயில் கட்டுவோம் என்ற முழகத்துடன் எல்.கே. அத்வானி ரதயாத்திரை புறப்பட்டார். குஜராத்திலுள்ள சோமநாதர் ஆலயத்திலிருந்து தனது ரத யாத்திரையை அத்வானி துவக்கினார்.

ரதயாத்திரை சென்ற இடமெல்லாம் மதக் கலவரம் வெடித்தது. நாட்டில் அமைதியற்ற சூழ்நிலை உருவாக்கப்பட்டது. அப்பொழுது பிரதமர் வி.பி.சிங்கை சந்தித்து பாஜக தலைவர் வாஜ்பாய், மண்டல் அறிக்கையை நடைமுறைப்படுத்த பிறப்பிக்கப்பட்ட அரசாணையை திரும்பப் பெற்றால், அத்வானியின் ரதயாத்திரையை நிறுத்தச் சொல்கிறேன் என்று கூறினார். வி.பி.சிங் அந்த நிபந்தனையை ஏற்க மறுத்தார். அத்வானியின் யாத்திரை பீகாருக்குள் நுழைந்தால் அதனை தடுத்து நிறுத்தி அவரைக் கைது செய்வேன் என்று அன்று பீகார் மாநில முதல்வராக இருந்த லாலு பிரசாத் அறிவித்தார். ரதயாத்திரை நிறுத்தப்பட்டால் அத்வானி கைது செய்யப்பட்டால் ஆட்சிக்கு அளித்து வரும் ஆதரவை திரும்பப் பெறு வோம் என்று பாஜக அறிவித்தது.

பீகாரில் ரதயாத்திரை நுழைந்ததும் அது நிறுத்தப்பட்டது. அத்வானி கைது செய்யப்பட்டார். பாரதிய ஜனதா கட்சி ஆட்சிக்கு அளித்து வந்த ஆதரவை திரும்பப் பெறுவதாக அறிவித்தது. ஆட்சிக்கு பெரும்பான்மை இருப்பதை நிரூபிக்குமாறு குடியரசுத் தலைவர் கேட்டுக்கொள்ளா நாடாளுமன்றத்தை எதிர்கொண்டார் வி.பி.சிங். மண்டல் அறிக்கையை 195 உறுப்பினர்களைக் கொண்ட முக்கிய எதிர்கட்சியான காங்கிரசும், 89 உறுப்பினர்களைக் கொண்ட பாரதிய ஜனதா கட்சியும் எதிர்த்ததோடு மட்டுமல்லாமல் ஜனதா தளத்திலேயே ஒரு அணி எதிர்த்தது. சந்திரசேகர் தலைமையிலான 38 உறுப்பினர்கள் வி.பி.சிங்கை எதிர்த்தனர்.

இந்திய நாட்டின் மக்கள் தொகையில் பாதிக்கும் மேற்பட்ட இதர பிற்படுத்தப்பட்ட வகுப்பினர்களுக்கு வேலைவாய்ப்பில் கால் பங்கு இடஒதுக்கீடு அளித்ததை அன்றைக்கு இந்திய நாடாளுமன்றத்தில் 300க்கும் மேற்பட்ட உறுப்பினர்கள் எதிர்த்தனர்.

ஆட்சி கவிழ்வது நிச்சயம் என்ற நிலையிலும் அரசு உத்தரவை திரும்பப் பெறுவதில்லை என்ற முடிவுடன் நம்பிக்கை வாக்கெடுப்பு கோரினார் வி.பி.சிங். நம்பிக்கைத் தீர்மானத்தின் மீது நடந்த விவாதத்தில் பங்கேற்றுப் பேசிய எதிர்க்கட்சித் தலைவர் ராஜீவ்காந்தி இடையிடையே தண்ணீர் குடித்துக் கொண்டு பத்துமணி நேரம் பேசினார்.

அதற்கு முன்பு விவாதத்தில் பங்கேற்று பேசிய அக்கட்சியின் மூத்த உறுப்பினர் வசந்தசாத்தே, இதர பிற்படுத்தப்பட்டவர்களுக்கு அரசு வேலை வாய்ப்பில் இடஒதுக்கீடு அளிக்கும் அரசின் உத்தரவு, தகுதி யின்மைக்கும், திறமையின்மைக்கும் வழிவகுக்கும் என்று காட்டமாக பேசினார். 'இது இந்திய மக்களை சாதிவாரியாக பிளவுபடுத்தும் நடவடிக்கை' என்று பாரதிய ஜனதா கட்சி கூறியது. இடதுசாரிகளும் தேசிய முன்னணியில் இடம் பெற்ற தி.மு.க. உள்ளிட்ட கட்சிகளின் உறுப்பினர்கள் ஆணித்தரமாக வாதங்களை முன்வைத்து பேசினர்.

நவம்பர் 9 ஆம் தேதி இரவு இந்திய மக்கள் ஆவலுடன் எதிர்பார்த்திருந்த அந்த வேளையில் விவாதங்களுக்கு பதிலளித்து பிரதமர் வி.பி.சிங் பதிலுரையாற்றினார். அரசியல் ரீதியாக தன்னை நிலைப்படுத்திக் கொள்ள மக்களைப் பிரிக்கிறார் என்ற குற்றச்சாட்டிற்கு பதிலளித்த வி.பி.சிங் இதர பிற்படுத்தப்பட்ட மக்களின் உழைப்பை, பங்களிப்பை பெற்றுக்கொண்ட இந்திய சமூகம் அவர்களுக்கு உரிய பிரதிநிதித்துவத்தை அளிக்க மறுப்பது ஏன்? என்று கேள்வி எழுப்பினார்.

எந்த மக்களிடமிருந்து இந்தியாவின் ஆட்சி அதிகாரத்தை செலுத்த வாக்குகள் பெற்று வந்தோமோ அவர்களுக்கு அதிகாரத்தை திரும்ப வழங்கவே மண்டல் அறிக்கையின் அடிப்படையில் இடஒதுக்கீடு செய்த தாக கூறிய வி.பி.சிங் தனது நடவடிக்கை சரியா இல்லையா என்பது நாட்டு மக்களின் முடிவிற்கு விட்டு விடுவதாகக் கூறினார்.

வி.பி.சிங் அரசின் மீதான நம்பிக்கை வாக்கெடுப்பு நடந்தது. அரசிற்கு ஆதரவாக 142 வாக்குகள் மட்டுமே கிடைத்தன. அரசை எதிர்த்து - இதர

பிற்படுத்தப்பட்டோருக்கு இட ஒதுக்கீடு வழங்கப்பட்டதை எதிர்த்து 346 வாக்குகள் பதிவானது. வி.பி.சிங் அரசு பதவியிலிருந்து தூக்கி எறியப் பட்டது.

வாக்கெடுப்பில் தோற்கடிக்கப்பட்ட பிரதமர் வி.பி.சிங் நாடாளு மன்றத்தை விட்டு வெளியே வந்தபோது, அங்கிருந்த பத்திரிகையாளர் ஒருவர் அவரிடம், 'நீங்கள் பிரதமராக இருக்கும் கடைசி நாள் எது? அது பற்றி என்ன கூறுகிறீர்கள்?' என்று கேட்டார்.

'எனது அருமை நண்பரே அரசியல் நாட்காட்டியில் கடைசி நாள் என்று ஏதுமில்லை' என்று வி.பி.சிங் நறுக்கென்று பதிலளித்தார். இந்த நாட்டின் உழைக்கும் மக்கள் சமூகத்திற்காக அரசு வேலைவாய்ப்பில் இடஒதுக்கீடு செய்து ஒரு உத்தரவைப் பிறப்பித்த ஒரு அரசு அடுத்த 90 நாட்களில் கவிழ்க்கப்பட்டது.

இதர பிற்படுத்தப்பட்டோருக்காக இட ஒதுக்கீட்டை நடைமுறைப் படுத்தி வி.பி.சிங் அரசு வெளியிட்ட அரசாணையை எதிர்த்து உச்சநீதி மன்றத்தில் வழக்கு தொடரப்பட்டது. 11 நீதிபதிகள் கொண்ட அரசியல் சட்ட அமர்வு அதனை விசாரித்து இரண்டு ஆண்டுகளுக்குப் பிறகு தீர்ப்பளித்தது.

மண்டல அறிக்கையின் அடிப்படையில் மத்திய அரசுப் பணியிலும் பொதுத்துறை நிறுவனங்களிலும் இதர பிற்படுத்தப்பட்டோருக்கு 27 விழுக்காடு இடஒதுக்கீடு அளிக்க வகை செய்யும் அரசாணை செல்லும் என்று உச்சநீதிமன்றம் தீர்ப்பளித்தது. அந்தத் தீர்ப்பு இந்திய அரசியல் போக்கில் மாபெரும் மாற்றத்தை ஏற்படுத்தியது.

இதர பிற்படுத்தப்பட்டோருக்கு இடஒதுக்கீடு வழங்கப்பட்டதை அதுவரை எதிர்த்து வந்த காங்கிரசும் பாஜகவும் தங்கள் நிலைப்பாட்டை தலைகீழாக மாற்றிக்கொண்டு ஆதரிக்கத் துவங்கின. இன்றைக்கு இதர பிற்படுத்தப்பட்டோருக்கு தனி இட ஒதுக்கீடு இல்லாத மாநிலமே இல்லை என்று கூறுமளவுக்கு வி.பி.சிங் முன்னெடுத்த சமூக நீதிப்போர் வெற்றி பெற்றுள்ளது. அதுவரை சிதறிக் கிடந்த இதர பிற்படுத்தப்பட்ட மக்களை, தாழ்த்தப்பட்ட மக்களை அவர்களின் கட்சிகளை, சிறுபான்மையினரை ஒன்றிணைத்து ஒரு வாக்குச் சக்தியாக வி.பி.சிங் மாற்றியதன் காரணமாக பல மாநிலங்களில் அதிகார மாற்றும் மேல்தட்டு

தலைவர்களிடமிருந்து உழைக்கும் மக்களின் அரசியல் பிரதிநிதிகளாக வளர்ந்தவர்கள் கைக்கு வந்தது. இந்தத் தாக்கம் காங்கிரசிலும் பாஜக விலும் கூட எதிரொலித்தது.

இந்தியாவின் சட்ட அரங்கில் பாபா சாஹேப் அம்பேத்கரும், சமூக அரங்கில் ஜோதி பாபூலே, நாராயணகுரு, தந்தை பெரியார் ஆகியோர் சாதித்ததை அரசியல் அரங்கில் கடும் எதிர்ப்பிற்கிடையே வி.பி.சிங் சாதித்தார்.

பன்னெடுங்காலமாக உழைக்கும் சமூகமாக உற்பத்தியில் பெரும்பங்கு வகிக்கும் சமூகமாக, தங்களது வீரத்தால் சமூகத்தை காத்த தோள்களாகத் திகழ்ந்த சமூகத்திற்கு சமூகநீதி வழங்கியதால் வி.பி.சிங் ஒரு சமூகப் போராட்டத்தின் சகாப்தம் ஆனார்.